குரோதமே காதலாய்

நாகவேணி அழகர் ராஜன்

ஏலே பதிப்பகம்

குரோதமே காதலாய்

ஆசிரியர் © **நாகவேணிஅழகர் ராஜன்**

முதற்பதிப்பு 2021
பக்கங்கள் 438

ISBN 978-93-91423-80-3

புத்தகம் வெளியிடு
ஏலே பதிப்பகம்
aelaypublish@gmail.com
phone – 9944992571

Aelay Publish
www.aelaypublish.com

குரோதம்: கோபத்தின் ஆழ்நிலையே குரோதம் என்போம். ஒரு சிறு கோபத்தின் விளைவினை கூட தாங்க இயலாத நம்மால் கோபத்தின் ஆழ்நிலையான குரோதம் தரும் விளைவுகளை மட்டும் தாங்க இயலுமா..? இயலாது.

அத்தகைய தாங்க இயலாத குரோதமே காதலாய் மாறும் வேளைதனில் என்ன நிகழும்.?

குரோதத்துடன் பயணித்து காதலை அறிவோம்.

அத்தியாயம் *1*

அத்தியாயம் 1

கோயம்பத்தூரில் மூன்று ஏக்கர் பரப்புள்ள அந்நிலத்தைச் சுற்றி கம்பீரமாய் ஏழடி உயரத்திற்க்கு உயர்ந்து நின்றது அந்த மதில் சுவர். அதனின் தொடக்க பகுதிக்கு வந்தோமானால் பிரம்மாண்டமான இரும்பு கேட் நம்மை வரவேற்க்க அதன் காவலிற்க்கு இரு காவலாளிகள் கம்பீரமாய் நின்றிருந்தனர்.

இவர்களை கடந்து சென்றோமானால் இரு பக்கமும் பச்சைப் பசேலென புல்வெளிகள் படர்ந்து பற்பல வகையான பூச்செடிகளும் மரங்களும் சீரான பராமரிப்புடனும் அவற்றை பற்பல வடிவங்களாக வடிவமைத்தும் வழியெங்கும் கண்களுக்கு குளிர்ச்சியாய் வளர்ந்திருக்க ஆங்காங்கே ஸ்டோன் பென்ச்கள் இடைவெளிவிட்டு அழகான வடிவமைப்புகளுடன் அமைந்திருந்தது. அப்பென்ச்சுகளின் இருபக்கங்களின் அருகிலும் மின் விளக்குகள் அழகான வேலைபாடுகளுடன் நின்றிருந்தது. இவைகள் அனைத்தையும் வேலையாட்கள் தொடர்ந்து பராமரித்தபடி சுற்றிக் கொண்டிருந்தனர்.

இவற்றையெல்லாம் பார்த்து மகிழ்ந்தபடி சிறு நடை பயணத்துடன் கடந்து சென்றோமானால் பிரம்மாண்டமான வெள்ளை நிற மாளிகை இல்லை.. இல்லை.. வெள்ளை நிற அரண்மனை கம்பீரமாய் வீற்றிருந்தது. அதனை பார்ப்பவர்களின் கண்கள் இமைக்க மறந்து பார்த்துக் கொண்டிருக்கும். ஏனெனில், அவ்வரண்மனையின் ஒவ்வொரு பகுதியிலும் மிக நுண்ணிய வேலைபாடுகளுடன் பெண்களையும் பறவைகளையும் சில மிருகங்களையும் பூக்களையும் போல் நுணுக்கமாக

அத்தியாயம் *1*

சிறுசிறு வடிங்களாய் வடிவமைக்கபட்டிருந்தது. மேலும் அவ்வரண்மனையின் பின்னிருந்து காலையில் சூரியன் மெதுவாய் தன் கதிர்களை விரித்து வெளி வரும் வேளையில் சூரிய கதிர்களின் தாக்கத்தால் அவ்வெள்ளை நிற அரண்மனை முழுவதும் ஜொலிப்பதை பார்க்கையில் நாம் மொத்தமாய் மெய் மறந்துதான் நிற்ப்போம். அதுபோல் மாலைவேளைகளில் அதே சூரியனின் ஒளியால் தங்கம் போன்று மின்னிடும் மாளிகையை கண் கொட்டாமல் பார்க்கலாம்.

இதுவரை நாம் கடந்து வந்த பாதையானது இரண்டு பாதைகளாக பிரிந்து ஒரு பாதை அவ்வரண்மனையின் பின்புறமும் மற்றோரு பாதையானது அவ்வரண்மனையின் முன் வாசலில் வீற்றிருந்த நான்கு தூண்களின் நடுவில் நுழைந்து நம் நின்ற பாதையில் இணைந்துக் கொண்டது.

அத்துடன் நாம் நின்ற இடத்திற்கு நேர் எதிரில் மற்றோரு காட்சி என்னவெனில் இரு பெண்கள் ஆடை ஆபரணங்கள் அணிந்து வளைந்த விற்போன்ற புருவங்களுகிடையில் சிறு கருநிற பொட்டிட்டு மீன் போன்ற கண்களுடன் உதட்டில் குறுஞ்சிரிப்போடு நீண்டு வளர்ந்த கூந்தலை பின்னி அதில் வண்ண பூக்கள் சூடிக் கொண்டு கையில் உள்ள குடத்தை சற்று சாய்த்து பிடித்திருக்க அக்குடத்திலிருந்த நீரானது அவர்களுக்கு கீழ் அமைந்திருந்த சிறு தடாகத்தில் பூமாரியைப் போல் மெதுவாய் விழுந்துக் கொண்டிருந்தது. அத்தடாகத்தில் தாமரை மலர்களும் அல்லி மலர்களும் இலைகளுக்கு நடுவில் மலர்ந்தும் மொட்டாகவும் இருந்தது. இவைகளுக்கு நடுவில் அன்ன பறவைகளும் அத்தடாகத்தில் அமர்ந்திருந்தது. அவற்றை சற்று உற்று கவனிக்கும் போதுதான் அவைகள் எல்லாம் உயிரற்ற சிலைகள்

என்றே நமக்கு தெரியும் அவ்வளவு தத்ருபமாகவும் உயிர்ப்புடனும் அவற்றை வடிவமைக்கபட்டிருந்தது.

தடாகத்தின் இடபுறம் சற்று தூரத்தில் மூன்று வெள்ளை நிற ஆடி கார்களும் இரு கருப்பு நிற ஆடி கார்களும் வரிசையாய் நின்றிருந்தது. அதில் ஒரு வெள்ளை நிற அம்பாசிட்டரும் அடக்கம். அக்கார்கள் எல்லாம் இன்றுதான் புதிதாய் வாங்கபட்டனவோ என்று எண்ண தோன்றுகிற அளவிற்க்கு புதிதாய் பளபளவென காட்சி அளித்தன.

இப்போது அரண்மனைக்குள் செல்வோம். அரண்மனைக்குள் நுழைவதற்க்கு முன் பிரம்மாண்டமாய் தேக்கு மரத்தால் செய்யபட்ட கதவுகளில் மிக நெருக்கமான இலைகளை கொண்ட கொடியினில் பூக்கள் இருப்பது போலவும் கொடியினிலிருந்து பூக்கள் வீழ்வது போலவும் வடிவமைக்கபட்டு நம்மை பிரம்மிப்புடன் வரவேற்க்கும்.

அதனை தாண்டி உள் நுழைந்தால் விசாலமான ஹாலின் சுவர்களின் ஒவ்வொரு பகுதியிலும் இயற்கைகை காட்சிகள் பல வர்ணங்களால் தத்ரூபமாய் காண்பது போல் வரையபட்டிருந்தது. ஹாலின் எப்புறம் நோக்கினும் அப்புறத்தில் காணும் இயற்கை காட்சிகளினால் மன அமைதியை நம்மால் உணர முடியும் மற்றும் ஹாலில் தேக்கால் கலை நயத்துடன் செய்யபட்ட சோபக்கள் அமைந்திருக்க அவற்றுக்கு நடுவில் கண்ணாடியாலான டீப்பாய் ஒன்று இன்றைய நாளிதழ்களை சுமந்தபடி நின்றிருந்தது.

சற்று நம் கண்களை உயர்த்தி பார்த்தோமானால் மூன்று அடுக்குகளை கொண்ட தளங்களை பார்த்ததும் நம் கண்கள் நம்மையறியாமலே

ஆச்சர்யத்தால் விரிவடையும். ஏனெனில், ஹாலிலிருந்து மேல் அடுக்குகளுக்கு செல்வதற்க்காக படிகள் இரண்டாக பிரிந்திருக்க அதன் இருபுறங்களின் அருகிலும் லிஃப்ட் இருந்தது.

அம்மூன்று அடுக்குகளில் அமைந்திருந்த ஒவ்வொரு அறைகளின் கதவுகளும் ஜன்னல்களும் தேக்கால் செய்யபட்டு கலை நயத்துடன் வடிவமைக்கப்பட்டிருந்தது. மேலும், மூன்று அடுக்குகளிலும் அமைந்துள்ள தூண்களுக்கு இடையிடையே பல வண்ண மணிகள் ஏற்ற இறக்கமாய் அழகாய் தொங்கவிடபட்டிருந்தது. மேலும் நடுநாயகமாக மேலே சரவிளக்கு ஒன்று அழகான வேலைபாடுகளுடன் பிரம்மாண்டமாய் தொங்கிக் கொண்டிருந்தது.

இப்போது ஒவ்வொரு அடுக்கிலும் உள்ள அறைகளை பார்ப்போம்.

இரு பக்க மாடி பட்டுகளின் நடுவில் ஆளுயர ஃபோட்டோ ஃப்ரேமில் மிரட்டும் கண்களோடு கம்பீரமாய் ராஜ அலங்காரத்துடன் கம்பீர புன்னகையுடன் நின்றிருந்தார் ஜெயவர்மன். அவரை பயபக்தியுடன் கடந்து மாடி படிகட்டுகளின் வழியே ஏறி முதல் அடுக்கிற்கு செல்ல அங்கு நான்கு அறைகள் இருந்தது. முதல் அறையில் அவ்வரண்மனையின் தலமையகமான ஜெயசீலன் தாத்தாவின் அறை.

அவரின் அறைக்கு இடபுறம் ஜெயசீலனின் மூத்த வாரிசான ஜெயமோகனின் அறை இருந்தது.

ஜெயமோகன் அறையின் இடபுறம் அதாவது ஜெயசீலன் அறையிலிருந்து நேர் எதிரில் பார்த்தால் அவ்வறையை தெளிவாய் தெரியும். அவ்வறையின்

அத்தியாயம் 1

நிலையிலும் கதவிலும் மஞ்சள் பூசி குங்குமத்தால் பொட்டு வைக்கபட்டு இரும்பு பூட்டால் பூட்டபட்டிருந்தது.

இவ்வறையினை கடந்து வந்தோமானால் ஜெயசீலனின் இரண்டாவது வாரிசான ஜெயசங்கரின் அறை. அதாவது ஜெயமோகன் அறைக்கு நேர் எதிரில் அவ்வறை அமைந்திருக்கும்.

இப்போழுது இரண்டாவது அடுக்கிற்க்கு செல்வோம்.

இரண்டாவது அடுக்கின் முதல் அறையானது ஜெயமோகன் மற்றும் அகிலாண்டேஸ்வரியின் மூத்த வாரிசும் நம் கதையின் நாயகனுமான ஜெய்வீரின் அறை. அவ்வறையானது தற்பொழுது பூட்டபட்டிருக்கிறது. ஆதலால் யாரும் நம் கதாநாயகனை எதிர்பார்க்க வேண்டாம்.

அடுத்த அறை ஜெயமோகன் மற்றும் அகிலாண்டேஸ்வரியின் செல்ல மகளும் அவ்வரண்மனையின் இளவரசிகளில் ஒருத்தியான தன்விக்காவின் அறை.

அடுத்த அறை ஜெயசங்கர் மற்றும் சிவசங்கரி தம்பதியினரின் மூத்த வாரிசான ஜெய்ராமின் அறை. சரியாய் கூற வேண்டுமெனில் ஜெய்வீர் அறையின் நேர் எதிரில் அமைந்திருக்கும்.

அவனது அறையை கடந்து வந்தோமானால் ஜெயசங்கர் மற்றும் சிவசங்கரி தம்பதியினரின் செல்ல மகளும் அவ்வரண்மனையின் மற்றொரு இளவரசியுமான தனுஸ்ரீயின் அறை. அதாவது தன்விக்காவின் அறைக்கு நேர் எதிரில் அமைந்திருக்கும்.

இப்பொழுது மூன்றாவது அடுக்கிற்க்கு செல்வோம் அங்கும் நான்கு அறைகள் கீழ் அடுக்குகளைப் போலவே எதிரெதிரில் அமைந்தும் அதன் கதவுகளும் ஜன்னல்களும் சாத்தபட்டிருந்தது. இவ்வறைகளை பற்றி நம் கதைமாந்தர்களின் செயலினாலும் சொல்லினாலும் நாம் தெரிந்துக் கொள்ளலாம்.

இப்பொழுது முதல் அடுக்கில் முதல் அறையின் கதவு திறக்கபடும் சத்தம் கேட்கிறது வாருங்கள் பார்ப்போம்.

வொயிட் டி-சர்ட்டும் வொயிட் லோயரும் ஜாகிங் ஷூவும் அணிந்துக் கொண்டு கம்பீரமாய் முறுக்கு மீசையுடன் கதவை திறந்தார் ஜெயசீலன். அவரை பார்ப்பவர்கள் யாரும் அவருக்கு 64 வயதென்று கூறமாட்டார்கள். ஏனெனில் ஜெயசீலன் அந்த அளவிற்க்கு ஸ்டார்ங் அண்ட கோல்ட்.

கதவை திறந்தவர் தன் எதிரிலிருந்த அறையை பார்த்தவரின் கண்கள் லேசாய் பக்தியில் பணிந்தது. பின் நெடிய மூச்சினை இழுத்துவிட்டு தன் வல காலினை வெளியில் எடுத்து வைத்திட அவ்வரண்மனையின் முதல் மற்றும் இரண்டாம் அடுக்கில் உள்ள அறைகளில் உள்ள அனைத்து கடிகாரங்களிலும் மணி ஆறு என ஒலிக்க அனைத்து அறைகளின் கதவுகளும் ஜன்னல்களும் வேகவேகமாய் திறக்கபட்டது. இரு அறைகளை தவிர தங்களுக்கே தெரியும் என்று நினைக்கிறேன்.

அரண்மனையின் உள்ளும் வெளியிலும் அதுவரை வேலையாட்கள் அனைவரும் தங்களது வேலைகளை பொறுமையாய் செய்துக் கொண்டிருந்தவர்கள் வேகவேகமாய் செய்ய துவங்கினர்.

அத்தியாயம் *1*

ஜெயசீலன் தன் அறையிலிருந்து வெளி வந்தவர் தன் அறையின் முன் நின்று ஒவ்வொர் அறையையும் பார்வையிட்டார்.

ஜெயமோகன் தன் தந்தையை போல டி-சர்ட் லோயர் மற்றும் ஜாகிங் ஷூ அணிந்து வெளியில் வர அவரது பின்னால் அகிலாண்டேஸ்வரி அடக்கத்துடன் மங்களகரமாய் வெளியில் வந்தார்.

பின் ஜெயசங்கரின் அறையை காண அங்கு அவரும் தன் அண்ணன் மற்றும் தந்தையை போல் வெளியில் வர அவரின் பின்னால் மங்களகரமாய் வெளியில் வந்தார் சிவசங்கரி.

இரண்டாவது அடுக்கில் தன்விக்காவின் அறையை காண அங்கு தன்விக்கா தன் தந்தை தாத்தா சித்தப்பா போல் உடையணிந்து கொட்டாவி விட்டபடி கீழே பார்க்க தன் தாத்தவை கண்டதும் கப்பென வாயை மூடிக் கொண்டாள்.

தன்விக்காவின் செயலில் தன் இதழில் பூத்த புன்னகையை உதட்டிற்க்கடியில் மறைத்துவிட்டு ஜெய்ராமின் அறையை பார்க்க அங்கு அவன் அவர்களைப் போல் உடையணிந்து தன்விக்காவைவிட ஒருபடி மேலே சென்று சோம்பல் முறித்தபடி வெளியில் வந்தவன் தாத்தாவினை கண்டதும் அட்டேன்ஷன் என்றபடி நின்றான்.

அடுத்தது தனுஸ்ரீயின் அறையை பார்க்க அங்கு அவளும் பாதி கண்கள் தூக்கத்தில் சொறுகியபடி நின்றிருந்தவள் தாத்தாவின் பார்வை அவள் மீதுபட்டதும் ஸ்டெடியாய் நிற்ப்பது போல் நின்றாள்.

பின் ஜெயசீலன் அனைவரையும் பார்த்துவிட்டு கீழிறங்க ஒவ்வொருத்தரும் கீழிறங்க துவங்கினர்.

வழியில் தன் தந்தை ஜெயவர்மனின் ஃபோட்டாவை மாரியாதை கலந்த பக்தியுடன் கடந்து சென்றவர் ஜெய்வீரின் அறையை ஏக்கம் நிறைந்த பார்வை பார்த்துவிட்டு ஜெயமோகனிடம் தன் கேள்வியை கேட்க துவங்கினார்.

"தம்பி எப்போ வரதா சொன்னாங்க?"

"எதுவும் சொல்லல்லப்பா. மார்னிங் சொல்றேன்னு தம்பி வச்சுட்டாங்க." என்றார்.

"ம்ம்.." என்றுவிட்டு நடக்க துவங்க அவரது பின்னால் மற்றவர்கள் செல்ல அகிலாண்டேஸ்வரி மற்றும் சிவசங்கரி இருவரும் ஹாலின் இடபக்கம் அமைந்துள்ள கிட்சனை நோக்கி சென்றனர்.

முன்னால் ஜெயசீலன் செல்ல பின்னால் ஜெயமோகன் மற்றும் ஜெயசங்கர் செல்ல இவர்களுக்கு பின்னால் ஜெய்ராம், தன்விக்கா மற்றும் தனுஶ்ரீ சென்றனர். மெதுவாய் நடந்துக் கொண்டிருந்தவர்கள் சிறிது சிறிதாய் வேகம் அதிகரிக்க மிதமான வேகத்துடன் அவ்வரண்மனையை சுற்றி ஓடத் துவங்கினர்.

"இந்த பீட்டிகிட்டதான ஜெய் அண்ணா எதுவா இருந்தாலும் முதல்ல சொல்லுவாங்க. அப்றம், எதுக்கு தெரியாத மாதிரியே கேக்குறாரு?" என மெதுவாய் கேட்டாள் தன்விக்கா என்னும் தனு.

"எல்லாம் ஒரு டெஸ்ட்டிங்தான் தனு குட்டி." என தனுவைப் போல் மெதுவாய் கூறினான் ஜெய்ராம்.

"நல்ல டெஸ்டிங்." என்றாள் தனுஶ்ரீ என்னும் ஶ்ரீ.

அத்தியாயம் *1*

"எனக்கு இது மட்டும் புரியவே இல்ல. எதுக்கு ஜெய் அண்ணாகிட்ட மட்டும் இந்த பீட்டி ரொம்ப பாசமா இருக்காரு?" என கேட்டாள் தனு.

"பின்ன பாசமா இருக்காம? வீட்டோட முதல் சிங்க குட்டி. பத்தாததுக்கு ஜெயவர்மன் தாத்தா மாதிரி சொல்லும், செயலும், பேச்சும், நடையும், ஆளும் உரிச்சு வச்ச மாதிரி இருக்காங்கல்ல அதான்." என்றான் ஜெய்ராம்.

"அதுவும் இல்லாம எல்லாருக்குமே ஜெய் அண்ணாகிட்டதான் பீட்டிட்ட இருக்க மாதிரி பயம் ஆட்டோமெட்டிக்கா வந்துடுது." என சிறிது பயத்துடனே கூறினாள் ஶ்ரீ.

"ஏய் ஶ்ரீ நீதான்டி பீட்டிக்கு பயப்புடுவ நான்னெல்லாம் பயப்படவே மாட்டேன்." என டி-ஷர்டின் காலரை தூக்கினாள் தனு.

"யாரு நீதான உன் ரீல் அந்துபோய் வருச கணக்காச்சு தனு குட்டி." என வம்பிழுத்தபடி கூறினான் ஜெய்ராம்.

"ராம் அண்ணா!!" என தனு கண்களை சுருக்கிட இருவரும் சிரித்தனர். இருவரின் சிரிப்பு சத்தம் கேட்டதும் முன்னே சென்ற மூவரும் திரும்பி பார்க்க கப்சிப்பென வாயை மூடிக் கொண்டு ஓடினர்.

பின் அரண்மனையினை இருமுறை சுற்றி வந்தவர்கள் அரண்மனையின் பின்னால் புல்வெளிகளுக்கு மத்தியில் இரும்பால் செய்யபட்ட வெள்ளை நிற நாற்காலிகள் வட்டமாய் அமைக்கபட்டு அதன் நடுவில் இரும்பால் செய்யபட்ட டீப்பாய் வட்டமாய் வெள்ளை நிறத்தில்

அமைந்திருந்திருக்க அவற்றில் ஜெயசீலனை தவிர மற்ற அனைவரும் அமர்ந்திருந்தனர்.

அகிலாண்டேஸ்வரி மற்றும் சிவசங்கரி இருவரும் கையில் காபி மற்றும் தண்ணீர் ட்ரேயுடன் வந்தனர்.

"அகிம்மா பீட்டி என்ன இன்னும் பார்த்து முடிக்கலயா?" என ஸ்ரீ கேட்டிட

"இல்லடா வழக்கம் போலதான் மெய் மறந்து நிக்கிறாரு." என புன்னகைத்தபடி கூறினார் அகிலாண்டேஸ்வரி.

"அந்த சூரியன் மேல வரப்போ அங்க அப்படி என்ன தெரியும்னு பார்த்துட்டு நிக்கிறாருன்னு தெரியல." என தினமும் புலம்பும் புலம்பலை புலம்பினான் ராம்.

"அது ஒரு ரசனை ராம் கண்ணா." என காபியை அருந்தியபடி கூறினார் ஜெயமோகன்.

"என்னத்த ரசனையோ மோகன்ப்பா. நமக்கு அதெல்லாம் வான்னாலும் வரவும் மாட்டேங்குது தெரியவும் மாட்டேங்குது" என்றாள் ஸ்ரீ.

"ஆமா.. ஆமா.. அதுவும் உண்மைதான்." என்றாள் தனு.

"உங்க மூனுபேர்ல தப்பி பிறந்தது தம்பி மட்டும்தான். எங்க அப்பா தாத்தா மாதிரி அப்படியே." என ஜெயசங்கர் பொறுமையாய் கூறிக் கொண்டிருக்கும் போதே இடையில் மூவரும் கோரசாய்

"யப்பா சாமி!!! தயவுசெய்து உங்க தம்பி புராணத்த ஆரம்பிச்சுடாதிங்கப்பா. நாங்க பாவம்." என பாவமாய் கையெடுத்து கும்பிட்டனர்.

அத்தியாயம் *1*

"அட கழுதைங்களா கோரஸ் வேறையா!! தம்பி மாதிரி கொஞ்சமாச்சும் பொருப்பும் அடக்கமும் குணமும்.." என சிவசங்கரி கூறிக் கொண்டிருக்கும் போதே இடையில் மீண்டும் மூவரும்

"இதுல எதாவது ஒன்னு இருந்திருந்தா.." என ஸ்ரீ நிறுத்தி தனுவை பார்த்திட

"நீங்கல்லாம் கொஞ்சமாச்சும் வாழ்க்கைல.." என தனு நிறுத்தி ராமை பார்த்திட

"முன்னேறி உருப்பட்டுருப்பீங்க. அதுமாதிரி எதுவுமே இல்லாதனாலதான் இன்னும் நீங்க உருப்புடாம இருக்கீங்க." என முடித்தான்.

பின் மூவரும் கோரசாய் "பல வருசமா இத கேட்டு கேட்டு காதுலருந்து இரத்தம்தான் வருது." என பாவமாய் கூறிட பெரியவர்கள் நால்வரும் 'பக்கென' சிரித்தனர்.

"வாலுங்களா உங்களுக்கெல்லாம் வாய் மட்டும் இல்லன்னா.." என அகிலாண்டேஸ்வரி கூறி முடிக்கும் முன்பே

"உங்ககிட்டலாம் பொலப்பு நடத்த முடியாது அகிம்மா." என கண்ணடித்தான் ராம்.

"அடடடா... அமைதியா காபிய குடிங்க ஆறிட போகுது." என பொய்யாய் அதட்டினார் சிவசங்கரி.

"ஆமா சிவாம்மா இன்னைக்காவது பீட்டி வரத்துகுள்ள சுகர் ஒரு ஸ்பூன் எக்ஸ்ட்ரா போட்டு காபிய குடிச்சுற வேண்டியதுதான்." என தனு வேகமாய் காபி ட்ரேயில் உள்ள சுகரை எடுக்க எத்தனிக்க

"ம்க்கும்..." என குரல் கேட்கவும் தனு 'அய்யய்யோ... இன்னைக்கும் மாட்டிக்கிட்டோமா..' என நினைத்தபடி மற்றவர்களை நிமிர்ந்து பார்க்க அங்கு அனைவரும் தன் சிரிப்பினை கட்டுபடுத்திக் கொண்டு இருந்தனர்.

"என்ன தனு பண்ற?" என்றபடி வந்தமர்ந்தார் ஜெயசீலன்.

"அது.. தாத்தா.. வந்து.. சுகர் கப் கீழ விழுகுற மாதிரி இருந்தது அதான் அத நேரா வச்சேன்." என அசிங்கமாய் சமாளித்தாள்.

ஜெயசீலன் தன் சிரிப்பினை அடக்கிக் கொண்டவர் தன் முகத்தில் சற்று கடுமையை வைத்து பேச துவங்கினார்.

"ம்ம்.. காபி குடிச்சுட்டு கடகடன்னு அவங்கவங்க வேலைய போய் பாருங்க போங்க." என்றதும் ராம், ஶ்ரீ, தனு மூவரும் ஒரே மூச்சில் காபியை குடித்துவிட்டு அங்கிருந்து நகர்ந்தனர்.

அகிலாண்டேஸ்வரி மற்றும் சிவசங்கரி இருவரும் ஜெயசீலன் காபி குடித்ததும் இரு ட்ரேயையும் எடுத்துச் சென்றதும் ஜெயசீலன் கேள்விகளை கேட்க துவங்கினார்.

"அந்த புது ப்ராஜெக்ட்ஸ்லாம் என்ன ஆச்சு?"

"நாளைக்கு ஸ்டார்ட் ஆகிடும்ப்பா." என்றார் ஜெயமோகன்.

"அந்த கிளைன்ட் ஏதோ சரியில்லன்னு எனக்கு நீயூஸ் வந்தது." என சந்தேகமாய் கூறினார் ஜெயசீலன்.

அத்தியாயம் *1*

ஜெயமோகன் மற்றும் ஜெயசங்கர் இருவரும் ஒருவருக்கொருவர் பார்த்துக் கொண்டனர். பின் ஜெயசங்கர் பேச துவங்கினார்.

"அப்படிலாம் இல்லப்பா. அவன் நல்லவன்தான் முன்னாடி அவன் ப்ராஜக்ட் பண்ண இடத்துலதான் கோல்மால் பண்ணிருக்கான். நம்மகிட்ட அப்படி எதுவும் பண்ண முடியாதுல்லப்பா. உங்களுக்கே தெரியுமேப்பா." என பொறுமையாய் கூறினார்.

"ம்ம்... ஏற்கனவே இரண்டு போய்ட்டு இருக்குல அதுலாம் எப்படி போய்ட்டு இருக்கு?"

"KCM கம்பெனி புராஜெக்ட் முடிய போகுதுப்பா. அது இன்னும் ஒன் வீக்ல கம்ப்ளீட் ஆகிடும். AWP கம்பெனி புரஜெக்ட் பாதி முடிஞ்சது. அது இன்னும் ஒன் மன்த்ல முடிஞ்சுரும்" என்றார் ஜெயமோகன்.

"ம்ம்... பெக்ட்ரீல லோட்லாம் கரைக்ட்டா வந்துருச்சா?"

"நேத்து நைட்டே வந்துருச்சுப்பா." என்றார் ஜெயசங்கர்.

"எஸ்டேட்லருந்து கால் வந்ததா சொல்லிருந்தீல மோகன். அந்த விசியம் என்ன ஆச்சு?"

"அதுப்பா எஸ்டேட் சூப்பர்வைசர் திடீர்ன்னு மயங்கி விழுந்துட்டாறாம். ஹாஸ்பிட்டல் கூட்டிட்டு போனா அவர் கண்டிப்பா ஒன் மன்த்க்கு கம்ப்ளீட் ரெஸ்ட் எடுக்கனும்ன்னு சொல்லிட்டாங்களாம். என்ன ஏதுன்னு டீட்டெயில் தெரிலப்பா. நாளைக்கு நானே அங்க போய் என்ன ஏதுன்னு பார்த்துட்டு வரலாம்னு இருக்கேன்" என்றார் ஜெயமோகன்.

அத்தியாயம் *1*

ஜெயமோகன் கூறியதும் யோசனையுடன் புருவங்களை சுருக்கியவர் "ம்ம்.. நாளைக்கு நீ போக வேண்டாம். நானே எஸ்டேட்க்கு போறேன்" என்றார்.

"சரிப்பா." என்றதும்

"ம்ம்.. தம்பிக்கு அங்க வேலைலாம் எப்படி இருக்காம்?" என கேட்க

"தம்பி என்னைக்குப்பா ஓப்பனா பேசிருக்காங்க?" என ஜெயமோகன் கூறி முடிப்பதற்க்குள் ஜெயசங்கர் பேச துவங்கினார்.

"எனக்கு தெரிஞ்சு தம்பிக்கு அந்த வேலை ரொம்ப பிடிச்சுருக்கனும் அதுனாலதான் இத்தன மாசமா நம்பலலாம் பார்க்காம அங்கேயே வேல பார்த்துட்டு இருக்காங்க." என்றார்.

"ம்ம்... ஆமா இந்த தடவ வந்தா மறுபடி போகவிட கூடாதுப்பா." என ஜெயமோகன் கூறிக் கொண்டிருக்கும் போதே தன் கைகளை உயர்த்தி தடுத்தார் ஜெயசீலன்.

"தம்பிக்கு என்ன தோணுதோ அத பண்ணட்டும். நீங்க யாரும் எதுவும் சொல்ல வேண்டாம். தம்பி எங்க ஐயா. எங்க ஐயாக்கு என்ன தோணுதோ அத பண்ணட்டும் விட்ருங்க." என்றார்.

ஜெயமோகன் மற்றும் ஜெயசங்கர் இருவரும் ஒருவருக்கொருவர் பார்த்துவிட்டு அமைதியாகினர்.

"சரி இரண்டுபேரும் போய் பசங்க என்ன பண்றாங்கன்னு பாருங்க போங்க." என்றதும் இருவரும் கிளம்ப ஜெயசீலன் அமர்ந்தபடி தன்

முன்பிருந்த ஒவ்வொரிடமாய் பார்வையிட துவங்கினார்.

அரண்மனையின் பின் புறம் நான்கு சிறிய வெள்ளை வீடுகள் வரிசையாய் அமைந்திருந்தது.

முதல் வீட்டில் ஜெயசீலனிற்க்கும் அவ்வீட்டின் உள்ளவர்களின் நம்பிக்கைக்கு பாத்திரமான பார்த்திபனும் அவர்களின் குடும்பத்தாரும் இருந்தனர்.

பார்த்திபன் அரண்மனையின் கணக்கு வழக்குகள் முதல் அவர்களின் கன்ஸ்ட்ரக்ஷன், எஸ்டேட், ஃபெக்ட்டரி... போன்ற பல கணக்கு வழக்குகள் அனைத்தையும் பார்த்துக் கொள்பவர்.

பார்த்திபனின் குடும்பத்தின் தலைவி லதா இருவருக்கும் மூன்று பிள்ளைகள்.

முதலில் ஹரிணி. ஹரிணிக்கு இரண்டு மாததிற்க்கு முன்புதான் திருமணம் நடைபெற்றது அதனை முன் நின்று நடத்தியவர்கள் அரண்மனை வீட்டார்களே.

இரண்டாவது நம் கதையின் நாயகி திவிஷா சிறு வயதிலிருந்தே ஹாஸ்டலில் தங்கி படித்து வருகிறாள்.

மூன்றாவது சிவேஷ் காலேஜ் இரண்டாம் ஆண்டு படித்து வருகிறான்.

இரண்டாவது வீட்டில் சிறு வயது முதல் தன் தாயுடன் இணைந்து வேலை செய்யும் விமலா தன் மகன் மாதவ்வுடன் இருக்கிறார். மாதவ் ஜெய்வீரின் சிறு வயது முதல் உற்ற தோழனும் உடன் பிறவா சகோதரனும் ஆவான்.

மூன்றாவது வீடு ஜெய்வீர் மற்றும் ஜெயசீலனிற்க்காக ஒதுக்கபட்டிருந்தது. அவ்வீட்டில்தான் தாத்தாவும் பேரனும் பல விசியங்கள் ரகசியமாய் பேசிக் கொண்டும் செய்துக் கொண்டும் இருப்பர். அவ்வீட்டில் முன் புறம் பால்கனியும் உள்ளே சிறிய ஹால் ஓர் பெட்ரூம் ஓர் ட்ராயிங் ரூம் ஓர் கிட்சன் அமைந்து அவ்வீடு அடக்கமாய் அமைந்திருக்கும்.

ஹாலின் சுவரெங்கும் ஜெய்வீரும் தாத்தாவும் இணைந்து ஜெய்வீரின் சிறுவயது முதல் சமீப காலம் வரையில் அவர்களின் இனிமையான தருணங்கள் பல ஃப்ரேம் செய்து மாட்டபட்டிருந்தது. அவற்றில் சில இருவரும் இணைந்து பல போஸ்களில் வரையபட்டு ஃப்ரேம் செய்யப்பட்டிருந்தது.

இவைகளுக்கு நடுவில் ஆளுயரத்தில் இருவரும் இணைந்து ஒருவருக்கொருவர் தோளின் மீது கை போட்டு அழகாய் புன்னகைத்தபடி ஃபோட்டோ ஃப்ரேமில் நின்றிருந்தனர். மேலும் ஹாலின் ஒரு பகுதியில் பெரிய தேக்கு அலமாரியில் பல புத்தகங்கள் அடுக்கி வைக்கபட்டிருந்தது. இங்கு இருவரையும் தவிர வேறு யாரும் வரவும் மாட்டார்கள் வரவிடவும் மாட்டார்கள். இது இருவரின் ஸ்பெஷல் ப்ளேஸ்.

நான்காம் வீடு வீட்டு வேலை தோட்ட வேலை செய்பவர்களுக்கு பொதுவாக ஒதுக்கபட்டிருந்தது. நான்காவது வீட்டின் முடிவில் ஓர் பெரிய இரும்பு கேட் ஒன்று அமைந்திருந்தது. அது அந்நான்கு வீட்டார்களும் பயன்படுத்திக் கொள்வதற்காக பொதுவாய் அமைக்கபட்டிருந்தது.

நான்கு வீட்டையும் பார்த்தவர் எழுந்து வேலை செய்பவர்களை சுற்றி கவனிக்க துவங்கினார்.

அரண்மனையில் மூன்றாம் தளத்தின் முதல் அறையில் ஜிம்மில் சிறியவர்கள் எக்ஸர்சைஸ் செய்து கொண்டிருக்க அவர்களுடன் இணைந்து ஜெயமோகன் மற்றும் ஜெயசங்கர் எக்ஸர்சைஸ் செயத்து கொண்டிருந்தனர்.

"மோகன்ப்பா.. ஜெய் அண்ணா எப்போ வராங்கன்னு நிஜமாவே பீட்டிக்கு தெரியாதா?" என எக்ஸர்சைஸ் செய்தபடி கேட்டாள் ஸ்ரீ.

"தெரில ஸ்ரீம்மா. தெரிஞ்சுருந்தா இன்னைக்கு அவ்ளோ சோகமா தம்பி ரூம பார்த்துருக்க மாட்டாரு." என எக்ஸர்சைஸ் செய்தபடி கூறினார் ஜெயமோகன்.

"அதுவும் கரைக்ட்தான். ஆனா, இருந்தாலும் ஜெய் அண்ணா இன்னைக்கு வந்தாலும் வந்துருவாங்கன்னு எனக்கு பட்சி சொல்லுது" என்றாள் தனு.

"உன் பட்சி இன்னவரைக்கும் சொன்னதுல எதாவது பலிச்சுருக்கா தனு குட்டி?" என வம்பிழுத்தான் ராம்.

"ராம் அண்ணா!!" என சினுங்கினாள் தனு.

"நீயே சொல்லு எதாவது ஒன்னாவது நடந்துருக்கான்னு." என சிரித்தபடி மீண்டும் கேட்டான்.

"சங்கரப்பா அண்ணாவ பாருங்க." என ஜெயசங்கரை துணைக்கு அழைத்தாள் தனு.

அத்தியாயம் *1*

"தனுவ வம்பிழுக்கலன்னா உங்களுக்கெல்லாம் நாளே ஓடாதே. நீ ஒன்னும் கவலபடாதடா தனும்மா.. உன் பட்சி சொன்னது என்னைக்குமே நடக்காதுன்னு எங்க எல்லாருக்குமே தெரியும்டா." என ராமிடம் துவங்கி தனுவிடம் சீரியஸாய் சொல்வது போல் காலை வாரினார் ஜெயசங்கர்.

"அப்படி சொல்லுங்கப்பா. சங்கரப்பான்னா சங்கரப்பாதான்." என மகிழ்ச்சியாய் குதித்தவளுக்கு பின்புதான் ஜெயசங்கர் கூறியதன் அர்த்தம் புரிய "அப்பா!!" என பொய்யாய் முறைக்க மற்றவர் அனைவரும் சிரிக்க துவங்கினர்.

பின் ஜிம்மிலிருந்து வெளியே வந்தவர்கள் அவரவர் அறைக்கு சென்று குளித்து முடித்து கிளம்பி கிட்சனிற்க்கு அருகில் உள்ள டைனிங் டேபிலில் அமர ஜெயசங்கர் வீட்டில் வேலை செய்பவர்களை கவனித்தும் அவர்களின் வேலைகளை சரி பார்த்துவிட்டும் வந்தமர்ந்தார்.

அங்கு அதற்குள் வேலையாட்கள் சாப்பாடுகளை எடுத்து வைத்துவிட்டு நகர அகிலாண்டேஸ்வரி மற்றும் சிவசங்கரி இருவரும் பரிமாற வந்து நின்றனர்.

அனைவரின் கண்களும் ஜெயசீலனின் அறையை பார்த்தவன்னம் அமர்ந்திருக்க சிறிது நேரத்தில் ஜெயசீலன் அறையிலிருந்து வெளியில் வரவும் மணி எட்டு என ஹாலில் உள்ள கடிகாரம் ஒலி எழுப்பவும் சரியாய் இருக்க சிறியவர்கள் தங்களுக்குள் மெதுவாய் பேச துவங்கினர்.

"இந்த பீட்டி எல்லாமே டைம்படி பண்ணி பண்ணி நமக்கும் அந்த கெட்ட பழக்கத்த பழக்கிவிட பாக்குறாரு." என தனு முனுமுனுக்க

அத்தியாயம் *1*

"ஆமா தனு இந்த பீட்டிய நாம ஒரு நாளவது லேட் பண்ண வைக்கனும்" என்றாள் ஸ்ரீ.

"உங்களுக்கு விவரம் தெரிஞ்ச நாள்லெந்து பிளான மட்டும்தான் போடுறீங்க. ஆனா எக்ஜிக்கியூட் பண்ண பாடதான் காணோம்." என ராம் கூற இருவரும் ராமை பொய்யாய் முறைக்க "பீட்டி.. பீட்டி.." என கண்களை காட்டவும் இருவரும் அமைதியாகினர்.

நீள் வட்ட வடிவில் அமைந்திருந்த அந்த டைனிங் டேபிளில் இடபுறம் உள்ள மூன்று சேர்களில் ராம் ஸ்ரீ தனு அமர்ந்திருக்க வலபுறம் உள்ள மூன்று சேர்களில் ஜெயமோகன் ஜெயசங்கர் அமர்ந்திருக்க ஜெயமோகன் அருகில் உள்ள சேரில் வந்தமர்ந்தார் ஜெயசீலன். மேலும் இரு சேர்கள் டேபிளின் இரு முனைகளில் எதிரெதிரில் காலியாய் இருந்தது.

ஜெயசீலன் வந்தமர்ந்ததும் அகிலாண்டேஸ்வரி மற்றும் சிவசங்கரி இருவரும் அனைவருக்கும் காலை உணவை பரிமாற துவங்கினர்.

பின் உணவினை முடித்தவர்கள் அவரவர் பணிக்கும் காலேஜிற்க்கும் கிளம்ப துவங்கினர்.

ஸ்ரீயும் தனுவும் ராமின் கருப்பு நிற ஆடி காரில் ஏறி அமர்ந்துக் கொள்ள ஜெயமோகன் மற்றும் ஜெயசங்கர் இருவரும் தங்களின் வெள்ளை நிற ஆடி காரில் ஏறிக் கொள்ள அகிலாண்டேஸ்வரி மற்றும் சிவசங்கரி இருவரும் வாசலில் நின்றுக் கொண்டனர்.

"இந்த பீட்டி எங்க இன்னும் காணோம்..?" என காரின் ஜன்னலின் வழியே பார்த்துக் கொண்டிருந்தாள் ஸ்ரீ.

அத்தியாயம் 1

"டைம் இன்னும் 8.30 ஆகலல்ல அதான் இன்னும் காணோம்" என தன் வாட்ச்சை பார்த்தபடி கூறினாள் தனு.

"ம்ஹூம்..." என கன்னத்தில் கை வைத்துக் கொண்டாள் ஸ்ரீ.

"8.30 ஆச்சுடா குட்டிஸ்" என தன் வாட்சிலிருந்து கண்களை நகர்த்தி வாசைலை நோக்கினான் ராம். அங்கு ஜெயசீலன் தன் கம்பீர நடையுடன் வெளியில் வந்தவர் தன் மருமகள்களிடம் சிறு தலையசைப்புடன் கடந்து தன் அம்பாசிட்டரில் ஏறி அமர்ந்து தன் மகன் மற்றும் பேரபிள்ளைகளின் புறம் ஒரு முறை பார்த்துவிட்டு தன் காரை ஸ்டார்ட் செய்தார்.

ஜெயசீலன் கிளம்பியதும் "அம்மாஸ் பாய்!!" என சிறியவர்கள் தங்களின் தாய்களை நோக்கி கத்த இருவரும் புன்னகையுடன் கைகளால் பதிலளித்தனர். பின் ஜெயமோகன் மற்றும் ஜெயசங்கர் இருவரும் தத்தம் மனைவியர்களிடம் சிறு தலையசைப்புடன் கூறிட அவர்களும் புன்னகையுடனும் சிறு தலையசைப்புடனும் பதிலளித்தார்கள்.

பின் மூவரின் காரும் கிளம்பிட அங்கு ஓர் வெள்ளை நிற ஆடியும் கருப்பு நிற ஆடியும் மட்டுமே நின்றிருந்தது. இருவரும் அதனை பார்த்தவர்கள் உள்ளே சென்றிட, அகிலாண்டேஸ்வரி மட்டும் மறுமுறை அக்கார்களை கவலையுடனும் ஏக்கத்துடனும் பார்த்துவிட்டு உள்ளே சென்றார்.

கேட்டை தாண்டும் வேளையில் சிறியவர்கள் "அப்பாஸ் பாய்!!" என கத்த ஜெயமோகன் மற்றும்

ஜெயசங்கர் இருவரும் ஓர் கையினை வெளியில் உயர்த்தி காட்டினர். பின் கேட்டை தாண்டியதும் ராமின் கார் இட பக்கம் வளைய மற்ற மூன்று கார்களும் வலபக்கம் வளைந்தது.

அத்தியாயம் *2*

"ம்மா... டைம் ஆகிடுச்சு நான் கிளம்புறேன்." என அவசர அவசரமாய் பைக்கை ஸ்டார்ட் செய்தான் சிவேஷ்.

"ஒரு வாய் சாப்பிட்டு கிளம்பு தம்பி!!" என வீட்டின் உள்ளேயிருந்து ஓடி வந்தார் லதா.

"இல்லம்மா, கேன்டீன்ல பார்த்துக்குறேன்." என கூறி தன் தாயின் மறுவார்த்தைக்கு காத்திருக்காமல் காற்றென பறந்தான்.

"இவன!! ஏங்க நீங்க ஒரு வார்த்த சொல்ல கூடாதா? நான் இங்க கத்திட்டு இருக்கேன் அவன் காதுலகூட வாங்காம போறான்." என சிவேஷின் மேல் உள்ள கோபத்தை ஆபிஸிற்க்கு கிளம்பிக் கொண்டிருந்த பார்த்திபன் மீது காட்டினார் லதா.

"நான் என்னம்மா சொல்றது? அவன் பிரண்ட்ஸ் கூட ஊர் சுத்த போறான்னா கேட்கலாம். இல்லையா, வேற எதாவது தேவை இல்லாத வேல பார்க்க போறான்னா கேட்கலாம். காலேஜ்க்குதானே அவசரமா போறான்? இதுல என்ன கேக்குறதுக்கு இருக்கு?" என பொறுமையாய் கேட்டார்.

"இப்போ நான் அப்படி கேட்க சொன்னேனா?" என முறைத்தார்,

"பின்ன!!" என புரியாமல் முழித்தார் பார்த்திபன்.

"சாப்பிடாம போறானேன்னு கேட்க சொன்னேன். கடவுளே.. இவர வச்சுகிட்டு!!" என புலம்பியபடி கிட்சனுள் நுழைந்தார் லதா.

அத்தியாயம் 2

பதினைந்து நிமிட பயண தூரத்தில் அமைந்துள்ள கல்லூரிக்கு ஐந்தே நிமிடத்தில் வந்தடைந்தான் சிவேஷ். வந்தவன் வேகவேகமாய் தன் பைக்கினை பார்க் செய்யதுவிட்டு தன் நண்பன் விஷ்வாவிடம் கேள்வியை கேட்க துவங்கினான்.

"டேய் டைம் என்ன?"

"8.35டா."

"நல்லவேல கரைக்ட்டா வந்துட்டேன். சரி சரி சீக்கிரம் வா" என கிரவுண்டிற்க்கு இழுத்துச் சென்றான்.

"டேய் உனக்கே இது ஓவரா தெரியல? ஒரு ஹாய் சொல்றத்துக்கு இவ்ளோ ஸீனா?" என முறைத்துக் கொண்டே கேட்டான் விஷ்வா.

"ம்ப்ச்..." என முறைத்தவன் தன்னவளை தேடியபடி ஸ்டோன் பென்ச்சில் அமர்ந்திருந்தான்.

"இந்த முறைப்புக்கு ஒன்னும் குறச்சல் இல்ல." என்றான் விஷ்வா.

"டைம் என்னடா?" என தேடியபடி கேட்டான் சிவேஷ்.

"8.45" என்றான் சலிப்புடன்.

"ஆச்சா.." என்று துள்ளி எழுந்தவனின் கண்கள் சற்று வேகமாய் அங்குமிங்கும் தேட தூரத்தில் தன்னவளை கண்டதும் "வந்துட்டா..டா.. வந்துட்டா..டா" என விஷ்வாவை உலுக்கினான்.

"ச்சை.. விட்டுத்தொலடா!! லவ் பண்றவனுங்களுக்கெல்லாம்.. இதே பொலப்பு கூட இருக்குறவன்கள போட்டு சாகடிக்கிறான்ங்க." என கோபமாய் துவங்கி கவலையுடன் முடித்தான்.

அத்தியாயம் 2

"ஹாய் தனு. ஹாய் ஸ்ரீ." என்றான் புன்னகையுடன்.
"ஹாய் சிவு." என புன்னகையுடன் கூறியபடி வந்தனர் இருவரும்.

"ஹலோ." என்றபடி எழுந்தான் விஷ்வா.

"ஹலோ." என இருவரும் புன்னகையுடன் கூறினர்.

பெல் அடிக்கவும் நால்வரும் ஒரே நேரத்தில் "பாய்.." என்றிட, நால்வரும் புன்னகையுடன் நகர்ந்தனர்.

"ஏன்டா.. ஒரே வீட்லதான இருக்கீங்க? ஒரு ஹாய் சொல்றத்துக்கு நீ இவ்ளோ தூரம் கஷ்டபட்டு வரனுமா? வீட்லருந்தே இந்த ஹாய் கருமத்த சொல்லலி தொலைக்கலாமேடா?" என கிளாஸிற்க்கு சென்றபடி கேட்டான் விஷ்வா.

"ம்ப்ச்.. வீட்ல சொல்லலாம்தான். ஆனா , காலேஜ்ல வந்து இப்படி பக்கத்துல பார்த்து ஒரு மீட்டிங் கிடைக்குறது கஷ்டம்ல. ஒரே டிப்பார்மென்டா இருந்தாகூட பரவால்லன்னு சொல்லாம இருக்கலாம். அவளோ பிசிஏ நாமளோ பிஏஸ்சி இதுல எங்கருந்து பார்க்குறது? பேசுறது? கிடைக்குற ஒரு சான்ஸ்ஸ ஏன்டா மிஸ் பண்ணுவானேன்னுதான் இப்படி." என தன் காலரை உயர்த்தியவனை விஷ்வா அசிங்கமாய் ஒரு பார்வை பார்க்கவும் "சரி.. சரி.. விடு.. விடு.." என கிளாஸினுள் நுழைந்தனர்.

****

"ஹலோ சொல்லு சீலு டார்லிங்" என சிங்கப்பூர் ஏர்போர்ட்டின் உள் ஒரு கையால் ட்ராலியை இழுத்துக் கொண்டும் மறு கையால் தன் நெற்றில் தவழ்ந்த கேசத்தை கோதியபடியும் வசீகர மூகத்துடன் முகம் முழுவதும் புன்னகையுடன் கம்பீர நடையுடன் ப்ளூட்டுத்தில் பேசிக் கொண்டிருந்தான் நம் நாயகன் ஜெய்வீர்.

அத்தியாயம் 2

ஜெய்வீரை கடந்து சென்றவர்களின் கண்கள் மீண்டும் மீண்டும் அவனை திரும்பி பார்த்தபடி கடந்து சென்றுக் கொண்டிருக்க அதை கவனிக்காதவன் நேர் பார்வையுடன் தன் சீலுவுடன் குதுகலமாய் பேசிக் கொண்டு நடந்தான்.

".....''

"ம்ம்.. சரி சீலு. நேரா அங்கயே வந்துறேன். ம்ம்.. மாதவும்தான்." என தன்னுடன் வந்துக் கொண்டிருந்த மாதவை பார்த்தான். அங்கு மாதவோ ஏர்ப்போட்டில் அவர்களை கடந்து செல்லும் பெண்களை சைட் அடித்தபடி உடன் வந்துக் கொண்டிருந்தான். அவனின் செயலை கவனித்தவன் மாதவின் பின் தலையில் மெதுவாய் தட்டிட,

"ஹே மேன் பொண்ணுங்க முன்னாடி இப்படிலாம் பண்ணி என்னைய டேமேஜ் பண்ணாத மேன்." என பொய் கோபத்துடன் கூறினான் மாதவ்.

"சீலு இவன் எங்க போனாலும் திருந்த மாட்டேங்குறான் என்ன பண்ணலாம்னு நீயே சொல்லு." என கேட்க,

"....''

"அதுவும் சரிதான். சரி சீலு நான் செக்கிங் பண்ணீட்டு ப்ளைட் ஏறிட்டு மெசேஜ் பண்றேன்..பாய் லவ் யூ பேபி." என்றான்.

"....''

"மீ டு பேபி பாய்." என கூறியதும் கால் கட்டானது.

அத்தியாயம் 2

தன் அருகில் வந்துக் கொண்டிருந்த மாதவிடம் "டேய் நாயே கொஞ்சமாச்சும் நேரா பார்த்து நடடா." என்றான் ஜெய்வீர்.

"மச்சா கடவுள் கண்ண எதுக்கு கொடுத்துருக்காருன்னு தெரியுமா?" என ஜெய்வீரை பார்த்து கேட்டவன் மீண்டும் தன்னை கடந்து செல்லும் பெண்களை பார்த்தபடி "கடவுள் கண்ண கொடுத்ததே இந்த மாதிரி அழக ரசிக்கதான். இது தெரியாம பலபேர் வெட்டியா சுத்திட்டு இருக்கான்ங்க. நானவது அத புரிஞ்சு யூஸ் பண்றேனேன்னு சந்தோசப்படு." என ஓரக் கண்ணால் ஜெய்வீரை பார்த்தபடி கூறினான் மாதவ்.

"எரும, எரும, அதுக்கு நேரா என்னைய பார்த்தே சொல்ல வேண்டியதுதான? அதேன்ன ஓர கண்ணால பார்த்துட்டு சொல்ற?!" என கொட்டினான்.

"அந்த கேப்ல தேவதைகள் மிஸாகிட்டா என்ன பண்றது? இந்த கொடுரமான மூஞ்சிய பார்த்து சொல்றதுக்கு பதிலா பாரு, இந்த தேவதைங்கள பார்த்துட்டே சொன்னா ஒன்னும் குத்தமில்ல போடா." என தன்னை கடந்து சென்ற ஏரோஸ்டர்ஸ் நால்வரை பார்த்துக் 'ஈ....' என இழுத்தபடி கூறினான்.

"ச்சீ பக்கி வா." என மாதவின் முகத்தை திருப்பி இழுத்துச் சென்றான்.

****

"லியா சீக்கிரம் உன் ரதத்த ஓட்டுடி!!! நீ போய் சேர்றதுக்குள்ள அந்த எருமைங்க நமக்கு முன்னாடி ஆரம்பிச்சுற போறான்ங்கடி." என ஸ்கூட்டியை செலுத்திக் கொண்டிருந்த தன் தோழி வினோலியாவை உலுக்கினாள் நம் கதையின் நாயகி திவிஷா.

அத்தியாயம் 2

"மலகரடியே அவள உலுக்காதடி கீழ விழுந்து புதையல் எடுத்துற போறோம்." என பின்னால் அமர்ந்திருந்த ரோஷினி பயத்துடன் கூறினாள்.

"அதெல்லாம் பயப்டாத ரோஸ் குட்டி, நம்ப பிள்ள அப்படிலாம் கைவிடமாட்டா இல்ல லியா குட்டி." என இழித்திட,

"நாம எடுக்குறத்துக்கு முன்னாடி அங்க தெரியுற இரண்டு போலீஸ் மாம்ஸ் நம்பகிட்ட இருந்து புதையல எடுத்துக்குவாங்க மலகரடி." என தூரத்தில் ஒவ்வொரு வண்டியையும் ஓரங்கட்டிக் கொண்டிருந்த போலீஸார்களை காட்டி கூறியவள் தன் வேகத்தை குறைத்தாள் லியா.

"எதுக்கு மச்சி போலீஸ் மாம்ஸ் நம்மகிட்ட இருந்து புதையல் எடுக்க போறாங்க? நீ ரதத்த வேகமா விடு பார்த்துக்கலாம் எல்லாம் நம்ப மாம்ஸ்தான்." என்றாள் திவிஷா.

"மலகரடி நாயே! நாம போறது ட்ரிபிள்ஸ்டி!!! இதுல இந்த நாய் வேற தலைல சட்டிய வேற கவுக்கல." என லியாவின் தலையை லேசாய் தட்டினாள் ரோஸ்.

"ரோஸ் நீ கவலபடாத வேணும்னா ஒன்னு பண்ணலாம் லியா வண்டி கொஞ்சம் ஓரமா நிறுத்து. ரோஸ நடுவுல உட்கார வச்சுட்டு ரதத்த கொஞ்சம் வேகமா ஓட்டிட்டு போ. அங்க போலீஸ் மாம்ஸ் எதாவது கேட்டா நான் பர்ஃபாமன்ஸ் பண்றேன். நீங்க கோஆப்ரேட் பண்ணா மட்டும் போதும். ஆனா ஒன்னு! ரோஸ். நீ லியா தோள் மேல சாஞ்சுட்டுதான் வரனும் புரியுதா?" என்றாள் திவிஷா.

"கரடி! எதாவது சொதப்பி புதையல் கொடுக்க வச்சன்னு வை!!! அப்றம் மூனு நாளைக்கு உன்னைய திங்கவே விடமாட்டோம் பாத்துக்க?" என மிரட்டினாள் லியா.

அத்தியாயம் 2

"என் சோத்துக்கு ஒரு பிரச்சனைனா நான் சும்மா இருக்கமாட்டேன் அதுக்காக எந்த எல்லைக்கும் போவேன்னு உங்களுக்கு தெரியும்ல." என சீரியஸாய் கூறிட,

"ச்சீ வாய மூடு." என்றனர் இருவரும். பின் திவிஷா கூறியது போல் செய்திட போலீஸார்களிடம் நெருங்கியதும்

"என்னம்மா இது ட்ரீப்ல்ஸ்? அதுவும் ஹெல்மெட் கூட போடாம வேகமா ஓட்டிட்டு வறீங்க? போங்க வண்டிய ஓரங்கட்டுங்க" என போலீஸார் கூற, திவிஷா பதட்டத்துடன் "சார்.. சார்.. என் பிரண்ட் லோ பீப்பினால மயக்கம் போட்டா சார்.. அதான் ஹாஸ்பிட்டல் கூட்டிட்டு போய்ட்டு இருக்கோம்." என வினோவின் தோளில் சாய்ந்திருந்த ரோஸை காட்டிட,

"ஏன்ம்மா.. ஆம்புலன்ஸ்ல கூட்டிட்டு போகாம, இப்படி கூட்டிட்டு போய்ட்டு இருக்கீங்க? அதுவும் இவ்ளோ கேர்லஸா..! போங்க போங்க.. சீக்கிரம் வழிவிடுங்க..!!" என பதட்டத்துடன் கூறியவர் வழியில் நின்றவர்களை ஓரமாய் நகர்த்தி வழி ஏற்படுத்தினார்.

"ரொம்ப நன்றி சார்..!" என பாவமாய் கூறினாள் திவிஷா. பின் லியா மின்னலென அங்கிருந்து தன் ரதத்தை கிளப்பினாள்.

சிறிது தூரம் கடந்ததும் "ரோஸ் குட்டி ஆக்டிங் போதும் இதுதான் சாக்குன்னு அப்படியே தூங்கிடாத எழுந்திரி" என்றாள் திவிஷா.

கண்களை திறந்து எழுந்தவள் "எப்படி நடுங்குச்சுன்னு தெரியுமா! மாட்டிக்குவோமான்னு

ஹார்ட்டு பக்கு பக்குன்னு அடிச்சுது" என பயத்துடன் கூறினாள் ரோஸ்.

"மலகரடி அதுக்காகதான் உனக்கு அந்த வேலைய கொடுத்தா." என சிரிப்புடன் கூறினாள் லியா.

"உஃப்... போங்கடி இங்க பாரு கை எப்படி நடுங்குதுன்னு." என நடுங்கும் இரு கைகளையும் காட்டினாள் ரோஸ்.

"வைப்ரேஸன் சும்மா இருடி தப்பிச்சுட்டோம்" என்றவள் "அந்த எருமைங்க என்ன பண்றானுங்கன்னு தெரியல" என ஃபோன் செய்தவள் "டேய் மாடுங்களா என்னடா பண்றீங்க?" என சந்தேகத்துடன் கேட்டாள் திவிஷா.

"வெயிட்தான்டி பண்ணீட்டு இருக்கோம். சீக்கிரம் வந்து தொலைங்க" என ஒருவன் கூற "பத்து நிமிசத்துல வரல நாங்க ஆரம்பிச்சுருவோம் பார்த்துக்கோங்க." என மற்றோருவன் கூற,

"டேய் பத்து நிமிசம்னு ஏன்டா சொல்ற? ஏய் மலகரடி இன்னும் ஐந்தே நிமிசத்துல இருக்கீங்க சொல்லிட்டோம் இல்ல அவ்ளோதான்" என்றான் மூன்றாமவன்.

"டேய் மகன்களா, நீங்க ஆரம்பிச்சுதான் பாருங்களேன் அப்றம் இருக்குடி உங்களுக்கு.." என திவிஷா கூறிட,

"எங்கள விட்டுட்டு சோத்துல கைய வச்சு பாருங்க அப்றம் சோத்துல கையே வைக்க முடியாம பண்ணிடுவோம்" என்றாள் லியா.

"ஆமா. ஒழுங்கா வெயிட் பண்ணுங்கடா வந்துருவோம்" என்றாள் ரோஸ்.

அத்தியாயம் 2

"பொண்ண பெத்து வைக்க சொன்ன ரவுடிங்கல பெத்து வச்சுருக்காங்க" என மூவரும் கோரசாய் கூறினர்.

"தெரியுதுல பேசாம கட் பண்ணுங்க" என கட் செய்தாள் திவிஷா.

பின் பத்து நிமிடத்தில் ஓர் வீட்டின் முன் ஸ்கூட்டியை நிறுத்தியவர்கள் அவசர அவசரமாய் உள்ளே நுழைந்தனர்.

"வாங்கடி ரவுடிகளா" என வரவேற்றான் அவர்கள் கூட்டத்தில் ஒருவனான தேவேஷ் எனும் தேவா.

"எங்கடா அவன்ங்க?" என லியா கேட்டிட,

"பின்னாடி இருக்கான்ங்கடி" என வீட்டின் பின்புறம் காட்டினான்.

"சரி சரி ஐடம்லாம் எங்க இருக்கு?" என திவிஷா ஆர்வமாய் கேட்டிட,
"கிட்சன்ல இருக்குடி போய் முதல்ல கைய கழுவிட்டு வாங்க அப்போதான் சோத்துல கை வைக்க விடுவேன்" என்றான்.

"மூஞ்சிய பாரு, பே!!" என்றவள் "லியா நீ போய் அந்த இரண்டு எருமையும் கூட்டிட்டு வா" என லியாவை அனுப்பியவள் கை கழுவ சென்றாள்.

தேவா கண்கள் ரோஸின் மீது பட இதை கவனித்த ரோஸ் "லியா..." என்றபடி லியாவின் பின்னால் ஓடினாள். செல்லுபவளை பார்த்து புன்னகைத்தவன் கிட்சனில் பாத்திரம் உருட்டும் சத்தம் கேட்கவும் "கரடி.. ஆரம்பிச்சுட்டியா?" என்றபடி சென்றான்.

அத்தியாயம் 2

"பின்ன நீங்க வர வரைக்கும் வெயிட் பண்ணுவாங்களா..?" என கையில் சாம்பாரை ஊற்றி ருசித்தபடி கேட்டாள் திவிஷா.

"மலகரடி கை கழுவுனியாடி?" என காதை திருகினான்.

"ஆ!! கழுவிட்டேன்டா பாரு." என கைகளை பாவமாய் காட்டினாள்.

"ஏய் கரடி!! என்ன டேரைக்ட்டா ஸ்பாட்டுக்கே வந்துட்டியா?" என்றபடி கிட்சனுள் நுழைந்தான் கூட்டத்தின் மற்றோருவனாகிய விரிஜில் எனும் ஜில்லு.

"வந்தோம்னா வீட்ல இருக்கவங்கள வந்து பாக்கனும்னெல்லாம் கிடையாது. எடுத்தோனே கலத்துல இறங்கிடுவா" என காதை திருகினான் கூட்டத்தின் மூன்றாமவனான சரண் எனும் சரோ.

"ஆ!! டேய் தடிமாடு சரோ. தினமும் பாற்த்த மூஞ்சிங்கதானே அதபோய் ஏன் பாக்கனுமான்னுதான் கலத்துல இறங்கிட்டேன்" என காதை தேய்த்தபடி கூறினாள்.

பதில் மொழி கூறுவதற்க்குள் ஹாலில் தட்டுகளை தரையில் தட்டும் சத்தம் கேட்டிட "பத்தியா சிஷ்ய பிள்ளைங்க ஆரம்பிச்சுட்டாள்க கமான்... கமான்... சீக்கிரம் கொண்டு போங்க" என கட்டளையாக கூறினாள்.

"நேரம்டி.. இரு சனிக்கிழமை டின்னர்க்கு இருக்குடி உங்களுக்கு" என்றபடி ஹாலிற்க்கு சாப்பாடை எடுத்துச் சென்றனர்.

ஹாலில் ஆறுபேரும் வட்டமாய் அமர்ந்துக் கொண்டு உப்புமாவையும் சாம்பாரையும் தேங்கா

சட்டினியையும் வளைத்துக் கட்டிக் கொண்டிருந்தனர்.

"அவன்.. அவன்.. உப்புமாவ கண்டாலே பயத்துல பஞ்சா பறந்து ஓடிடுவான் நாமதான் இப்படி வலச்சு கட்டிட்டு இருக்கோம்" என்றான் ஜில்லு.

"எல்லாம் மலகரடினாலதான் இந்த எருமனாலதான் பிடிக்காத எனக்கும் பிடிச்சு போச்சு" என்றாள் ரோஸ்.

"ஆமா. நானெல்லாம் வீட்ல செஞ்சா கூட சாப்பாடே வேணாம்னு தெரிச்சு ஓடுவேன் என்னைய போய் உப்புமாவ ரசிச்சு திங்க வச்சுட்டா" என்றான் சரோ.

"இவ்ளோ பேசுறோமே கரடிக்கு காதுல விழுகுதா பாரு" என லியா கூறிட,

"அது எப்படி விழுகும் கரடியே ருசிச்சு சாப்ட்டுட்டு இருக்கு" என உப்புமாவை ரசித்து ருசித்து சாப்பிட்டுக் கொண்டிருந்த திவிஷாவை பார்த்து கூறினான் தேவா.

"அதுசரி.. விழுந்திருந்தாதான் ஆச்சர்ய பட்ருக்கனும்" என்றவள் "சீக்கிரம் சாப்டுங்கடா.. ஒரு நிமிசம் லேட்டா போனாலும் அந்த டீம் லீடர் கஞ்சி காச்சுவான்" என்றாள் ரோஸ்.

"வைப்ரேஸன் ஆரம்பிச்சுட்டா சீக்கிரம் சாப்டுங்கடா" என்றான் ஜில்லு.

பின் ஆறுபேரும் சாப்பிட்டு முடித்தவர்கள் அலுவலகம் நோக்கி விரைந்தனர்.

"ஏய் மனச தொட்டு சொல்லுங்கடி அந்த ஸ்கூட்டில மூனுபேருக்கும் இடம் பத்துது..?" என சரோ கேட்டிட,

அத்தியாயம் 2

"டேய் சரோ... மூடு காலைலயே ஆரம்பிக்காத" என்றாள் திவிஷா.

"டேய் ஸ்கூட்டி சொல்லாதன்னு எத்தன தடவ சொல்லிருக்கேன்! என் செல்லத்த ரதம்னு சொல்லுடா" என முறைப்புடன் கூறினாள் லியா.

"ஆமா இந்த டப்பாவுக்கு இவ்ளோ பில்டப்பு" என்றான் தேவா.

"ஷூ... தோவா..!" என ரோஸ் கண்ணை காட்டிட ஐவரும் அவள் காட்டிய புறம் பார்க்க அங்கு அவர்களின் டீம் லீடர் அவர்களை கடந்து சென்றுக் கொண்டிருந்தார்.

"போறான் பாரு பௌச்சு வாய்" என பொருமினாள் லியா.

"நம்ம லியாவுக்கும் பௌச்சுக்கும்தான்டா அப்படி ஒரு கெமிஸ்ட்ரி இருக்கு. நம்ப டீம்ல வேற யாருக்கும் இல்ல" என தன் சிரிப்பை அடக்கியபடி ஜில்லு கூறிட மற்றவர்களும் தங்களின் சிரிப்பை அடக்கிக் கொண்டிருந்தனர்.

"டேய்... ஜில்லு வேண்டாம்..! கொன்றுவேன் பார்த்துக்க" என்றாள் லியா.

"சரிங்க.. மிஸஸ் பௌச் மேடம் அமைதியாகிறேன்" என ஜில்லு கூறியதுதான் தாமதம் லியா அவனை துரத்த துவங்கினாள். மற்றவர்கள் இவர்களை கண்டு சிரித்தனர்.

ஜில்லு லியாவை திரும்பி பார்த்தபடி ஓடியவன் முன்னால் செல்லும் பௌச்சின் மீது மோதிட

"ஷட்!! யூ இடியட்ஸ்!! இது என்ன ஆபிஸ்ன்னு நினைச்சிங்களா இல்ல ப்ளே கிரவுன்டுன்னு

நினைச்சிங்களா?" என கத்தினார் பௌச் வாய். ஜில்லு தன் தலையை கீழே குனிந்து சிரிப்பினை கட்டுபடுத்திக் கொண்டு நிற்க லியா பாவமாய் முகத்தை வைத்துக் கொண்டு பௌச்சை பார்த்தபடி நின்றாள். மற்றவர்களோ தனக்கும் இதற்க்கும் சம்மந்தம் இல்லையென்பது போல் இருவரையும் தங்களின் சிரிப்பை அடக்கியபடி கடந்து சென்றனர்.

திட்டு வாங்கிவிட்டு அவரவர் இடத்தில் சென்று அமர்ந்துக் கொள்ள ஆறுபேரின் ஃபோனும் நோட்டிஃபிக்கேஷன் காட்டியது.

அதில் வாட்ஸப்பில் 'சிக்ஸர்' க்ரூப்பில் திவிஷா 'நல்ல ரொமென்ஸோ?' என அனுப்பிருந்தாள்.
'ஆமா கரடி அப்படி ஒரு ரொமென்ஸு பாத்துக்க ' என்றான் ஜில்லு.

'லியாவ பாக்கக்னுமே அவ்ளோ லவ்வோட பார்த்துட்டு இருந்தா ' என அனுப்பினாள் ரோஸ்.

'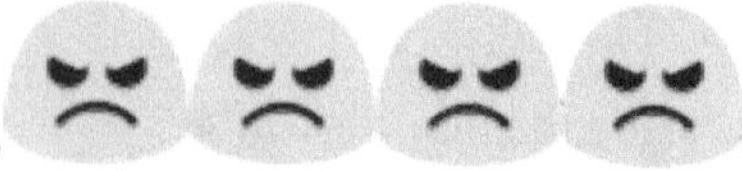' என லியா அனுப்பிட,

'லியா செல்லம் வொய் டென்ஸன்?' என தேவா கேட்கவும்

அத்தியாயம் 2

'அது ஒன்னுள்ளடா இரண்டுபேரும் தனியா ரொமென்ஸ் பண்ண முடியலேன்னு கோவமா

இருப்பா  ' என்றான் சரோ.

'டேய் டேஷ்ங்களா மூடிட்டு வேலவெட்டிய

பாருங்கடா  இப்போ மட்டும் எல்லாரும் கைல சிக்குனிங்கன்னு வைக்க

கைமா பண்ணிடுவேன் 

 ' என அனுப்பினாள் லியா.

'அதுசரி டேய் எல்லாரும் கடைய காலி பண்ணலாம் அப்போதான் பிள்ளையால பௌச்சு கூட ட்ரீம்ல ரொமென்ஸ் பண்ண முடியும் வாங்க போலம்' என திவிஷா அனுப்பிட,

'***** **** ***' என பல கேட்ட வார்த்தைகளை அனுப்பிவிட்டு ஆஃப் லைன் சென்றாள் லியா.

பின் அவரவரகள் வேலையிகளில் மூழ்கினர்.

(சிக்ஸர் க்ரூப் காலேஜ்லெந்தே ஒன்னா படிச்சவங்கதான். படிச்சதும் வொர்க் பண்றதும் சென்னைதான். காலேஜ் முடிச்சு ஆறு பேரும் சேர்ந்த மாதிரி பல இன்டர்வ்யூ அட்டண்ட் பண்ணிதான் இந்த கம்பெனில ஒன்னா வொர்க் பண்ணிட்டு இருக்காங்க.

அத்தியாயம் 2

அது என்ன பல இன்டர்வ்யூன்னு கேக்குறீங்களா சொல்றேன். ஆறு பேரும் காலேஜ் படிச்சப்பவே ஒரு முடிவு பண்ணிருந்தாங்க படிச்சு முடிச்சுட்டு வொர்க் போகும் போது எல்லாரும் ஒரே கம்பெனிலதான் வொர்க் பண்ணனும் யாரும் தனிதனியா வொர்க் பண்ண கூடாது. அப்படி ஆறு பேரும் பல இன்டர்வ்யூ அட்டன் பண்றப்போலாம் ஒருத்தருக்கு கிடச்சா மத்தவங்களுக்கு கிடைக்காது. நாலு பேருக்கு கிடைச்சா இரண்டு பேருக்கு கிடைக்காது. இந்த மாதிரி மாத்தி மாத்தி ஆகிட்டு இருக்க கடைசியாதான் ஆறு பேருக்குமே இங்க கிடைச்சது.

பெண்கள் மூனு பேரும் தனியா வீடெடுத்து தங்கிருக்க பசங்க மூனு பேரும் தனியா வீடெடுத்து தங்கிருக்காங்க. இன்னும் கொஞ்ச நாள்ல ஒரே வீட்ல ஆறு பேரும் தங்கிக்கலாம்னு முடிவெடுத்து ஆப்பிஸ் பக்கத்துலேயே வீடு தேடிட்டு இருக்காங்க.

சிக்ஸர் க்ரூப் ரொம்ப ஜாலியா ஒருத்தர்க்கொருத்தர் அடிச்சுட்டு திட்டிட்டு சண்ட போட்டுட்டு ஆண் பெண் வேறுபாடு இல்லாம பழகுவாங்க. முக்கியமா அவர்களுக்குள் எந்த மரியாதையும் கொடுத்துக்கமாட்டான்ங்க. ஆதலால் அவங்களுக்குள்ள திட்டிகிறப்போ நாம காத பொத்திக்க வேண்டியதுதான்.

இவ்வளோ போதும் மீதம் கதையின் போக்கில் தெரிந்துக் கொள்வோம்.

****

"குட் மார்னிங் யெவ்ரிபடி" என தன் அழகான வசிகரீக்கும் புன்னகையுடன் கிளாஸினுள் நுழைந்தான் ராம்.

ஜெய் ராம் ஸ்ரீ, தனு மற்றும் சிவேஷ் கல்லூரியில் பேராசிரியராக பணிபுரிகிறான்.

அத்தியாயம் 2

"மச்சா உன்னோட மச்சான் வந்துட்டான்டா" என விஷ்வா சிவேஷின் தோளை இடித்தான்.

"டேய் வந்துட்டான் இல்லடா வந்துட்டாருன்னு மரியாதையா சொல்லு" என்றான் சிவேஷ்.

"லாஸ்ட் கிளாஸ்ல என்ன பார்த்தோம்னு யாராவது எழுந்து சொல்லுங்க" என மேஜையின் மீது சாய்வாய் நின்றுக் கொண்டு கைகளை மார்பின் குறுக்கே கட்டியபடி தன்னகே உரிய புன்னகையுடன் அனைவரையும் பார்த்தான் ராம்.

"மச்சா எனக்கு உன்னோட ஒரு மச்சான மட்டும்தான் காட்டிருக்க இன்னோரு மச்சான காட்டவே இல்லயேடா" என்றதும்

"நானே அவர மசாத்துல ஒரு தடவையோ இல்ல இரண்டு தடவையோதான்டா பார்ப்பேன். இதுல எங்கருந்து உனக்கு காட்டுறது" என்றான்.

"அடச்சை..." என்றவன் பெண்களின் புறம் திரும்பி "டேய் இந்த பொண்ணுங்க ஏன்டா ராம் சார் கிளாஸ்ல மட்டும் ஆ...ன்னு வாய பொலந்துட்டு பார்க்குதுங்க?" என தன் சந்தேகத்தை கேட்டான் விஷ்வா.

"அது ஏன்னு தெரிங்சுருந்தா தான் இந்நேரம் கமிட் ஆகிருப்பியே. உன்னையும் மதிச்சு ஒரு புள்ள பார்த்துட்டு இருந்துச்சு அதையும் 'நீ ஏன் என்னை சும்மா சும்மா பார்த்துட்டே இருக்கன்னு' திட்டுனவன் தானேடா நீ.. உனக்கெப்படி தெரிய போகுது" என சலிப்போடு கூறினான் சிவேஷ்.

"டேய் கேட்ட கேள்விக்கு பதில் சொல்லுடா அத விட்டுட்டு மத்ததெல்லாம் பேசாத" என முறைத்தான் விஷ்வா.

அத்தியாயம் 2

இருவரும் பேசிக் கொண்டிருப்பதை கவனித்த ராம் "விஷ்வா.. நீங்க சொல்லுங்க லாஸ்ட் கிளாஸ் என்ன பார்த்தோம்?" என புன்னகை மாறாமல் கேட்டான்.

"லாஸ்ட்.. கிளாஸ்.. லாஸ்ட் கிளாஸ்.." என நெளிந்தபடி எழுந்தவன் சிவேஷை பார்க்க

'உங்களதான்னு சொல்லு' என தங்லீஷில் நோட்டில் எழுதினான்.

விஷ்வா வேகமாய் "உங்களதான் சார்" என்றிட கிளாஸில் உள்ளவர்கள் அனைவரும் சிரிக்கவும் சிவேஷை முறைத்தான்.

ராம் புன்னகை மாறாமல் "என்னையதான் பார்த்துருப்பிங்க விஷ்வா சார். ஆனா, நான் கேட்டது லாஸ்ட் கிளாஸ்ல என்ன நடத்துனேன்னு கேட்டேன்" என்றான்.

"சார்.. வந்து.." என இழுக்கவும்

"ஓகே சிட்டவுன் நானே சொல்றேன்" என புன்னகையுடன் கூறியவன் தன் கடமையை செய்ய துவங்கிட கிளாஸில் உள்ள அனைவரும் குண்டுசி விழுந்தால் கூட சத்தம் கேட்கும் அளவிற்க்கு அமைதியுடன் கவனித்தனர் அதுவும் முக்கியமாக பெண் மாணவிகள் ராமை மட்டுமே கவனித்தனர்.

அத்தியாயம் 3

கோயம்புத்தூர் ஏர்ப்போர்ட்டில் ஜெய்வீர் மற்றும் மாதவ் இருவரும் இறங்கியதும் ஜெய்வீர் தன் சீலுவிற்க்கு கால் செய்ய ஃபோனை எடுத்தவன் "டேய் மீரா மெஸேஜ் பண்ணீருக்காடா" என பதறியபடி கூறினான் ஜெய்வீர்.

"ஆகாஹா.. வர அவசரத்துல குட்டி சாத்தான்கிட்ட சொல்லாம வேற வந்துட்டோமே..." என தலையில் அடித்துக் கொண்டான் மாதவ்.

"சொல்லாம வந்ததுக்கு செம்ம திட்டு உண்டுன்னு நினைக்குறேன்" என்றான் ஜெய்வீர்.

"டேய் என்ன அனுப்பிருக்கான்னு முதல்ல சொல்லுடா" என்றதும் மெஸேஜை படித்துக் காட்டினான் ஜெய்வீர்.

'டேய் எரும எங்கடா இருக்க? என்னைய கோவபடுத்தாம வந்து தொலடா ரொம்ப நேரமா வெயிட் பண்ணிட்டு இருக்கேன். இப்போ நீ மட்டும் வரலன்னுவையேன் நான் உன்கிட்ட பேசவேமாட்டேன் பார்த்துக்க' என கோபமாக அனுப்பியிருந்தாள் மீரா.

"எதுக்குடா அவ வெயிட் பண்றா?" என புரியாமல் கேட்டான் மாதவ்.

"ஷட்!" என தலையில் அடித்துக் கொண்டு மாதவை பார்த்தவன் "அவளுக்கு ஃபோன் வாங்கி தரேன்னு சொல்லிருந்தேன்டா அதுக்காகதான் வர சொல்லியிருந்தேன். சீலு கால் பண்ணவும் எல்லாத்தையும் மறந்துட்டேன்" என்றான் பாவமாக.

பலமாய் சிரித்தவன் "போடு... இன்னைக்கு கச்சேரி இருக்கு" என்று மீண்டும் சிரித்துவிட்டு "உனக்கு இது

தேவைதான் கோவத்துல போட்டு உடைச்சல்ல, வாங்கு, நல்லா, திட்டு வாங்கு" என மீண்டும் சிரித்தான்.

"பச்சக்கிளி" என ஜெய்வீர் சிரித்திட,

"எது?! நானா?" என்றான் அதிர்ந்தான்.

"ஆமா நீயேதான்" என்றவன் "நீ திடீர்ன்னு சீரியஸாகிட்ட, நீ தொடர்ந்து அம்மா பெயரயே புலம்பிட்டு இருக்கவும் உனக்கு விமலாம்மாவ பார்த்தாதான் சரியாகும்னு உன்னைய கூட்டிட்டு ஓடி!!! வந்துட்டேன்" என கூறி அவ்வாறே மெஸேஜை தட்டிவிட்டு பக்கத்தில் பல சாரிகளை தட்டிவிட,

'அச்சுச்சோ.. மாதவ் குட்டிய பார்த்துக்கோடா முன்னாடியே சொல்லிருந்தா நானும் கூட வந்துருப்பேன்ல, பரவால்ல நீங்க முன்னாடி போங்க, டூ டேஸ் கழிச்சு நான் அங்க வறேன்' என்று ரிப்ளே வந்தது.

அதை மாதவிற்க்கு படித்து காட்டியவன் "எப்புடி....!" என காலரை தூக்கினான்.

"நீங்க காலர இறக்கலாம். நீங்க தப்பிச்சது என்னாலதான்" என்றான் கெத்தாக.

"நீ மூடு..." என்றவன் தன் சீலுவிற்க்கு கால் செய்தான்.

"சீலு... டார்லிங் வெர்ரிஸ் மை ப்ளாக்கி?" என சந்தோசமும் புன்னகையுமாய் கேட்டிட,

....

"ஓகே பேபி... பார்த்துட்டேன் நீயும் சீக்கிரம் வந்துடு" என்றான்.

....

அத்தியாயம் 3

"ஹான், நீ இத எனக்கு சொல்லனுமா? நீ சொல்றத்துக்கு முன்னாடியே டீட்டெய்ல்ஸ் கலைக்ட் பண்ணிட்டேன். நான் போனதும் டீட்டெய்ஸ்லாம் வெரிஃபை பண்ணிட்டு உனக்கு சொல்றேன். முதல்ல நீ சீக்கிரம் கிளம்பி வா பேபி" என்றான்.

.....

"சரி பேபி நான் வீட்டுக்கு போனதும் மெசேஜ் பண்றேன்" என கூறி கட் செய்தான்.

"என்னாச்சு? போலாமா?" என மாதவ் கேட்டதும்

"போலாம் பச்சக்கிளி. ப்ளாக்கி அங்க வெயிட்டிங்" என தூரத்தில் நின்ற தன் ஆடி காரினை காட்டினான்.

"டேய்! அதான் உன் வேல முடிஞ்சுருச்சுல்ல, அப்றம் என்ன இன்னும் பச்சக்கிளின்னு சொல்ற?" என சந்தேகத்துடன் கேட்டான்.

"இல்ல பச்சக்கிளி, இன்னும் முடியல" என புன்னகையுடன் கண்ணடித்தான்.

"அய்யய்யோ கடவுளே, காப்பாத்து!!" என வானத்தை பார்த்து கதறினான் மாதவ்.

"சீக்கிரம் வா பச்சக்கிளி ப்ளாக்கிய பார்த்து மாச கண்க்காச்சு" என கூறி தரதரவென காரிடம் இழுத்துச் சென்றான்.

(ஜெய்வீரிற்க்கு எப்போதும் ஓர் பழக்கம் உண்டு. தனக்கு யாரிடமிருந்தாவது வேலையாக வேண்டும், இல்லை யாரையாவது ஐஸ் வைக்க வேண்டும், அல்லது யாரையாவது பழிவாங்க வேண்டும்(பழிவாங்குதல் என்பது சின்ன விசியம் முதல் பெரிய விசியம் வரை அனைத்திற்க்குமே), கோபம் கொண்டால் அவர்களை பச்சக்கிளி என்றே

அழைப்பான். அவ்வேலையோ கோபமோ பழி தீர்த்தலோ முடிந்தால் மட்டுமே அவர்களை எப்போதும் அழைப்பது போல் அழைப்பான். அவனின் பச்சக்கிளி என்ற அழைப்பின் விதத்திலேயே அவனின் நிலையை அறிந்துக் கொள்ளலாம்.)

இருவரும் காரிடம் நெருங்கியதும் காரின் அருகே நின்ற ட்ரைவர் கந்தன் ஜெய்வீரை பார்த்ததும் பணிவுடன் நகர்ந்து நின்றார்.

"கந்தன் அங்கிள் நல்லா இருக்கீங்களா?" என பணிவுடன் கேட்டான் ஜெய்வீர்.

"நல்லா இருக்கேன் ஐயா" என்றார் பணிவோடு.

"அங்கிள் எத்தன தடவ சொல்றது? ஐயான்னு சொல்லாதிங்கன்னு! தம்பின்னே கூப்டுங்க" என்றான் சிறு கோபத்தோடு.

"நான் என்ன ஐயா பண்றது? உங்கள பார்த்தாலே அப்படியே ஐயாவ பாக்குற மாதிரியே இருக்கு. அதே நட, அதே பேச்சு, வார்த்தை, அடக்கம், செயல், பணிவு, மரியாதை, கோபம் இப்படி எல்லாமே உரிச்சு வச்ச மாதிரி இருக்கும் போது உங்கள பார்த்தாவே மரியாத தானாவே வந்துடுது" என்றார் பணிவோடு.

"உங்கள சொல்லி குத்தமில்ல எல்லாம் சீலுவ சொல்லனும். வாங்க ஏறுங்க" என்றவன் தன் காரினை பார்த்து "என் செல்ல குட்டி... ப்ளாக்கி குட்டி உன்னைய பார்த்து எவ்ளோ நாளாச்சு!" என கொஞ்சிவிட்டு தன் அருகே இருந்த மாதவை பார்க்க அவன் அங்கு இல்லாமல் இருந்தான். காரின் உள்ளே பார்க்க அவன் சீட்டில் சாய்ந்து தூங்கிக் கொண்டிருந்தான்.

அத்தியாயம் 3

"பச்சக்கிளி!!" என சிரித்தவன் கந்தனை பார்க்க "அங்கிள் நீங்க இன்னும் ஏறலயா?" என கேட்டதும்

"நீங்க முதல்ல ஏறுங்க தம்பி" என்றார்.

பின் ட்ரைவர் சீட்டில் ஜெய்வீர் அமர பின்னால் அமர்ந்த கந்தன் வேகவேகமாய் சீட் பெல்ட்டை போட்டவர் "கடவுளே நல்லபடியா எஸ்டேட் போய் சேரனும்ப்பா." என வேண்டிக் கொண்டு தன் கண்களை இறுக மூடிக் கொண்டார்.

காரில் ஏறியவன் தன் அருகில் அமர்ந்து தூங்கிக் கொண்டிருந்த மாதவை பார்த்தவன் "நாய் சீட் பெல்ட்ட போடாம கூட தூங்குறான் பாரு" என்றபடி மாதவிற்க்கு சீட் பெல்டை மாட்டிவிட்டு காரினை ஸ்டார்ட் செய்தவன் தங்களின் ஊட்டி எஸ்டேட்டை நோக்கி புயலென பறந்தான்.

இரு மணி நேரத்திற்க்கு மேலான பயணமானது ஒரு மணி நேரத்திற்க்குள் ஊட்டி எஸ்டேட்டின் முன் புயலென வந்து நின்றது ஜெய்வீரின் கார்.

எஸ்டேட்டின் மையத்தில் அமைந்துள்ள அவனது வெள்ளை நிற மாளிகையின் முன் காரினை நிறுத்தியவன் காரிலிருந்தபடி அதை ரசித்தான்.

'ஓ காட்!! மை வொயிட் ஏஞ்சல ஈவ்னிங் டைம்ல எத்தன தடவ பார்த்தாலும் சலிக்கவே சலிக்காது. அதுவும் சூரியன் மை ஏஞ்சல் பின்னாடி போய் கொஞ்ச கொஞ்சமா மறஞ்சுக்கும் போது என் ஏஞ்சல் வெக்கத்தால எப்படி வெக்கபடுறா! லவ் யூ ஏஞ்சல்' என நினைத்தபடி அமர்ந்திருந்தான்.

"ஐயா" என்ற அழைப்பில் பின்னால் திரும்பிட

"இறங்கலாங்களா..?" என கேட்டார் கந்தன்.

அத்தியாயம் 3

"சாரி, அங்கிள். ம்ம்.. இறங்கலாம்." என்று காரிலிருந்து இறங்கியவனின் கண்ணில் முதலில் பட்டது அவனது மற்றோரு வெள்ளை நிற ஆடி காரே. அதன் அருகில் வேகமாய் சென்றவன் "ப்யூட்டி கோச்சுக்காத நெக்ஸ்ட் டைம் வரப்போ நீதான் ஏர்போர்ட்க்கு வருவ ஓகே வா?" என காரினை பாசத்துடன் தடவி கொடுத்தான். இதனை புன்னகையுடன் பார்த்துக் கொண்டிருந்தார் கந்தன்.

பின் பெரு மூச்சோடு அதன் அருகிலிருந்து நகர்ந்தவன் மீண்டும் அவனது ஏஞ்சலை பார்த்துவிட்டு "ஆங்கிள் எங்க ஆளுங்கல்லாம் காணோம்?" என சுற்றிலும் பார்த்தபடி கேட்டுக் கொண்டு பிளாக்கியிடம் வந்தான்.

"ஒரு வாரத்துக்கு முன்னாடியே அவங்கலுக்கெல்லாம் லீவு கொடுத்து அனுப்பிட்டாங்க தம்பி" என்றார்.

'சீலுவோட வேலையாதான் இருக்கனும்' என நினைத்தபடி அவரை பார்த்து "சரி அங்கிள் நீங்க லக்கேஜ உள்ள எடுத்துட்டு போய் வைங்க நான் மாதவ கூட்டிட்டு வறேன்" என்றான்.

கந்தன் சரியென தலையசைத்துவிட்டு லக்கேஜ்ஜை எடுத்துக் கொண்டு முன்னே நடக்க "அங்கிள் லிஃப்ட் யூஸ் பண்ணி போங்க ஸ்டெப்ஸ்ல வெயிட்ட தூக்கிட்டு ஏறாதிங்க" என்றதும்

புன்னகையுடன் "சரிங்க ஐயா" என தலையசைத்துவிட்டு சென்றார்.

ஜெய்வீர் மாதவிடம் வந்தவன் அமைதியாய் கதவை திறந்து "அய்யயோ!! சீக்கிரம் எழுந்திரிடா! பச்சக்கிளி!!" என அலறினான்.

"அய்யயோ!! என்ன ஆச்சுடா?!" என தூக்கத்திலிருந்து பதறியபடி எழுந்தான் மாதவ்.

"ஒன்னுள்ள வந்துட்டோம் அதான் எழுப்பிவிட்டேன். இறங்கு வா போலாம்" என கூலாய் முன்னே சென்றான்.

"உனக்கு இதே வேலையா போச்சுடா!! உன்னைய இன்னைக்கு சும்மாவிட மாட்டேன் பாறேன்" என எழுந்து துரத்த

"பச்சக்கிளி!!! கீ.. கீ.." என கத்திக் கொண்டு வேகமாய் மாளிகையினுள் ஓடினான்.

ஜெய்வீரின் வெள்ளை மாளிகை அளவில் சிறியதும் அடுக்குகள் இரண்டும் கொண்டு கோயமுத்தூரில் உள்ள அரண்மனையைப் போலவே அமைந்திருக்கும். ஹாலின் அமைப்பு ஒருங்கே அமைந்திருக்க முதல் அடுக்கில் ஜெயசீலின் தாத்தாவின் அறையும் அதற்கடுத்து மாதவின் அறையும் மூன்றாவது அறை அரண்மனையில் உள்ளது போல் கதவு நிலையெங்கும் மஞ்சள் பூசி பூட்டபட்டிருந்தது. நான்காவது அறையானது ஜெய்வீரின் அறையாகும்.

இரண்டாம் அடுக்கில் முதலறையில் ஜிம்மும் இரண்டாவது அறையில் லைப்ரெரியும் அமைந்திருக்க மூற்றாவது அறையானது ஜெய்வீர் மட்டுமே உள் நுழையும் ஸீக்ரட் ரூமாகும். அதனுள் யாரும் நுழைவதற்கு முயறச்சிக்க மாட்டார்கள் மீறி நுழைய முயறச்சித்தால் ஜெய்வீரின் மற்றோரு ரூபத்தை காண நேரிடும் என்பதாலே உள்ளே செல்வதற்க்கு யாரும் நினைத்து கூட பார்க்கமாட்டார்கள். நான்காவது அறையானது ஜெய்வீரின் அலுவலக அறையாகும்.

ஜெய்வீரை துரத்தி துரத்தி மூச்சு வாங்கியவன் ஹாலில் உள்ள சோபாவில் தொப்பென விழுக இதுவரை போக்கு காட்டிக் கொண்டிருந்த ஜெய்வீர்

புன்னகையுடன் மாதவின் எதிரில் அமைந்திருந்த சோபாவில் அமர்ந்தான்.

கந்தன் இருவருக்கும் தண்ணீர் கொண்டு வந்து கொடுத்தவர் "ஐயா சாப்பாடு" என கேட்டார்.

ஜெய்வீர் தண்ணீர் குடித்தபடி மாதவை பார்க்க "சப்பாத்தி போதும்டா" என மூச்சு வாங்கியபடி கூறினான்.

"சப்பாத்தி போதும் அங்கிள்" என்றவன் "அப்றம், எங்களுக்காக செஞ்சதையே நீங்களும் சாப்பிடாதிங்க. கூச்சபடாம உங்களுக்கு என்ன தோணுதோ அத செஞ்சு சாப்பிடுங்க" என்றான் கட்டளையாக.

"சரிங்க ஐயா" என பயத்துடன் கூறவும் ஜெய்வீர் அவரின் பயம் அறிந்தவனாய் முகத்தை சகஜமாக்கிட அதை கண்டதும் சகஜமானவர் அங்கிருந்து நகர்ந்தார்.

பின் இருவரும் அவரவர் அறைக்கு எழுந்து சென்றனர். ஜெய்வீர் தன் அறைக்கு செல்வதற்க்கு முன் மாடிபடிகட்டுகளின் பிரிவில் ஃபோட்டாவில் கம்பீரமாய் நின்றிருந்த ஜெயவர்மன் தாத்தாவின் முன் நிள்றவன் பயபக்தியோடு தன் வலக்கையினை இதயத்திடம் வைத்து கண்களை மூடி நின்றுவிட்டு தன் அறை நோக்கி நகர்ந்தான்.

****

கோயம்பத்தூரில்....

மணி 7.10யை தொட்டிருக்க மூன்றாம் அடுக்கின் இரண்டாவது அறையில் மெலிதான குரல்கள் கேட்டுக் கொண்டிருந்தது.

அத்தியாயம் 3

"ஸ்ரீ ரொம்ப தூக்கம் வருதுடி. பீட்டி பார்த்தா சொல்றீயா?" என தனு தன் எதிரில் அமர்ந்திருந்த ஸ்ரீயிடம் மெதுவாய் கேட்க

"நானே உன்கிட்ட சொல்லலாம்னு இருந்தேன், கடைசில நீயே கேட்டுட்ட" என கண்கள் சொருக கூறினாள் ஸ்ரீ.

"ப்ளீஸ் செல்லம் நீ பைவ் மினிட்ஸ், நான் பைமினிட்ஸ்" என கெஞ்சினாள்.

ஸ்ரீ மறுமொழி கூறுவதற்க்குள் "ம்க்கும்..." என சத்தம் கேட்க மூன்றாம் அறை முழுவதும் அவ்வொலி பிரதிபளித்தது.

அவ்வொலியின் அர்த்தம் புரிந்தவர்கள் அமைதியாய் படிக்க துவங்கினர்.

இவையனைத்தையும் கவனித்துக் கொண்டிருந்த ராமோ தன் சிரிப்பை அடக்கிக் கொண்டு அமைதியாய் நோட்ஸ் எடுத்துக் கொண்டிருந்தான்.

'கடவுளே வந்த பத்து நிமிசத்துலையே தூக்கத்துல கண்ணு சொக்குது இதுல எங்கிருந்து இன்னும் ஒரு மணி நேரத்த ஓட்டுறது?' என மனதில் புலம்பியபடி படித்துக் கொண்டிருந்தாள் தனு.

'கடவுளே தூக்கம் வர கூடாது. தூக்கம் வர கூடாது. பீட்டி வேற என்னைய பாத்துட்டு இருக்காரு. ஸ்ரீம்மா கண்ண நல்லா விரிச்சு படிடி. தூங்க கூடாது!! தூங்க கூடாது!!' என தன்னை பார்த்துக் கொண்டிருந்த தாத்தவை ஓர கண்ணால் பார்த்துவிட்டு பயத்தில் வேண்டிக் கொண்டிருந்தாள் ஸ்ரீ.

'ஆகாஹா... என்ன பீட்டியோட பார்வை நம்ப பக்கம் திரும்புது!! ராம் நோட்ஸ் எடுக்குற மாதிரியே மூஞ்சிய சீரியஸா வச்சுக்கோடா' என முகத்தை

அத்தியாயம் 3

சீரியஸாக வைத்துக் கொண்டு நோட்ஸ் எடுத்துக் கொண்டிருந்தான் ராம்.

'ஆத்தாடி!! அங்க சுத்தி இங்க சுத்தி என்ன நம்ப பக்கம் பார்வை திரும்புது..!! நமக்கு வேற இப்பதான் கண்ண முழிக்க முடியாத அளவுக்கு தூக்கம் வருதே!' என தன் கண்களை இறுக்க மூடி கொண்டும் திறந்துக் கொண்டும் இருந்தாள் தனு.

"தனு" என கம்பீரமான குரலால் ஜெயசீலன் அழைக்கவும் இதுவரை இருந்த தூக்கம் மொத்தமும் காற்றில் பறக்க பயத்துடன் திரும்பி பார்த்தாள் தனு.

"எதுக்கு கண்ண போட்டு இப்படி பண்ணீட்டு இருக்க, தூக்கம் வருதா?" என கேட்டதும் 'ஆமாம்' என்று தலையசைத்தவள் பின் வேகமாய் 'இல்லை' என்று தலையசைக்க ராம் மற்றும் ஸ்ரீ இருவரும் தன் சிரிப்பினை அடக்க பெரும்பாடுபட்டனர்.

"படிக்கிறப்போ தூக்கம் வந்தா என்ன பண்ண சொல்லிருக்கேன்?" என கேட்டதும் முற்றிலும் ஆடிதான் போனாள் தனு.

"தோப்புகரணம் போட சொல்லிருக்கேன்ல! இங்க வந்து மூணுபேரும் தோப்பகரணம் போடுங்க வாங்க" என்று தன் அருகே அழைத்தார். ராம் மற்றும் ஸ்ரீ இவரும் ஒருவருக்கொருவர் பாவமாய் பார்த்துவிட்டு எழுந்து தாத்தாவிடம் செல்ல தனு தன் சிரிப்பினை அடக்கியபடி தாத்தாவிடம் சென்றாள்.

"ம்ம்.. போடுங்க" என்றதும் மூவரும் ஒருவருக்கொருவர் பார்த்துக் கொண்டும் சிரிப்பை அடக்கியபடியும் பத்து தோப்புகரணம் போட்டுவிட்டு மீண்டும் படிக்க துவங்கினர்.

கீழே...

"அகிலா" என்றபடி நுழைந்தார் ஜெயமோகன்.

அத்தியாயம் 3

"இதோ வறேன்ங்க" என்றபடி கிட்சனிலிருந்து வந்தார் அகிலாண்டேஸ்வரி.

வீட்டில் வேலை செய்து கொண்டிருந்த பணியாட்கள் நேரத்தை பார்த்துவிட்டு தன் வேலைகளை மீண்டும் செய்து கொண்டிருந்தனர்.

"அப்பா எங்க?" என ஜெயமோகன் கேட்டதும்

"இந்த டைம்ல எங்க இருப்பாரு லைப்ரரிலதான இருப்பாரு?" என மேலே கை காட்டினார்.

"ச்ச.. நான் ஒருத்தன்" என தன் நெற்றியை தேய்த்தவர் "அகிலா தண்.." என கேட்கும் முன்னரே விமலா ட்ரேயில் தண்ணீர் கிளாஸுடன் வந்தவர் அகிலாண்டேஸ்வரியிடம் கொடுத்துவிட்டு நகர்ந்தார்.

பின் ஜெயமோகன் தண்ணீர் குடித்துவிட்டு லிஃப்ட்டிடம் சென்றவர் அகிலாண்டேஸ்வரியை தங்களின் அறைக்கு வருமாறு கூறிவிட்டு சென்றார்.

சிறிது நேரத்தில் ஜெயகுமார் வந்திட சிவசங்கரி அவரை வரவேற்றவர் "ஏங்க தம்பி எப்போ வராங்கன்னு தெரிஞ்சுதா?" என ஆர்வமாய் கேட்டார்.

"தெரில சங்கரி வீட்டுக்கு வந்தாதான் எல்லாருக்குமே தெரியும்" என்றார்.

"மாமா சொல்ற மாதிரி, அப்படியே தம்பி அவங்க தாத்தாவேதான்" என ஜெயவர்மனின் ஃபோட்டாவை பார்த்தபடி கூறினார் சிவசங்கரி.

"உண்மைதான், அவர் எது பண்ணாலும் அவரா சொன்னாதான் தெரியும். இல்ல பண்ணி முடிச்சதுக்கப்றம்தான் தெரியும். எப்பவுமே தாத்தா

புரியாத புதிர்தான்" என தன் தாத்தாவின் ஃபோட்டாவை பார்த்தபடி கூறினார்.

"சரி சரி, நீங்க போய் ஃபிரஷ் ஆகிட்டு வாங்க" என்றதும்

"அண்ணா வந்துட்டாறா?" என வாட்ச்சை பார்த்தபடி கேட்க,

"அவர் கொஞ்ச நேரத்துக்கு முன்னாடிதான் வந்தாரு வந்ததும் மாமாவ கேட்டாரு. லைப்ரரில இருப்பாங்கன்னு தெரிஞ்சதும் ரூம்க்கு போய்ட்டாரு" என்றார்.

புருவம் சுருக்கியவர் "சரி.. நான் ரூம்க்கு போறேன் நீ ஜூஸ் எடுத்துட்டு ரூம்க்கு வா" என்றுவிட்டு லிஃப்ட்டில் சென்றார்.

சிவசங்கரி கிட்சனுள் நுழைய அங்கு விமலா ஓர் ட்ரேயில் ஜூஸை தாயாராக வைத்திருக்க அதை புன்னகையுடன் எடுத்துச் சென்றார்.

****

"நிஜமாவா..?! எரும.. கிடச்சுருச்சா?!" என லியா சந்தோசமாய் குதித்தாள்.

லியாவின் சத்தத்தில் கிட்சனுலிருந்து வெளியே வந்தனர் திவிஷா மற்றும் ரோஸ்.

"என்னடி, ஏன்டி இப்படி குதிக்குற?" என திவிஷா கேட்க

"நீ குதிக்குற குதில ஹவுஸ் ஓனர் மேல வந்துட போறாங்கடி பொறுமையா குதி" என்றாள் ரோஸ்.

அத்தியாயம் 3

"ஏய் கரடி!! வைப்ரேஸன்!! வீடு கிடச்சுருச்சாம்டி!!!!" என லியா சந்தோசமாய் கூற இப்போது மூவரும் சேர்ந்து குதித்தனர்.

"ஏய் மாடுங்களா!!! இந்தாங்கடி!!" என தேவா ஃபோனில் கத்தவும் ஸ்பீக்கரில் போட்டாள் லியா.

"டேய் மகனே..! நிஜமா சொல்லுடா கிடச்சுருச்சா? அவங்கள்ட்ட சொன்னியா நாம ஆறுபேருன்னு?" என திவிஷா கேட்க

"சொல்லிட்டோம் கரடி. சொல்லிதான் வீடு கேட்டோம். அவங்களும் சரின்னு சொல்லிட்டாங்க" என்றான் ஜில்லு.

"ஏய் ரவுடிஸ், மூட்ட முடிச்செல்லாம் கட்ட ஆரம்பிங்க இன்னும் இரண்டுநாள்ல வீடு ஷிவ்ட் பண்ணிடலாம்" என்றான் சரோ.

"சரிடா, சரிடா. லவ் யூடா மகன்களா" என்றாள் திவிஷா.

"ஹான்.. ஹான்.. லவ் யூ.. லவ் யூ. " என்றனர் மூவரும்

"மூஞ்சிய பாரு. இவன்களுக்கு ஏன்டி லவ் யூ சொல்ற? பாரு எப்படி சலிச்சுட்டு லவ் யூ சொல்றான்ங்கன்னு." என்றாள் ரோஸ்.

"ஏய் வைப்ரேஸன் கரடியாவது லவ் யூ சொன்னா, நீங்க இரண்டுபேரும் எதாவது சொன்னீங்களாடி?" என ஜில்லு கேட்டதும்

"சொன்ன எங்களுக்கும் அதே மாதிரிதான் சொல்லுவீங்க போங்கடா" என்றாள் லியா.

"முதல்ல சொல்லுங்க அப்றம் நாங்க சொல்றத பத்தி பேசலாம்" என்றான் தேவா.

அத்தியாயம் 3

"அய்ய.. ச்சீ.. மூடுங்க எல்லாரும்." என அதட்டியவள் "ஏய் மூனுபேரும் ஒன்னா லவ் யூ சொல்லலாம் சொல்லுங்கடி" என்றாள் திவிஷா.

"லவ் யூ குரங்குங்களா!!" என மூவரும் கோரசாய் கத்திட

"லவ் யூ டூ ரவுடிங்களா!!" என மூவரும் கோரசாய் கத்தினர்.

****

"ஹரிம்மா, நல்லா இருக்கியாடா?" என லதா ஹரிணியிடம் ஃபோனில் பேசிக் கொண்டிருந்தார்.

"ம்ம்... சூப்பரா இருக்கேன்ம்மா. அப்பா எங்க வந்துட்டாரா?"

"ஆமா, அந்த மனுசன் எங்க சீக்கிரம் வந்துருக்காரு?"

"சரி.. சரி.. அப்பாவ எதும் சொல்ல ஆரம்பிச்சுடாதிங்க, நீங்க என்ன பண்ணிட்டு இருக்கீங்க?"

"அப்பாவ சொன்னா உடனே பூசி மொழுகுவியே, நானா.. நைட் டிஃபன் செஞ்சுட்டு இருக்கேன்"

"சிவா என்ன பண்றான்?"

"அவன் என்ன பண்ணுவான், ரூம்ல உட்காந்து படிச்சுட்டு இருக்கான். வரவர காலைல சாப்பாடே ஒழுங்கா சாப்டமாட்டேங்குறான்ம்மா. நீ ஒரு வார்த்த என்னன்னு கேளு ஹரிம்மா."

"சாப்டமாட்டேங்குறானா? எங்க கொடுங்க அவன்கிட்ட" என கோபமாய் கூறினாள்.

"இதோ இரு." என ரூமிற்க்கு எடுத்துச் சென்றார்.

அத்தியாயம் 3

(பார்த்திபனிற்க்கு எப்போதும் வேலை அதிகமாதலால் தினமும் தாமதமாகவே வீட்டிற்க்கு வருவார். எனவே சிறு வயது முதல் ஹரிணியே வீட்டில் உள்ள தம்பி தங்கச்சி இருவருக்கும் ஆசிரியராகவும், கண்டிப்பான தந்தையாகவும், தாய்க்கு செல்ல பிள்ளையாகவும் ஆறுதல் கூறும் தாயாகவும் இருப்பாள். ஹரிணி என்றாலே திவிஷாவும் சிவேஷும் பயந்துதான் போவார்கள். அரண்மனையில் ஜெயசீலன் பீட்டி என்றால் இங்கு ஹரிணிதான் பீட்டி. அவ்வளவு கரர்ராக இருப்பவள். பார்த்திபனிற்க்கு ஹரிணி வீட்டில் கண்டிப்பாக இருந்ததுனாலேயே கவலையில்லாமல் இருந்து வந்தார். என்று ஹரிணிக்கு திருமணம் ஆனதோ அன்றிலிருந்தே பாதி கவலையில் ஆழ்ந்துவிட்டார் பார்த்திபன்)

அறை கதவினை தட்டும் ஒலி கேட்டதும் வேகவேகமாய் கதவை திறந்தான் சிவேஷ்.

"என்னம்மா!! எதுக்கு இப்போ இவ்ளோ வேகமா கதவ தட்டுற?" என கேட்க லதா ஃபோனை அவன் முன் நீட்டவும் 'அக்காவா' என பயத்துடன் காற்றில் கேட்க

'ஆமாம்' என தலையசைத்ததும் சிவேஷிற்க்கு பகீரென்றது பயத்துடன் காதில் வைத்தவன் "அக்கா." என்றதும் லதா அங்கிருந்து நகர்ந்தார்.

"என்ன சிவா அம்மாகிட்ட இவ்ளோ சவுண்விடுற? என்ன குளிர்விட்டு போச்சா?" என கோபமாய் கேட்டாள்.

"அது..அது.. அப்ப..டிலாம் இல்ல..க்கா.." என பயத்தில் தடுமாறினான்.

"பின்ன எப்படி..? ஆமா எதுக்கு ரூம சாத்திட்டு படிக்குற? முதல்ல எதுக்கு ரூம்ல போய் படிக்குற?" என கேட்க சிவேஷ் அமைதியை பதிலாக தந்தான்.

அத்தியாயம் 3

"திவி கூட வீட்ல இல்ல. அவ இருந்தா கூட டிவி பார்ப்பான்னு ரூம்க்கு போய் படிக்குறன்னு சொல்லி விடலாம். இப்போ அவளும் இல்ல, எதுக்கு ரூம்க்கு போய் படிக்கிற? ரூம்ல போய் படிக்கிறியா இல்ல படிக்கிறேன்னு பொய் சொல்லிட்டு தூங்குறீயா?" என்றதும்

"அய்யயோ!! நிஜமா இல்ல..க்கா. படிச்சுட்டுதான் இருந்தேன். நாளைக்கு டெஸ்ட் சொலேலிருந்தாங்க அததான் படிச்சுச்டு இருந்தேன்" என்றான் உண்மையாக.

"ம்ம்.. சரி அதுக்கு எதுக்கு கதவ சாத்திட்டு படிக்குற? இங்க பாரு சிவா. இப்போ வீட்ல இருக்கது அம்மாவும் நீயும்தான். அம்மாக்கு வயசாகிடுச்சு அப்பாவும் வீட்டுக்கு லேட்டாதான் வருவாரு திவியும் வீட்ல இல்ல. அப்போ நீதான அம்மாவ பாத்துக்கனும்? நான் வீட்ல இருந்தேன் அதுனால ஒன்னும் பிரச்சனை இல்ல. இப்போ நீதான அம்மாவ பார்த்துக்கனும். அவங்களுக்கு லோ பீப்பி வேற இருக்கு. நான் சொல்லிதான் உனக்கு தெரியனும்ம்னு இல்ல. புரியுதா எதுக்கு ரூம சாத்த கூடாதுன்னு சொல்றேன்னு?" என பொறுமையாய் கூறினாள்.

"ம்ம். சாரி..க்கா.. இனி அப்படி பண்ணல.." என்றான் தவறை உணர்ந்தவனாய்.

"ம்ம்.. சரி.. எதுக்கு காலைல ஒழுங்கா சாப்பிட மாட்டேங்குறீயாம்? உனக்கு ஒரு ஆள் விரட்டிட்டே இருந்தாதான் எல்லா வேலையும் ஒழுங்கா பண்ணுவியா?" என மீண்டும் கோபமாய் கேட்க

'இந்த அம்மா போட்டு கொடுத்துருச்சா!!' என தன் அம்மாவை நினைத்து நொந்துக் கொண்டான்.

"என்ன பதில காணோம்? இனி இப்படி எதாவது கம்ப்ளைன்ட் வந்துச்சு தோல உறிச்சுருவேன்.

ஒழுங்கா சாப்ட்டுட்டு காலேஜ் போற வழிய பாரு புரியுதா?" என அதட்டிட,

"சரி..க்கா.." என கூறியவனின் தலை பயத்தில் சரியென தானாய் சிறுபிள்ளை போல் அசைந்தது.

"ம்ம்.. அம்மாட்ட கொடு." என்றதும் வேகமாய் ஓடிச் சென்று அம்மாவிடம் கொடுத்தான்.

பின் லதா தன் மகளிடம் சிறிது நேரம் பேசியவர் கட் செய்துவிட்டு திரும்ப அங்கு சிவேஷ் முறைத்துக் கொண்டு நின்றதை கண்டதும் "என்ன தம்பி.. சாப்பாடு எடுத்து வைக்கவா?" என ஒன்றும் அறியாதவய் போல் கேட்கவும்

'பண்றதெல்லாம் பண்ணிட்டு ஒன்னுமே தெரியாத புள்ள மாதிரியே கேட்க வேண்டியது' என நினைத்தவன் "சரிங்கம்மா." என்று அங்கிருந்து அமைதியாய் நகர்ந்தான்.

****

சென்னையில்...

"ஏய்!! ஷூ!! சும்மா இருங்கடி அக்கா கால் பண்றாங்க!!" என தோழிகளை அதட்டிவிட்டு ஃபோனை அட்டண்ட் செய்தாள் திவிஷா.

"என்ன திவி சாப்பிட்டாச்சா?"

"ஆச்சுக்கா இப்போதான் முடிச்சோம்"

"ம்ம்.. அம்மாக்கு கால் பண்ணி பேசுனியா?" என அடக்கமாய் கேட்டாலும் அதில் கோபம் தெரிந்தது.
"அது..அக்கா..வந்து.. பண்ணனும்னு நினைச்சேன்.. மறந்துட்டேன்" என பயத்துடன் கூறினாள்.

அத்தியாயம் 3

"அம்மாவ மறந்துட்டியா?" என அதே அடக்கத்துடன் கேள்வி எழ

"அப்படி சொல்லல்லக்கா.. சாரிக்கா இதோ இப்போ பண்றேன்க்கா.." என பயத்துடன் கூறினாள்.

"எத்தன தடவ..?"

"இல்லக்கா.. ப்ராமிஸ் இனிமே கண்டிப்பா மறக்காம பண்ணிடுவேன்" என்றாள் பயம் நீங்காமல்.

"எத்தன பிராமிஸ்..? இதுதான் லாஸ்ட் வார்னிங் இதுல எதாவது தப்பு பண்ண பிச்சுடுவேன்" என அதட்டவும் திவிஷாவின் உடல் நடுங்கி அவளின் பயத்தை நன்றாகவே வெளி காட்டியது.

"கண்டிப்பா பண்றேன்க்கா." என்றாள்.

"சரி, எப்படி போகுது வொர்க்லாம்? வீடு கிடச்சுருச்சா?" என கேட்டதும்

"நல்லா போகுதுக்கா வீடு டுடேதான் கிடச்சுது கொஞ்ச நேரத்துக்கு முன்னாடிதான் பசங்க கால் பண்ணி சொன்னான்ங்க. இன்னும் டூடேஸ்ல வீட ஷிவ்ட் பண்றதா இருக்கோம்" என கடகடவென ஒப்பித்தாள்.

"சரி..சரி.. பார்த்து பண்ணுங்க ஜாக்கிரதை" என்றாள்.

"ஜாக்கிரதையாதான் அக்கா இருக்கோம். நீங்க பயப்டாதிங்க" என்றதும்

"நான் உங்கள ஜாக்கிரதையா இருக்க சொல்லல்ல, பசங்கள ஜாக்கிரதைன்னு சொன்னேன். அவன்ங்கதான் பாவம்" என சீரியஸாய் கூற.

"அக்கா...!" என பொய் கோபத்துடன் கத்த பக்கென சிரித்தாள் ஹரி.

அத்தியாயம் 3

"சரி..சரி.. பாப்பாங்கள கேட்டதா சொல்லு" என சிரிப்புடன் கூறினாள்.

"ம்ம்.. சரிக்கா.. நீங்க எப்படி இருக்கீங்க? மாமா எப்படி இருக்காரு?" என துவங்கி சிறிது நேரம் பேசிவிட்டு வைத்தவள் தன் தோழிகளை பார்த்து புருவம் உயர்த்திட

"இல்ல.. இவ்ளோ பயமா?" என ரோஸ் கேட்டாள்.

"அதுவும் நார்மலா பேசும் போதே இப்படி நடுங்குற, அளவுக்கு பயமா?" என கேட்டாள் லியா.

"பேசுனது அக்காடி!! அதுவும் வெறும் அக்கா இல்ல ஹரி அக்கா!! அக்காவும் அவங்கதான் ஆசானும் அவங்கதான் அப்பா, அம்மா இப்படி எல்லாமே அவங்கதான் எனக்கு. இப்படிபட்டவங்ககிட்ட பேசும் போது மரியாத வரப்போ பயமும் தன்னால வரதான் செய்யும். அந்த பயம் அவங்க பேசுனா மட்டும் வராது அவங்கள பத்தி எப்போ நினைச்சாலும் வரும்" என்றாள் பாசமும் ஏக்கமுமாய்.

"சரி கரடி செல்லம் நீ ரொம்ப எமோஸ்னல் ஆகாத அப்றம் உன் மூஞ்சிய பார்க்க முடியாது" என பாவமாய் கூறினாள் ரோஸ்.

"ஆமா இப்பவே உன் மூஞ்சிய பார்க்க முடியல" என்றாள் லியா.

"தடிமாடுங்களா!! கொஞ்ச நேரமாச்சும் ஃபீல் பண்ண விடுறீங்களாடி?!!" என கூறி இருவரையும் அடிக்க துவங்க இருவரும் பதிலுக்கு அடிக்க துங்கினர்.

****

ஊட்டியில்....

அத்தியாயம் 3

தன் தாய் தம்பி மற்றும் தங்கையிடம் பேசியவள் வானத்தை வெறித்தபடி பால்கனியில் நின்றுக் கொண்டிருக்க அவள் பேசியது அனைத்தையும் ரசித்தபடி கதவின் மீது சாய்ந்தபடி பார்த்திருந்த ஹரியின் கணவன் விலோகித் அவளின் ஏக்கம் புரிந்தவனாய் ஹரியின் அருகில் சென்று தன் கை வளைவிற்க்குள் கொண்டு வந்தவன் "ஹனி.. வீட்ட ரொம்ப மிஸ் பண்றீயா?" என கேட்டிட,

"ம்ம்.. கொஞ்சம்ப்பா. பாவம் அம்மா தனியா இருப்பாங்க" என கவலையுடன் கூறி தன்னவனின் தோளில் சாய்ந்துக் கொண்டாள்.

"சரி, நாளைக்கு அம்மாகிட்ட போகலாமா?" என கேட்கவும்

ஆவலாய் அவனின் முகத்தை பார்த்தவள் "நிஜமா போலாமா?" என சிறுபிள்ளை போல் கேட்டாள்.

தன் குடும்பத்தில் பெண் சிங்கம் போல் வலம் வந்தவள் தன்னிடம் குழந்தை போல் நடந்து கொள்வதை பார்த்தவன் அதை ரசித்தபடி அவளின் நெற்றியில் இதழ் பதித்து "நிஜமா போறோம்" என்றான் காதலாக.

"ஸ்வீட்ப்பா... நீங்க!! தங்க் யூ சோமச்.." என விலோகித்தின் நெற்றியில் இதழ் பதித்தவள் மார்பில் சாய்ந்துக் கொண்டு "லவ் யூ லோகித்" என்றாள் காதலாக.

"ஐயம் ஆல்வேஸ் லவ் யூ ஹனி." என்று அணைத்துக் கொண்டான்.

அத்தியாயம் *4*

கோயம்பத்தூரில்...

இரவு பதினொன்றை தொட்டிருக்க அரண்மனையின் பின்புறத்தில் நான்கு வீடுகளை பார்த்தபடி வெள்ளைநிற நாற்காலியில் அமர்ந்திருந்தான் ராம்.

எப்போதும் புன்னகை புரிந்திருக்கும் அவனது இதழ்கள் இப்போது ஏனோ புன்னகையை மறந்து இறுகிய நிலையிலும் கண்களானது சொல்ல முடியாத வேதனையை கூறிக் கொண்டும் மனமானது அவ்வேதனையை போக்குவதற்க்கான வழியை தேடிக் கொண்டுமிருந்தது.

அவனை தூரத்திலிருந்து கவனித்த ஓர் உருவம் மெதுவான நடையுடன் அவனது தோளினை தொட உணர்ச்சியின்றி தன் எதிரேயிருந்த நான்கு வீடுகளை பார்த்தபடி அமர்ந்திருந்தான் ராம்.

அவ்வுருவத்தின் புருவம் சுருங்கி விரிந்திட அவனின் அருகில் அமர்ந்து ராமின் பார்வை சென்ற புறம் பார்த்துவிட்டு "ராம்" என தோளோடு அணைக்க

அக்குரலில் உயிர் பெற்றவனாய் திடுக்கிட்டு தன் அருகிலிருந்த உருவத்தை பார்த்தவன் முற்றிலும் அதிர்ந்து போனவன் "தா..தாத்.." என தடுமாற

"தாத்தா.. தாத்தா தான்." என்றார் ஜெயசீலன்.

"தூக்கம்.. வரல.. தா..த்தா.. அதான்.. வெ..ளிய வந்தேன்." என்றான் தடுமாற்றத்துடன்.

"சரி, அதுக்கு ஏன் இப்படி தடுமாறுற?" என தன் பார்வையால் அவனை துளைத்தார்.

"அது, இல்ல தாத்தா நீங்க திட்டுவீங்கன்னு நினைச்சு பயந்து.." என்றபடி கீழே குனிந்தான்.

"ம்ம்... சரி, திட்டமாட்டேன். ஆமா, தூக்கம் வரலன்னா ஏன் இங்க வந்து வீடுங்கள பார்த்துட்டு இருக்க?" என கேட்டதும் ராமின் வயிற்றில் பயம் பரவ தன் பயத்தை வெளியில் காட்டாது தாத்தாவை நிமிர்ந்து பார்க்காது அமைதியாய் இருந்தான்.

"பதில் சொல்லவே இல்லையே!" என்றதும்

"அது வெளிய வந்தா நல்லாருக்குமேன்னு தோணுச்சு தாத்தா, வேற ஏதுமில்ல." என்றான்.

"நான் வேற ஏதும் இருக்குன்னு சொல்லவே இல்லையே ராம்." என்று மீண்டும் அதே துளைக்கும் பார்வையை பார்த்திட

"தூக்கம் வருது தாத்தா நான் போறேன். குட் நைட்." என தாத்தாவின் மறு மொழியை எதிர் பார்க்காமல் தப்பித்தோம் பிழைத்தோமென வேகவேகமாய் அங்கிருந்து சென்றான்.

செல்பவனை பார்த்தபடி அமர்ந்திருந்த ஜெயசீலனின் இதழ்கள் வேதனையுடைய புன்னகையை சிந்திவிட்டு தன் பார்வையை நான்கு வீடுகளின் மீது ஒரு முறை பதித்தவர் அங்கிருந்து நகர்ந்தார்.

****

ஊட்டியில்....

அறை முழுவதும் இருட்டாய் இருக்க விட்டத்தை பார்த்தபடி படுத்திருந்தான் ஜெய்வீர்.

பின் லைட்டை ஆன் செய்து பால்கனிக்கு சென்று பால்கனியின் ஓரத்தில் நின்றவன் இருட்டில் எஸ்டேட்டின் தூரத்தில் அமைந்திருந்த நான்கு

அத்தியாயம் 4

வெள்ளை வீடுகளை முகத்தில் எவ்வித உணர்ச்சியும் காட்டாது பார்த்துக் கொண்டு நின்றான். உடலை குளிர் காற்று வீசிச் செல்ல கண்களை மூடி அதை ரசித்தவன் பின் மீண்டும் அவ்வீடுகளை பார்த்துக் கொண்டு அமைதியாய் நின்றான்.

மனதில் இன்னதென்று தெரிய உணர்வு எழுந்திட கண்கள் அவ்வீடுகளைவிட்டு அகல மறுத்தது. சிறிது நேரம் நின்றவன் தன்னை ஒருமுக படுத்திவிட்டு பால்கனியில் இருந்த ஊஞ்சலில் படுத்து வானத்தை வெறிக்க துவங்கினான்.

****

அழகாய் மெதுவாய் சூரியன் தன் கதிர்களை விரித்து தன் வருகையை அனைவரும் கூறியபடி வெளி வந்துக் கொண்டிருக்க ஹரியோ தூங்கி கொண்டிருந்த தன் கணவனை வேகவேகமாய் எழுப்பிக் கொண்டிருந்தாள்.

"எழுந்திரிங்க லோகித் சீக்கிரம்! எழுந்திரிங்க!" என பரபரப்பாய் எழுப்பிட மெதுவாய் கண் விழித்தவன் தன் காதல் மனைவியின் அழகினில் கண்சிமிட்டாமல் மெய் மறந்து எழுந்தமர்ந்தான்.

மஞ்சள் வண்ண காட்டன் சேலையில் பச்சை வண்ண பூக்கள் ஆங்காங்கே சிதறி இருக்க சிறிய கருநிற பொட்டு அடர்ந்த புருவங்களுக்கிடையில் வீற்றிருக்க மை போட்ட இரு கண்களையும் உருட்டியபடி தன் சிவந்த இதழ்களால் "லோகித்!! என்ன முழிச்சுட்டே தூங்குறீங்க? சீக்கிரம் டைம் ஆச்சு பாருங்க!" என தன் நீண்ட வெண்டாக்காய் விரல்களால் உலுக்கிவிட்டு

கண்ணாடி முன் நின்று தன் தலையை துவட்டியபடி "இப்போ கிளம்புனாதான் ஷாப்பிங் முடிச்சுட்டு போக கரைக்ட்டா இருக்கும் சீக்கிரம் போங்கப்பா." என சற்று வேகமாய் கூறினாள்.

அத்தியாயம் 4

கத்தியதில் உயிர் பெற்றவனாய் தன் மனைவியை பார்க்க அங்கு அவள் இடை தாண்டி வளர்ந்த கூந்தலை துவட்டியபடி நிற்பதை பார்த்தவனின் கண்களோ ரசித்தபடி இருக்க கால்களோ பூனை நடையுடன் தானாய் அவளிடம் சென்றது. பின்னிருந்து அணைத்தவன் தோளில் முகம் புதைத்து கண்ணாடியில் அவளின் முகம் காண அவளோ கண்ணாடியின் வழியே 'என்ன?' என புன்னகையுடன் புருவம் உயர்த்தவும் சொக்கிதான் போனான் விலோகித்.

மெதுவாய் தன் புறம் திருப்பியவன் புன்னகையுடன் அவள் புருவத்தை தன் விரலால் அளவெடுத்தவன் உதட்டினை மையலுடன் அளவெடுக்க. விரலை தட்டிவிட்டவளின் முகத்தில் தெரிந்த கோபம் கண்களில் பொய்யென காட்டியதை உணர்ந்தவன் மீண்டும் விரலால் உதட்டினை அளவெடுத்தபடி இருந்தவன் சட்டென தன் இதழால் அளவெடுக்க துவங்கினான்.

****

"குன்றத்திலே குமரனுக்கு கொண்டாட்டம்... அங்க குவிந்ததம்மா... பெண்கலெல்லாம் வண்டாட்டம்.. வண்டாட்டம்.." என குளித்து முடித்து துண்டோடு பாடியபடி பெட்டீன் மீது ஆடிக் கொண்டிருந்தான் மாதவ்

ஜெய்வீர் மாதவின் ரூமிற்க்கு வந்தவன் அவனின் ஆடிய விதத்தை பார்த்து சிரித்தபடி "என்ன பச்சக்கிளி ரொம்ப குஷியோ?" என ரூமிலுள்ள சோபாவில் அமர்ந்தான்.

"பின்ன இருக்காதா? டூடே எல்லாரையும் பார்க்க போறோம்ல.. அதான்." என ஆடியபடி கூறியவன் மீண்டும் தன் பாடலை தொடர்ந்தான்.

அத்தியாயம் 4

"அதுக்கு ஏன்டா சாமி பாட்டு பாடுற? நல்லா குத்து சாங்கா பாட வேண்டியதுதானே." என்றான் சிரிப்புடன்.

"எதுக்கு உணர்ச்சி வசத்துல நான் இறங்கி குத்து குத்துன்னு குத்தி கட்டிருக்க துண்டு அவுந்து பிரகாஷ்ராஜ் மாதிரி நிக்க சொல்றீயா? போட" என்றான்.

ஜெய்வீர் புரியாமல் பார்க்க "அதான் மொழி படத்துல அவுந்து விழுகுமே." என்றான் ஆடியபடி.
ஜெய்வீர் அடக்கமாட்டாமல் சிரிக்க அவனின் சிரிப்பு சத்தம் மாளிகை முழுவதும் எதிரொளிக்கவும் மாதவ் தன் ஆட்டத்தை நிறுத்தி பயத்துடன் ஜெய்வீரை பார்த்தான்.

தன் கண்களில் வழிந்த நீரை துடைத்தபடி "இமேஜினேஸன்" என கூறி மீண்டும் சிரித்தான்.

"அட கருமமே... வெக்கமா இல்ல. ச்சை.." என பெட்டிலிருந்து குதித்தவன் தலையணையை ஜெய்வீரின் மீது விட்டெறிந்து "பன்னி பயலே, இமேஜினேஸன பாரு. போடாங்க.." என்றான்.

தன் சிரிப்பை அடக்கியவன் "அதுல அவரு ஷாக்காகி நிப்பாரு. ஆனா நான் அதுமாதிரிலாம் நிக்கமாட்டேன். உன் கூகுல வேல்ட் ஃபுள்ளா ரிலீஸ் பண்றதுக்கு என்ன வழியோ அத பண்ணுவேன்" என மீண்டும் சிரிக்க

"அட பாவி நான் உனக்கு என்னடா பாவம் பண்ணேன்?! கருமம்.. கருமம்.. உன்னையெல்லாம்.." என தன் துண்டை பிடித்தபடி ஜெய்வீரை துரத்தினான்.

"பார்த்து பச்சக்கிளி தெரியாம கூகுள் ஒப்பனாகிற போகுது" என சிரித்தபடி மாதவின் கையில் சிக்காமல் ரூமிற்க்குள் சுற்றி சுற்றி ஓடினான்.

அத்தியாயம் 4

"ஐயா..!" என கந்தனின் அழைப்பில் தங்களின் ஓட்டத்தை நிறுத்தி வாயிலை பார்த்தனர்.

"வாங்க அங்கிள்" என்றான் ஜெய்வீர்.

"ஜாயா.. சமையல் என்ன செய்யட்டும்?" என்றதும் ஜெய்வீர் மாதவை பார்த்தான்.

"உப்புமா மச்சா" என கண்கள் மின்ன கூறியவனை முறைத்தான் ஜெய்வீர். பின் "தோச மச்சா" என்றான்.

"உப்புமாவும் தோசையும் அங்கிள். அப்றம் உங்களுக்கு என்ன வேண்டுமோ செஞ்சுக்கோங்க." என்றான்.

கந்தன் விடைபெற்றதும் "இந்த உப்புமா கன்றாவில அப்படி என்ன இருக்குன்னுடா, அவ்ளோ ரசிச்சு திங்கிற?" என முகத்தை சுழித்தபடி கேட்டான் ஜெய்வீர்.

"அது.. ஹவ் டூ ஐ டெல்..." என பில்டப் செய்தவனை

"பச்சக்கிளி, நிறுத்து பில்டப் போதும் மூடிட்டு ட்ரெஸ போட்டு வா ஜிம்முக்கு போலாம்." என்றான்.

"யூ கோ மேன் வொய் மீ..?" என பாவமாய் கேட்டான்.

"டேய், அங்க பாருடா பேமிலி பேக் வர ஆரம்பிச்சுருச்சு." என்றான் மாதவின் சிறிய தொப்பையை காட்டி.

"அதுக்குன்னு, உன்னைய மாதிரி என்னையும் சிக்ஸ் பேக்கோட திரிய சொல்றீயா? உன்ன மாதிரி பசங்க இருக்கதுனாலதான்டா என்ன மாநிரி பேமிலி பேக் பசங்களுக்கு வேலியூவே இல்லாம போச்சு." என்றான் வேதனையுடன்.

அத்தியாயம் 4

"அப்பப்பபா...! ஆரம்பிச்சுட்டான். பச்சக்கிளி, நீ வரல உன்னைய அலேக்கா தூக்கிட்டு போய் ட்ரில் மிஷின்ல நிறுத்தி மதியம் வர ஓட விட்ருவேன்" என மிரட்டினான்.

"கழுதைக்கு வாக்கபட்டா பொதி சுமக்கதான் வேணும். ம்ஹும்.. வந்து தொலையுறேன். உன்னையெல்லாம் வச்சுட்டு என்ன பண்ணி தொலைக்குறது!" என சலிப்புடன் ட்ரெஸ் சேன்ஜ் செய்துவிட்டு ஜிம்மிற்க்குள் ஜெய்வீர் நுழைய சோர்ந்தபடி பின்னால் நுழைந்தான் மாதவ்.

கந்தன் உணவை டைனிங் டேபிளில் எடுத்து வைக்கவும் ஜெய்வீர் மற்றும் மாதவ் இருவரும் தங்களின் காலை வேலைகள் அனைத்தையும் முடித்துவிட்டு ஃபிரஸாய் கீழிறங்கவும் சரியாய் இருந்தது.
கீழிறங்கியவன் மாடிபடி பிரிவின் போட்டாவில் கம்பீரமாய் நின்றிருந்த ஜெயவர்மன் தாத்தாவினை பயபக்தியோடு தன் வலக்கையினை இதயத்திடம் வைத்து கண்களை மூடி நின்றுவிட்டு டைனிங் டேபிளை நோக்கி தன் கம்பீர நடையுடன் வந்தான்.

கந்தன் ஜெய்வீரின் செயல்களையும் கம்பீரமான நடையையும் அளவான மீசைக்கு கீழ் மாயமாய் தவழ்ந்திருந்த வசீகரிக்கும் புன்னகையையும் பார்த்தவர் 'ஐயா.. நீங்க இன்னும் உயிரோடதான்யா இருக்கீங்க. எங்களவிட்டு எங்கையும் போகல' என நினைத்தபடி கண்ணீருடன் மாடிபடிகட்டின் பிரிவில் இருந்த ஜெயவர்மனின் போட்டாவை பார்த்துவிட்டு மீண்டும் ஜெய்வீரை பார்த்தபடி நின்றிருந்தார்.

"என்ன அங்கிள், என்ன ஆச்சு, ஏன் அழறீங்க?!" என ஜெய்வீர் கேட்டதும்

மறுப்பாய் தலையசைத்தவர் "எங்க ஐயா.. தம்பி.. நீங்க" என்றவர் தன் கண்ணீரை துடைத்துக் கொண்டார்.

அத்தியாயம் 4

பெருமூச்சோடு ஜெய்வீர் அவரை பார்க்க "ஆனந்த கண்ணீரா அங்கிள்?" என அவரின் தோள்களில் கை போட்டு கேட்டான் மாதவ்.

"எங்க ஐயாவ பார்த்தா பின்ன வராதா தம்பி?" என புன்னகையோடு கேட்டார். ஜெய்வீர் அமைதியாய் தன் இருக்கையில் அமர்ந்தான்.

சாப்பிட்டு முடித்ததும் அன்றைய நாளிதழை சிறிது நேரம் புரட்டிவிட்டிவிட்டு ஜெய்வீர் தன் ஆபிஸ் ரூமிற்க்குள் நுழைய மாதவ் லைப்ரெரிக்குள் நுழைந்தான்.

****

கோயம்பத்தூரில்...

அனைவரையும் வழியனுப்பிவிட்டு அகிலாண்டேஸ்வரி வழக்கம் போல் இரு கார்களையும் ஏக்கத்துடன் பார்த்துவிட்டு உள்ளே செல்ல விமலா இன்றும் அவரின் ஏக்கத்தினை பார்த்தவர் கூறலாமா வேண்டாமா என யோசித்தபடி இருந்தவரின் நினைவில் மாதவின் சொல்கள் வந்து போக சட்டென தன் வேலைகளை கவனிக்க சென்றுவிட்டார்.

ஜெயசீலன் ஊட்டிக்கு பயணம் செய்து கொண்டிருக்க ஜெய்வீரிர்க்கு கால் செய்து ஸ்பீக்கரில் போட்டவர் சாலையில் கண் பதித்தபடி காரினை செலுத்திக் கொண்டிருந்தார்.

"சாப்ட்டாச்சுங்களா?"

"ஆச்சு சீலு டார்லிங். டைம் என்ன ஆச்சு இப்போ போய் கேக்குற?"

அத்தியாயம் 4

"சரிங்க என்ன ஆச்சு?"

"பாத்துட்டேன் சீலு டார்லிங். நீ நேர்ல வந்தா எல்லாம் தெளிவா சொல்லிடுவேன்"

"ம்ம்.. நான் ஆன் தி வேதான்ங்க. மாதவ் எங்கங்க?"

"லைப்ரெரில இருக்கான் சீலு. இன்னும் ஆஃப்னார்ல அவனும் இங்க வந்துடுவான். நீ பார்த்து வா. கார ஸ்பீடா ஓட்டக் கூடாது புரியுதா!" என கண்டிப்புடன் கூறினான்.

"சரிங்க, ஸ்பீடா ஓட்டல." என்றபடி தன் வேகத்தை குறைத்தார்.

"குட் சீலு டார்லிங். ஐயம் வெய்டிங் ஃபார் யூ. லவ் யூ." என்று கட் செய்தவன் புன்னகையுடன் தன் வேலைகளை தொடர்ந்தான்.

****

சென்னையில்...

"ரோஸூ... ரோஸூ... அழுக்கான ரோஸூ.. நீ. பீஸூ.. பிஸூ.. மிக பெரிய பீஸூ நீ..." என பெட்டில் அமர்ந்துக் கொண்டு கிளம்பும் ரோஸை பார்த்து பாடிக் கொண்டிருந்தாள் திவிஷா.

"கரடிக்கு காலைலயே நேரம் சரியில்லன்னு நினைக்குறேன்!!" என் கண்ணாடி வழியே திவிஷாவை பார்த்தபடி கூற

"ஏய் எருமைங்களா!! சீக்கிரம் வாங்கடி தோச ஆறிட போகுது!!" என லியா கத்தவும்

"சாமி சோறு போடுது.. சாமி சோறு போடுது..." என இருவரும் வேகமாய் கத்தியபடி ஹாலிற்க்கு ஓடினர்.

அத்தியாயம் 4

"ச்சீ.. முடுங்க..." என லியா கூறவும்

"ரோஸ், சாமி கோபத்துல இருக்கு போல." என திவிஷா ரோஸை தோளை இடித்தாள்.

"ஆமா பிள்ளையோட மேக்கப் அடுப்பு முன்னாடி நிக்கவும் உருகி ஊத்தியிருக்கும் அதான் கோபமா இருக்கும்." என்றபடி தோசையை வாயின் உள்ளே திணித்தாள் ரோஸ்.

"ஏய்!! மூடிட்டு திண்ணுங்கடி. நான் போய் ரெடியாகிட்டு வறேன்" என பொய் கோபத்துடன் ரூமின் உள் சென்றாள் லியா.

"லியா செல்லம் நீ ஆல்ரெடி கிளம்பிதான இருக்க?" என திவிஷா கேட்க

"கரடி நாயே! எங்கடி கிளம்பவிட்ட? அதான் கிளம்பிட்டு இருக்கப்பவே கரடி மாதிரி உள்ள புகுந்து கிளம்பவிடாம பசிக்குதுன்னு கத்துனல்ல?" என சீப்பை ரூமின் உள்ளிருந்து விட்டெறிந்தாள் லியா.

சீப்பு சரியாய் திவிஷாவின் முதுகில் சுளீரென விழுக "செம்ம ஷாட்" என்றாள் ரோஸ்.

"போடி பன்னி!!" என தன் முதுகை தேய்த்தபடி கூறியவள் "எங்குட்டு இருந்தாலும் கரைக்ட்டா கூறி வச்சு அடிக்குறா. இரு இப்பவும் போய் எதாவது பண்ணிவிடுறேன்" என தட்டோடு உள்ளே சென்றாள்.

"கரடின்னு பேரு வச்சதுல தப்பே இல்லல்ல." என்றபடி தட்டை தூக்கிக் கொண்டு பின்னே சென்றாள் ரோஸ்.

****

அத்தியாயம் 4

"எங்கடா நான் அயர்ன் பண்ணி வச்சுருந்த சட்டைய காணோம்?" என சரோ கேட்க

"இதுவான்னு பாரு சரோ." என சரோ அயர்ன் செய்து வைத்திருந்த சட்டையை அணிந்தபடி கேட்டான் ஜில்லு.

"பன்னாட! ஏன்டா இத போட்ட?" என கோபமாய் கேட்க

"அதுவா மச்சா, என் சட்ட லைட்டா கசங்குன மாதிரி இருந்துச்சா அதான் எக்சேன்ஜ் பண்ணிட்டேன்." என கண்ணடித்தான் ஜில்லு.

"கடவுளே!! இவன்கள சாமாளிச்சு, நான் ஆபிஸ் கிளம்புறத்துக்குள்ள உசுரு போயிருது." என தலையில் கை வைத்து புலம்பினான் சரோ.

"சரி, சீக்கிரம் கிளம்பு மச்சா." என சாக்ஸ் போட்டபடி தேவா கூறவும்

இருவரும் அவனை பார்க்க "டேய் அது என்னோட சாக்ஸூடா!!" என பதறினான் ஜில்லு.

"அதான் தெரியுமே, என்னோடத தோய்க்கல மச்சா. அதுனால நீ அத போட்டுக்கோ ஜில்லு கண்ணா." என்று கண்ணடித்தான் தேவா.

"கடவுள் இருக்கான்டா." என ஜில்லுவின் சட்டையை போட்டபடி கூறினான் சரோ.

"எங்கும் நான் இருப்பேன்." என்று தேவேஷ் ஆசிர்வாதம் செய்திட இருவரும் "தூ..." என துப்பினர்.

"கடவுளாகிய நான் உங்கள் இருவரின் தவறுகளையும் மன்னித்து அருளுகிறேன்." என்றிட

அத்தியாயம் 4

"கடவுளே தாங்கள் இதற்க்கு மேல் எதாவது இவ்வாறு பேசினீர்கள் என்றால்..!" என சரோ கூறிட

"குமட்டிலேயே குத்தி பேத்து எடுத்து விடுவோம் ஜாக்கிரதை." என்றான் ஜில்லு.

****

"சிவு!! சிவு!!" என்று ஶ்ரீயும் தனுவும் கேன்டீனில் அமர்ந்திருந்த சிவேஷை அழைத்தனர்.

"ஹே! என்ன இந்த பக்கம்?" என ஆச்சர்யத்துடன் சிவேஷ் கேட்க விஷ்வா அதிர்ச்சியுடன் சிவேஷை பார்த்தான்.

"அது.. உன் கிளாஸ்ல போய் பார்த்தோம் பசங்க நீ கேன்டீன்ல இருக்கதா சொன்னாங்க அதான் இங்க வந்தோம்" என கையை பிசைந்தபடி கூறினாள் தனு.

"என்னைய தேடி கிளாஸ்க்கு போனீங்களா, ஏன்?! எதாவது ப்ராப்லமா?" என சிவேஷ் கேட்க அதே அதிர்ச்சியுடன் பார்த்திருந்தான் விஷ்வா .

"ஆமா சிவு. ஒரு ஹெல்ப் வேணும்." என்று கையை பிசைந்தபடி கூறினாள் ஶ்ரீ.

"இப்போ எதுக்கு மாவு பிணஞ்சுட்டு இருக்கீங்க? ஏன் எதையாவது தொலச்சுட்டீங்களா?" என சிவேஷ் கேட்கவும் இருவரும் ஒருவரையொருவர் பார்த்துக் கொண்டு 'ஆமாம்' என தலையசைத்தனர்.

"ஏய்! என்ன நான் சும்மா ஒரு பேச்சுக்கு கேட்டா ஆமான்னு சொல்றீங்க?" என சிரித்தபடி கேட்க

"ஆமா சிவு நிஜமாவே தொலச்சுட்டோம். இல்ல.. இல்ல.. தொலச்சுட்டா. தாத்தாவுக்கு தெரிஞ்சா அவ்ளோதான்." என ஶ்ரீ பயத்துடன் கூறினாள்.

அத்தியாயம் 4

"ஆமா, அதுவும் ஜெய் அண்ணா வாங்கி கொடுத்த கோல்ட் பிரேஸ்லெட் தொலஞ்சது மட்டும் தெரிஞ்சா தாத்தா என்ன பண்ணுவாருன்னே தெரியாது." என தனுவின் கண்களில் பயத்தில் கண்ணீர் தேங்கி நிற்க ஸ்ரீயின் கண்களிலும் கண்ணீர் தேங்கி நின்றது.

தன்னவளின் கண்களில் நீரினை கண்டவன் "இதுக்கு எதுக்கு அழறீங்க? கண்டுபிடிச்சற்லாம். லாஸ்ட்டா பிரேஸ்லெட்ட எப்போ பார்த்த தனு?" என கேட்கவும்

யோசித்தவள் "அண்ணாக்கு பாய் சொல்லும் போது.. இல்ல.. இல்ல.. உங்களுக்கு பாய் சொல்லும் போது." என்றாள்.

"ஓ... சரி வாங்க கிரவுண்ட்ல போய் தேடி பார்ப்போம்." என்றதும்

"இல்ல சிவு, தேடி பார்த்துட்டோம். அங்க இல்ல." என்றாள் ஸ்ரீ.

"ம்ப்ச்.. ஸ்ரீ, நீங்க நல்லா தேடி பார்த்துருக்கமாட்டிங்க வாங்க இன்னோர் தடவ தேடி பார்க்கலாம்." என்று இருவரின் கைகளையும் பிடித்து கூட்டி சென்றான். விஷ்வாவோ சிவேஷை அதிர்ச்சி மாற பார்வையுடனே பின் தொடர்ந்தான்.

கிரவுண்டிறக்கு வந்தவர்கள் தனிதனியாய் சென்று தேடிட சிவேஷ் தன்னவளை ஓரக் கண்களால் ரசித்தபடி தேடிக் கொண்டிருந்தவன் துளைந்த பிரேஸ்லெட்டிற்க்கு மனதிற்க்குள் நன்றி கூறினான்.

"கிடச்சுதா?" என ஸ்ரீ கேட்டிட 'இல்லை' என்று தலையசைத்தான் சிவேஷ்.

தனு கண்களால் கேட்டிட அவளிடமும் 'இல்லை' என்று தலையசைத்தான்.

அத்தியாயம் 4

நிமிடங்கள் நீள இருவரின் கண்களிலும் பயமும் கண்ணீரும் அதிகமாக சிவேஷ் பிரேஸ்லெட்டினை கையில் எடுத்தவன் "ஸ்ரீ.. தனு.. கிடச்சுருச்சு." என கூறினான்.

இருவரும் மகிழ்ச்சியோடு அவனருகினில் ஓடி வந்தவர்கள் "தேங்க் யூ சிவு. தேங்க் யூ சோ மச்." என்றனர் நிம்மதியுடன்.

"உங்க தேங்ஸ்லாம் நீங்களே வச்சுக்கோங்க. முதல்ல எங்களுக்கு ட்ரீட் தாங்க." என விஷ்வா கூறவும் இருவரும் புரியாமல் பார்க்க

"ஆமா, கஸ்ட்டபட்டு கண்டுபிடிச்சு கொடுத்தோம்ல. அதுக்கு ட்ரீட் வேணும்." என்றான் சிவேஷ்.

இருவரும் புன்னகையுடன் சரியென தலையசைத்தனர். ஸ்ரீயும் தனுவும் முன்னே சென்றுக் கொண்டிருக்க சிவேஷும் விஷ்வாவும் பின்னால் வந்துக் கொண்டிருந்தனர்.

"டேய்!! உலகமாகா நடிப்புடா சாமி!!" என விஷ்வா சிவேஷின் காதருகில் கூற

"மூடிட்டு பர்ஃபார்மன்ஸ் பண்ணுடா மாங்க மட்ட" என தன்னவளை ரசித்தபடி கூறினான்.

"நீ நடத்துடா." என்றான் சிரிப்புடன்.

பின் நால்வரும் அமர்ந்து சாப்பிட்டுக் கொண்டிருக்க சிவேஷ் தன்னவள் அறியாவன்னம் ரசித்துக் கொண்டிருந்தான்.

"ஸ்ரீ, தனு.. என்ன கேன்டீன் பக்கம்?" என குரல் கேட்டதும் நால்வரும் திடுக்கிட்டு எழுந்து குரல் வந்த திசையை பார்க்க அங்கு ராம் தன் அழகான புன்னகையோடு நின்றிருந்தான்.

அத்தியாயம் 4

"குட் மார்னிங் சார்." என சிவேஷ் மற்றும் விஷ்வா கூறிட அதை சிறு தலையசைப்புடன் ஏற்றவன் ஸ்ரீ மற்றும் தனுவை புன்னகை மாறாமல் பார்த்தான்.

ராமின் பார்வையின் அர்த்தம் புரிந்தவர்களாய் இருவரும் நடந்ததை கூறினர்.

"ம்ம்.." என்றவன் சிவேஷ் மற்றும் விஷ்வா புறம் பார்வையை திருப்பியவன் "தேங்க் யூ மை பாய்ஸ்." என இருவரின் தோளையும் தட்டிவிட்டு ஸ்ரீ தனுவிடம் "டைம் ஆச்சு. கிளாஸ்க்கு கிளம்புங்க." என கூறிட இருவரும் கடகடவென அங்கிருந்து நகர சிவேஷ் மற்றும் விஷ்வா இருவரும் வேகமாய் துடிக்கும் இதயத்துடன் ராமை பார்த்துக் கொண்டிருந்தனர்.

ஸ்ரீ மற்றும் தனு இருவரும் சென்றதும் "அவங்கதான் பிரெஸ்லெட் தொலச்சதுனால கிளாஸ்க்கு போகாம தேடிட்டு இருந்தாங்க சரி, நீங்க எதுக்கு கிளாஸ்க்கு போகாம கிரவுண்ட்ல இருந்தீங்க? அதுவும் பர்ஸ்ட் ப்ரீயடே?" என தனக்கே உரிய புன்னகையுடன் கேட்டாலும் வார்த்தைகளில் சிறு கடுமை இருந்தது.

"அது.. சார்.. வந்து.." என விஷ்வா இழுக்க

"சார்.. வந்து.. நாங்க கிளாஸ்க்கு வரப்போதான் அவங்க.. எங்ககிட்ட ஹெல்ப் கேட்டாங்க." என்றான் சிவேஷ்.

"ஓ... சரி, சரி. கிளாஸ்க்கு போங்க." என கூறவும் இருவரும் கடகடவென அங்கிருந்து நகர்ந்தனர். ராமின் கண்களோ செல்லும் சிவேஷை அளவெடுத்தபடி இருந்தது.

****

"லோகித் ரொம்ப.. ரொம்ப.. சந்தோசமா இருக்கு. அம்மாவ பார்க்க போறேன், அப்பாவ பார்க்க போறேன், தம்பிய பார்க்க போறேன்." என

அத்தியாயம் 4

லோகித்தின் தோளில் சாய்ந்துக் கொண்டு கூறினாள் ஹரி.

"ஹனி, நீ இந்த மாதிரிலாம் பக்கத்துல வந்து சாஞ்சுகிட்டா நான் எப்படி ட்ரைவ் பண்ணுவேன் சொல்லு." என்றதும் ஹரி நிமிர்ந்து பார்த்தாள்.

"என்ன லுக்கு? நீ இப்படி அழகா கைய ஆட்டி, கண்ண உருட்டி, பேசிட்டு வந்தன்னா, நான் கார ஓரமா நிறுத்திட்டு ரொமென்ஸ் பண்ண ஸ்டார்ட் பண்ணிருவேன் அப்றம் வீட்டுக்கு போக முடியாது பரவாலயா?" என கண் சிமிட்டினான்.

"போங்கப்பா.. நீங்க ரொம்ப மோசம்.." என அவனின் தள்ளியமர்ந்தவள் "நான் வாய தொறக்காம இருந்தா மட்டும் சார் ரொமென்ஸ் பண்ணாமதான் இருப்பீங்க, கிடைக்குற கேப்ல..தான் வேலைய காட்டிறீங்களே." என கோபமாய் கூறினாலும் கன்னம் சிவந்து முகத்தை திருப்பிக் கொண்டு புன்னகைத்தாள்.

"நான் என்ன மேடம் பண்ணட்டும், என் ஹனி அவ்ளோ அழகா இருக்காளே. அந்த அழக பாராட்டி எதாவது தரலானாலும், அவகிட்டருந்து எதாவது வாங்கிக்கலனாலும், ரொம்ப பெரிய தெய்வ குத்தம் ஆகிடாதா?" பெருமூச்சோடு கூறினான்.

ஹரி தன் சிவந்த கன்னங்களை மறைக்க பெரும்பாடுபட "ஹனி செல்லம் இப்படி வெட்கபட்டா, மாமா எப்படி ட்ரைவிங்ல கான்சட்ரேட் பண்ணுவேன்?" என மெல்லிய குரலில் ஹரியின் காதினில் கூற

தன்னவனின் மூச்சுக் காற்றில் மேலும் சிவக்க லோகித் காரை சாலையின் ஓரமாக நிறுத்தியவன் "ஹனி.." என ஹரியின் முகத்தை தன்னை பார்க்குமாறு மெதுவாய் திருப்பினான்.

அத்தியாயம் 4

"நீ ஏன் ஹனி, இவ்ளோ அழகா இருக்க?" என ஹரியை பார்த்த நாள் முதல் இன்று வரை இக்கேள்வியை அவளிடம் கேட்டுக் கொண்டுதான் இருக்கிறான். ஆனால் இன்று வரை விடைதான் தெரிந்தபாடில்லை. அக்கேள்வியை இன்றும் மையலுடன் கேட்க ஹரியும் எப்போதும் போல் இன்றும் அவனை நிமிர்ந்து பார்க்க முடியாமல் அவளின் சிவந்த கன்னங்களின் வழியே அவளின் பதிலை கூறினாள்.

"ம்ப்ச்... சொல்லு ஹனி." என கண்களில் காதலுடன் விரல்களால் ஹரியின் சிவந்த கன்னங்களை ஒற்றை விரலால் வருடியபடி மெல்லிய குரலில் கேட்க

"ம்ம்.." என மெதுவாய் நிமிர்ந்தவள் அவனின் காதல் நிறைந்த கண்களை எதிர் கொள்ள முடியாமல் மீண்டும் கீழே குனிந்துக் கொண்டாள்.

"ஹனி..." என அவளிடம் நெருங்கியவன் ஹரி தன் கண்களை உருட்டி "லோகித்! உங்க ரொமென்ஸ நிறுத்திட்டு ஒழுங்கா கார ஸ்டார்ட் பண்ணுங்க. இல்ல, பிச்சுடுவேன்." என கூற

"ம்ஹூம்... போ ஹனி. நான் எப்போ கேட்டாலும் நீ பதிலே சொல்லமாட்டேங்குற." என முகத்தை உர்ரென வைத்துக் கொண்டு காரை ஸ்டார்ட் செய்தான்.

தன் சிரிப்பை அடக்கிக் கொண்டு ஓரக் கண்ணால் பார்த்தவள் வேகமாய் தன்னவனது கன்னத்தில் இதழ் பதிக்க அதிர்ச்சியோடு திரும்பியவனை "இனி ஊர் போய் சேருர வரைக்கும் எதுவும் கேட்க கூடாது, கிட்ட வரக் கூடாது." என ஒற்றை விரலால் எச்சரித்தாள்.

"அப்போ ஊருக்கு போய்ட்டு வந்து மொத்தமா வசூலிச்சுக்குறேன்." என கண்ணடிக்க ஹரி பொய்யாய் முறைத்தாள்.

****

"கரடி, நீ எப்போ ஊருக்கு போறதா இருக்க?" என ஜில்லு கேட்கவும் சாப்பிட்டு கொண்டிருந்த திவிஷாவிற்க்கு புரையெறியது.

"ஏன் கரடி, ஜில்லு அப்படி என்ன கேட்டான்னு.. இப்படி புரையெறுது?" என சரோ தலையை தட்டிவிட தேவா தண்ணீரை எடுத்து கொடுத்தான்.

"அவளுக்கு வீட்டுக்கு போனும்னாலே கசக்கதான் செய்யும். அவகிட்ட போய் கேக்குறான் பாரு." என ஜில்லுவின் தலையில் கொட்டினாள் ரோஸ்.

"ஆமாடா, ஜில்லு அங்க போனா உங்க செல்ல கரடிய கூண்டுல அடச்சு வச்சுருவாங்க. அதுவும் இல்லாம பழக்கமே இல்லாத வீட்டு வேலை செய்யனும். பத்தாதுக்கு வாயே ஓயாத என் வாய்க்கு அங்க பூட்டு போட்டு வைக்குறது ரொம்ப கஷ்டம்ல, அப்போ கசக்கதான் செய்யும்." என பாவமாய் கூறினாள் திவிஷா.

"யாரு நீ எங்களுக்கு.. செல்ல கரடியா??" என ஐவரும் கேட்க வேகமாய் 'ஆமாம்' என்று தலையசைத்தாள்.

"நீ செல்ல கரடி இல்லடி மலகரடி, சரியான தொல்ல கரடி!" என்று சரோ கொட்டு வைக்க மீதமுள்ளவர்களும் தன் பங்கிற்க்கு கொட்டு வைத்தனர்.

"பன்னி, மாடுங்கலா!! ஹேர் ஸ்டைல் கலஞ்சுற போகுது." என்று அவசரமாய் தன் போனில் ப்ரென்ட் கேமராவை ஓப்பன் செய்து பார்த்துக் கொண்டாள்.

"ஹை!! இந்த மண்ட மேல இருக்க கொண்டை உனக்கொரு ஹேர் ஸ்டைலா?" என தலையை தட்டிவிட்டான் ஜில்லு.

அத்தியாயம் 4

"ஜில்லு..!" என முறைத்தாள் திவிஷா.

"டேய்! சும்மா இருடா." என ஜில்லுவின் கையை கிள்ளினாள் லியா.

"ஷ்..ஆ!! போடி பன்னி." என கையை தேய்தவன் "சொல்லு கரடி." என்றான் திவிஷாவிடம்.

"போகனும்டா, அக்கா மேரேஜ் அப்போ ஊருக்கு போனது வீட்ல கூப்பிட்டுட்டுதான் இருக்காங்க. ஆனா, போகதான் மனசு வரல." என்றதும் ஐவரும் 'ஏன்' என்பது போல் பார்க்கவும்

"உங்களலாம் விட்டுட்டு எப்படி போகுறது?" என்று பாவமாய் கூறினாள்.

"ஏய் கரடி!! கேன்டீன் சாம்பார தூக்கி தலைல ஊத்திருவேன் பாத்துக்க." என தேவா கூற

"ஆமா, அப்றம் ஹேரும் இருக்காது ஸ்டைலும் இருக்காது." என்றான் சரோ.

"பேசாம, ஒன் வீக் லீவ் போட்டு நாம எல்லாரும் கரடி வீட்டுக்கு போய்ட்டு வரலாமா?" என ரோஸ் ஆவலாய் கேட்க

"என்ன திடீர் பிளான்..?" என்று லியா கேட்டதும்

"நல்ல சாப்பாடு சாப்பிட்டு மாச கணக்காச்சு. அக்கா மேரேஜ் போனப்போ அம்மா செம்மையா சமச்சாங்க அந்த நாலு நாலும் செம்ம சாப்பாடு" என சப்பு கொட்டினாள் ரோஸ்.

"ஆமாடி. செம்ம சாப்பாடு!!" என சப்பு கொட்டி ஹை-பை அடித்தான் தேவா.

அத்தியாயம் 4

"ஆமா, நம்மலும் இன்ன வரைக்கும் லீவே எடுக்காம இருக்கோம். அக்கா மேரேஜ்க்கு 4 டேஸ் லீவ் எடுத்ததோட சரி. ரோஸ் சொல்ற மாதிரி போய்ட்டு வரலாம்" என ஆவலாய் கூறினான் சரோ.

"ஏய் கரடி நாங்க மட்டும்தான் பேசுறோம் நீ அமைதியாவே இருக்க?" என லியா கேட்க

"இல்ல போனதடவ கூட்டிட்டு போனதுக்கே என்னைய வச்சு செஞ்சிங்க, இந்த தடவ கூட்டிட்டு போன என்ன பண்ணுவீங்களோன்னு யோசிச்சுட்டு இருக்கேன்." என்றாள் பயத்துடன்.

"அதெல்லாம் கவலபடாத நல்ல சிறப்பான தரமான சம்பவம் அங்க போனோன்னேதான் இருக்கு." என ஐவரும் கூறினர்.

"சரி, சரி.., இத பத்தி அப்றம் பேசலாம் லன்ச் டைம் முடிஞ்சுருச்சு. மீட்டிங் வேற இருக்கு சீக்கிரம் வாங்க மீட்டிங்கு லேட்டா போனா பௌவ்ச் வாய் கத்துவான்" என்றாள் ரோஸ்.

"வைப்ரேஸன் ஆரம்பிச்சுட்டா டா." என ஜில்லு கூறவும் தலையில் நங்கென கொட்டினாள் ரோஸ்.

பின் அனைவரும் சாப்பிட்டுவிட்டு கிளம்ப ஆறுவரில் ஒருவர் மட்டும் தன் குதுகலத்தையும் ஆவலையும் வெளிக்காடாமலிருக்க மற்றவர்கள் எப்போதுபோலிருந்தனர்.

அத்தியாயம் *5*

"அம்மா..!!!" என்ற குதுகல அழைப்போடு தன் வீட்டினுள் நுழைந்தாள் ஹரி.

"ஹரி... ம்மா..!!! " என சோபாவில் அமர்ந்துக் கொண்டிருந்த லதா ஹரியை கண்டதும் அதிர்ச்சியில் எழுந்தவர் ஆனந்த கண்ணீரோடு அழைத்துக் கொண்டார்.

இருவரின் கண்களிலும் கண்ணீர் மட்டும் பேசிக் கொண்டிருக்க சிறிது நேரம் கழித்து விலகி நிற்க்க விலோகித் இரு டம்ளர் தண்ணீரை புன்னகையுடன் நீட்டினான்.

"அய்யயோ தம்பி நான் உங்கள பார்க்கவே இல்லயே.. வாங்க தம்பி உட்காருங்க." என பதறினார் லதா.

"அடடடடா.. அம்மா, என்னைய கவனிக்கிறது இருக்கட்டும் முதல்ல நீங்க தண்ணீ குடிங்க." என லதாவிடம் நீட்டினான்.

"பரவால தம்பி எனக்கெதுக்கு? முதல்ல நீங்க குடிங்க. இருங்க சாப்பாடு எடுத்து வைக்குறேன். முதல்ல சாப்ட்டுட்டு பேசலாம். திடுதிப்புன்னு சொல்லாம கொள்ளாம வந்துட்டீங்களா கையும் ஓடல காலும் ஓடல." என மகிழ்ச்சியும் பரபரப்புமாய் பேசியவர் கிட்சனுக்கு செல்ல எத்தனிக்க அவரை தன் அருகில் அமர வைத்தவன்

"இப்போ எதுக்கும்மா, இவ்ளோ பரபரப்பு? பொறுமையா சாப்ட்டுக்கலாம். ஆமா நீங்க எப்படி இருக்கீங்க? டேப்லெட்லாம் சரியா சப்டுறீங்களா? முன்னாடிவிட இப்போ இளச்ச மாதிரி இருக்கீங்களே,

சாப்பாடெல்லாம் சரியா சாப்டுறதில்லயா?" என பொய் கோபத்துடன் கேட்டான்.

ஹரி இருவருக்கும் எதிர் சோபாவில் அமர்ந்துக் கொண்டு தன் கணவனை புன்னகையுடன் ரசித்துக் கொண்டிருந்தாள்.

"அட.. இல்ல தம்பி, நான் நல்லாதான் இருக்கேன். நீங்கதான் இளச்சுட்டீங்க." என சிரிப்புடன் கூறினார் லதா.

"ஆமாம்மா, உங்க பொண்ணு சமைச்ச சாப்பாட சாப்பிட்டா அப்றம் எப்படி இருப்பேன்?" என பொய்யாய் வருத்தபட்டவன் மீது இன்றைய நாளிதழ் பறந்து வந்து விழுந்தது.

"ஹரி!!! என்னதிது??" என லதா கோபமாய் கேட்கவும் பழிப்பு காட்டிய விலோகித்தை முறைத்தாள் ஹரி.

"நான் இருக்கப்பவே புள்ளைய அடிக்கிறன்னா, அங்க ஊர்லையும் இததான் பண்ணிட்டு இருக்கியா??" என ஹரியிடம் துவங்கி விலோகித்தை பாவமாக பார்க்க அவனும் முகத்தை பாவமாக மாற்றி வைத்துக் கொண்டான்.

'அட.. பாவி..!! எப்படி நடிக்கிறான்?' என அதிர்ச்சியோடு பார்த்தவள் "அம்மா அதெல்லாம் உங்க பிள்ளைய அடிக்கலாம் மாட்டேன், கண்ணுக்குள்ள வச்சுதான் தாங்கிட்டு இருக்கு. முதல்ல சாப்பாடு எடுத்து வைங்க. எனக்கு பசிக்குது" என கூறினாள்.

'ஆகாஹா!! ஹனி.. எதோ பிளான் பண்ணிட்டா போல பேசாம நாமலும் அம்மா பின்னாடியே போக வேண்டியதுதான்' என நினைத்தவன் "ம்மா.. வாங்க

உங்களுக்கு நான் ஹெல்ப் பண்றேன்" என லாதாவை கிட்சனிற்க்குள் அழைத்துச் செல்ல எத்தனிக்க

"இல்ல தம்பி நீங்க ரெஸ்ட் எடுங்க நான் எடுத்து வைக்குறேன்" என்றதும்

'அம்மா வேற புரிஞ்சுக்காம பேசுறாங்களே.' என புலம்பியவனை

"ஆமா லோகித் நீங்க போய் பிரஷ்ஷாகிட்டு வாங்க" என ரூமை காட்டினாள் ஹரி.

'சரி' என்று தலையசைத்தவன் ரூமிற்க்குள் செல்ல லதா கிட்சனிற்க்குள் சென்றார்.

சில நொடிகள் அமைதியாய் அமர்ந்திருந்த ஹரி 'இதோ வறேன்.. இருடா' என நினைத்தபடி ரூமிற்க்குள் சென்றாள்.

ரூமிற்க்குள் நுழைந்தவள் கதவை தாளிடவும் விலோகித் பாத்ரூமிலிருந்து முகத்தை துடைத்தபடி வரவும் சரியாய் இருந்தது.

ஹரியை பார்த்ததும் 'சிக்கிட்டோம்' என நினைத்தபடி பயத்துடன் நின்றான்.

"எப்படி... எப்படி.... உன் சாப்பாடு சூப்பார இருக்கு.. அப்படி இருக்கு.... இப்படி இருக்குன்னு புகழ்ந்து தள்ளிட்டு.. இங்க அம்மாவ பார்த்ததும் கட்சி மாறிட்டிங்களா?! இதுல பழிப்பு வேற காட்டுறீங்க!!" என பொறுமையாய் அடக்கத்துடனும் கோபத்துடனும் கேட்க

அத்தியாயம் 5

"ஹனி... செல்லம் அது சும்மாடா.." என இரு கைகளையும் நீட்டியபடி நெருங்கினான்.

"அங்கையே நில்லுங்க. கிட்ட வந்தீங்க பிச்சுடுவேன். உங்கள இப்போ ஒன்னும் பண்ணமாட்டேன். வீட்டுக்கு வாங்க, உங்களுக்கு வைக்குறேன் ஆப்பு!! பழிப்பா காட்டுறீங்க பழிப்பு?" என கூறி தலையில் 'நங்கென' கொட்டு வைத்துவிட்டு கதவை திறந்து வெளியே சென்றாள்.

"ஆ..." என தன் தலையை தேய்த்தவன் 'அய்யயோ... இவ எதும் பெருசா பிளான் பண்ணிடுவாளோ.' என்றபடி பின்னால் சென்றான்.

"தம்பிய சாப்பிட கூப்பிடு ஹரி." என்றதும்

"லோகித் வாங்க" என திரும்பியவள் "இதோ வந்துட்டாரும்மா." என்றாள்.

'அங்க எகுறு எகுறுன்னு எகிறிட்டுட்டு இங்க வாங்க. வந்துட்டாருன்னு நல்ல புள்ள மாதிரி நடிப்பு வேற' என பொய்யாய் முறைத்தான்.

'என்ன' என ஹரி தன் புருவம் உயர்த்த இடமும் வலமுமாய் தலையசைத்தான். பின் லதா இருவருக்கும் சாப்பாடு பரிமாறினார்.

சாப்பிட்டு முடித்தவர்கள் சகஜமாய் அமர்ந்து பேசத் துவங்கினர். விலோகித் லாதாவின் மடியினில் தலையை வைத்து படுத்துக் கொண்டிருக்க ஹரி அதனை ரசித்தபடி அமர்ந்தாள்.

"திவிம்மாவ எப்போதான் வீட்டுக்கு கூட்டிட்டு வரதா இருக்கீங்க?" என விலோகித் கேட்க

அத்தியாயம் 5

"ஜோசியர்ட்ட போய் கேக்கனும்ப்பா. நாளைக்கு போய் கேட்டு முடிவெடுக்க வேண்டியதுதான்." என்றார் லதா.

"பாவம் ம்மா.. திவி சின்ன வயசுலேந்தே எல்லாரையும் விட்டு பிரிஞ்சுருக்கா, நேரம் காலம்ன்னு சொல்லி சொல்லி, ஹாஸ்ட்டல்லயே படிக்க வச்சு இப்போ வெளியவே வேலையும் பாத்துட்டு இருக்கா. அவ வீட்ல இருந்ததவிட வெளிய இருந்ததுதான் அதிகம்." என கவலையாக கூறினான்.

"ஆமா தம்பி. எனக்கும் அந்த கவலை இல்லாம இல்லப்பா, திவியோட ஜாதகம் அப்படி இருக்குப்பா. வீட்ல நம்ம கூட இருந்தா ஒன்னு அவளுக்கு உடம்பு சரியில்லோம போய்டும் இல்லன்னா. வீட்ல யாருக்காவது உடம்பு சரியில்லாம போய்டும்ன்னு ஜோசியர் சொன்னாரு. அதே மாதிரிதான் நடக்கவும் செஞ்சுது." என கவலையாக கூறினார்.

'எவன் அந்த ஜோசியகாரன்னு முதல்ல பார்க்கனும் அவன உதச்சா எல்லாம் சரியாகிடும்' என நினைத்தபடி ஹரியை பார்த்தான்.

"நாளைக்கு போய் பார்க்குறத்துக்கு பதிலா நாம இன்னைக்கே பார்த்துட்டு வரலாமா??" என ஆவலாக கேட்டாள் ஹரி. லதா சிறிது யோசிக்க

"யோசிக்காதிங்கம்மா எனக்கும் அந்த ஜோசியர பார்க்கனும் போல இருக்கு வாங்க பார்த்துட்டு வந்துடலாம்" என விலோகித் துரிதபடுத்த 'சரி' என்று தலையசைக்கவும் மூவரும் ஜோசிரை பார்க்க கிளம்பினர்.

லாதாவிற்க்கு கடவுள் மீது நம்பிக்கை அதிகம் அதைவிட ஜோசியத்தின் மீது நம்பிக்கை சற்றே

அதிகம். அதுவும் அவர்களின் குடும்ப ஜோசியர் எது கூறினாலும் கண்களை மூடி நம்பிவிடுவார். எது செய்ய துவங்கினாலும் அவரிடம் சென்று நேரம் காலத்தை கேட்ட பின்பே செய்வார். ஜோசியர் எது கணித்து கூறினாலும் அது கண்டிபாய் உண்மையாய் நடக்கும். அவர் கூறுவதே வேத வாக்கு என்றிருப்பவர் லதா. திவிஷா சிறு வயதிலிருந்து தன் குடும்பத்தை பிரிந்திருப்பதும் இவரின் ஜாதக கணிப்பால்தான்.

திவிஷாவிற்க்கு 10 வயதிருக்க அடிக்கடி உடல்நிலை பாதிக்கபட்டுக் கொண்டிருந்தாள். லதா முதலில் மருத்துவமனைக்கு செல்லாமல் திவிஷாவின் ஜாதகத்தை தூக்கிக் கொண்டு ஜோசியரிடமே சென்றார்.

அவரோ ஜாதகத்தை கணித்து திவிஷாவின் 26 வயது வரை குடும்பத்தை விட்டு பிரிந்திருக்க வேண்டும் எனவும் இல்லையெனில் குடும்பத்தில் பல பிரச்சனைகளும் உடல்நல கோளாறுகள் ஏற்ப்படும் என்றும் இதனால் அதிகம் பாதிக்கபடுவது திவிஷாதான் எனவும் கூறினார்.

இதை கேட்ட லதாவிற்க்கோ பெண் பிள்ளையை எப்படி நம்மைவிட்டு பிரித்து தனியே வைப்பது? பிள்ளையின் வாழ்வை பார்ப்பதா? பாசத்தை பார்ப்பதா? குடும்பத்தை பார்ப்பதா? இல்லை அவளின் பாதுகாப்பை பார்ப்பதா? என தவித்தவர் ஜோசியரிடம் பரிகாரம் எதுவும் இல்லையா? என கேட்க அவர் கைகளை விரித்தார்.

ஜோசியத்தை அதிகமாய் நம்பும் லதா இருப்பினும் பாசத்திற்க்கு கட்டுபட்டு திவிஷாவை தன்னுடன் வைத்துக் கொள்ள திவிஷாவின் உடல் நிலை மிகவும் பாதிக்கபட குடும்பத்திலும் பல பிரச்சனைகள் வந்து

சென்றது. இவைகள் எல்லாம் நிகழ்ந்தது ஜோசியரின் கணிப்பினாலோ இல்லை காலத்தின் கட்டாயத்தினாலோ என்பது கடவுளுக்கே தெரியும்.

ஆதலால் தன் பாசத்தினை கட்டுபடுத்திக் கொண்டு திவிஷாவின் 11 வயதில் ஹாஸ்டலில் சேர்த்துவிட முடிவு செய்தார். பார்த்திபன் பலமுறை எடுத்துச் சொல்லியும் கேட்காமல் தன் மகளின் உடல்நிலைக்காகவும் குடும்பத்திற்க்காகவும் தன் முடிவில் மாறாமலிருக்க பார்திபனும் சரியென அரை மனதுடன் தலையசைத்தார்.

பாதுகாப்பான பள்ளியில் ஹாஸ்டலில் சேர்த்தனர். லாதாவிற்க்கு திவிஷாவின் பிரிவு கஷ்டத்தை கொடுத்தாலும் அதை வெளிக்காட்டாமல் இன்றுவரை தன் மனதிற்க்குள்ளேயே வைத்து கவலை கொள்வார்.

சிறு வயதில் லீவிற்க்காக வீட்டிற்க்கு வந்துவிட்டு செல்லும் போதெல்லாம் பலமுறை திவிஷா அழுதிருக்கிறாள். அப்போதெல்லாம் அவளிற்க்கு பல ஆறுதல்கள் கூறிவிட்டு தனியே சென்று அழுவார் லதா.

பார்த்திபன் 'இவையெல்லாம் தேவைதானா? ஜோசியர் சொல்றத நம்பிட்டு திவிய பிரிஞ்சு நீயும் நானும் வருத்தபட்டு திவியும் வருத்தபட்டு இதெல்லாம் தேவையா? அதற்க்கு திவி நம்ப கூடவே இருக்கட்டுமே' என சொல்லும் போதெல்லாம்

'என் பொண்ணோட நல்லதுக்காகதான் செய்றேன். இதுனால நாம வருத்தபட்டாலும் திவி வருத்தபட்டாலும் பரவால்ல நம்ம ஹரிக்கும் சிவாக்கும் கிடைக்காத ஒரு நல்ல சந்தர்ப்பம் கிடைச்சுருக்கு. இன்னைக்கு வேணா அவ

வருத்தபடலாம், பயப்படலாம். ஆனால், நாளைக்கே அவ வளர்ந்து பெரியவளா ஆனதுகப்றம் அவளுக்கு வாழ்க்கைனா என்ன, மத்தவங்கள எப்படி சகிச்சிட்டு போறது, தனியா எப்படி போராடுறது, எப்படி வாழனும், எந்த சூழ்நிலையா இருந்தாலும் தைரியமா தனியா எப்படி முன்னேறி வரது, மனிதர்கள் எத்தனை விதம், கஷ்டங்கள தாங்கி எப்படி தானாவே அதிலிருந்து மீண்டு வரது, இப்படி பல விசியங்கள அவளே கத்துக்குவா. இப்படி ஒரு சூழ்நிலைக்கு அவ தள்ளபடுறான்னா கண்டிப்பா காரணம் இல்லமா இருக்காது. கடவுள் கண்டிப்பா எல்லாத்துக்கும் ஒரு காரணம் வச்சுருப்பான். நீங்க கேட்கலாம் 'நீ செஞ்சுட்டு கடவுள் மேல பழிய போடுறீயான்னு?' இதுவும் கடவுளோட வேலைதான்னு நான் சொல்லுவேன். ஏன்னா என் பிள்ளைங்களவிட்டு ஒரு நிமிசம் கூட பிரிஞ்சுருக்க முடியாத என்னைய இப்படி பிரிஞ்சுதான் இருக்கனும்னு கடவுள் முடிவெடுக்க வச்சுருக்கான்னா கண்டிப்பா அதுக்கும் எதாவது காரணம் இருக்கும். அதை நான் முழுசா நம்புறேன்.' என்று பதிலளிப்பார் லதா.

ஜோசியர் வீட்டிற்க்கு வந்தவர்கள் இவர்களுக்கு முன்பு வந்தவர்களுக்கு பார்த்துக் கொண்டிருந்ததால் ஜோசியரின் அழைப்பிறக்காக வெளிய காத்திருந்தனர். பின் அழைத்ததும் உள்ளே சென்றனர். .

லதாவை கண்டதும் "வாங்க.." என சிநேகமாய் புன்னகைத்தார் ஜோசியர்.

லதா பணிவுடன் அவரை வணங்கிவிட்டு "சாமி, இது பெரிய பொண்ணும் மாப்பிள்ளையும்" என ஹரியையும் விலோகித்தையும் காட்டிட ஹரி

விலோகித்தை அவரின் காலில் விழுகுமாறு கண்கள் காட்ட இருவரும் விழுந்தனர்.

"ஆயுஷ்மான் பவ" என ஆசிர்வதித்தவர் "நான் சொன்ன மாதிரிதான் பையன் உன் மருமகன் இல்ல மகன். அவன் உனக்கு புருஷன் இல்ல இன்னோரு அப்பாவும் அம்மாவும் நல்லபடியா பாரத்துக்கோ. உன்னைய உள்ளங்கைல வச்சு எந்தவித சங்கடமும் நெருங்காம பார்த்துக்குவான்" என லாதாவிடம் துவங்கி ஹரியிடம் முடித்தார்.

ஹரியின் கண்கள் நொடி பொழுதில் விலோகித்தை காதலுடன் வருடிச் சென்றது.

"இனி எப்பவும் உனக்கு யாரும் இல்லன்னு கவலைபட தேவையில்ல. உனக்கு கிடைக்க வேண்டிய ஒட்டுமொத்த சொந்த பந்தமும் பாசமும் உன்னோட மனைவி மூலமா கிடைக்கும். கிடச்சும்ருச்சு.' என விலோகித்திடம் கூறிட விலோகித்தின் கண்களும் நொடி பொழுதில் ஹரியை காதலுடன் வருடிச் சென்றது.

லதா கண்களில் வழிந்த ஆனந்த கண்ணிரை துடைத்தவர் "சாமி சின்ன பாப்பாவுக்கு பார்க்கனும். பாப்பாவ வீட்டுக்கு கூட்டிட்டு வரலாமா சாமி?" என்றதும் மேலும் கீழும் தலையசைத்தவாறு ஜாதகத்தை கையில் வாங்கினார்.

திவிஷாவின் ஜாதகத்தை கையில் பெற்றதும் கண்களை மூடியவர் ஹரியையும் விலோகித்தையும் வெளியில் காத்திருக்க சொன்னார்.

அத்தியாயம் 5

இருவரும் பார்த்துக் கொண்டு லதாவை பார்த்தவர்கள் லதா போகுமாறு கண்களை காட்ட இருவரும் வெளியே சென்றனர்.

இருவரும் சென்றதும் அமைதியாய் இருந்தார் ஜோசியர். அவரின் அமைதி லதாவிற்க்கு பயத்தை ஏற்படுத்த "சாமி.." என தவிப்புடன் அழைத்தார்.

கவலையுடன் லதாவின் முகத்தை பார்த்தவர் லதாவின் முகத்தில் தெரிந்த மங்களகரத்தை பார்த்துவிட்டு மீண்டும் தலை குனிந்தவர் பெருமூச்சோடு பேச துவங்கினார்.

"அம்மா, நான் உனக்கு முன்னவே சொன்ன மாதிரிதான் எந்த மாற்றமும் இல்ல. ஆனா.., உன்கிட்ட ஒன்ன மறச்சுட்டேன்" என லதாவின் முகத்தை ஏறிட்டு பார்த்தார். லதா தவிப்புடன் பார்த்துக் கொண்டிருந்தார்.

"மறைக்கனும்னு இல்லம்மா, அப்போ சொல்ல வேண்டிய காலம் இல்ல. இப்போ அந்த காலம் வந்துடுச்சு. உன் பொண்ணுக்கு இனிதான் கஷ்ட காலமே. இதுவரைக்கும் என்னதான் அவ உன்னைய பிரிஞ்சுருந்தாலும், அவ சந்தோசத்த மட்டும்தான் பார்த்துருக்கா. கவலைன்னு சின்ன சின்னதாதான் வந்துருக்கும். எந்த கவலையும் நிரந்தரமா இருந்திருக்காது. ஆனால், இனி அப்படி இருக்காது. வாழ்க்கைல பல அடிகள் விழும். எழுந்திரிக்க எழுந்திரிக்க அடிகள் தொடர்ந்து விழும்" என கூறவும்

"சாமி!! என்ன சொல்றீங்க?!!" என பயத்துடன் நெஞ்சை பிடித்துக் கொண்டு கேட்டார் லதா.

"அதையெல்லாம் சமாளிச்சு வரதுக்கு இத்தன வருசமா தனிமைல கிடச்ச பாடத்த வச்சு

முன்னேறுவா. நீ அவளுக்கு உறுதுணையா இருந்தா போதும்." என்றார். லதா கலக்கம் நீங்காமல் பார்த்துக் கொண்டிருக்க

"அந்த அடிகள் எல்லாம் மீண்டு வரப்பவே அவளுக்கு நல்ல வாழ்க்கை அமையும் ம்மா. அதுக்காகதான் அத்தனை போராட்டங்களும் நடக்கும். நீ கவலபடாத கடவுள் மேல நம்பிக்கை வை நல்லதே நடக்கும்." என்றார்.

"பாப்பாவ வீட்டுக்கு கூட்டிட்டு.." என லதா கேட்க்கும் போதே

"அவளே வருவாம்மா. நீ கேக்குறத்துக்கு முன்னாடியே அவளே சொல்லுவா உன்னோடே இருக்கேன்னு அவளே சொல்லுவா. அந்த காலமும் சீக்கிரம் வரதான் போகுது." என தன் கவலையை மறைத்தபடி கூறினார்.

"சரிங்க சாமி." என்றவர் எழுந்துக் கொள்ள "சாமி..." என சந்தேகத்துடன் அழைத்தார். அவர் 'என்ன?' என்பது போல் பார்க்க

"இல்ல, ஏன் பொண்ணையும் மாப்பிள்ளையையும் வெளிய போக சொன்னீங்க?" என கேட்டார்.

"அதிர்ச்சி தகவலும் கவலையான தகவலும் உன் பொண்ணுக்கு இப்போ எதுவும் சொல்ல கூடாது. அதான் போக சொன்னேன். நீயும் சொல்லாத" என புன்னகையுடன் கூறினார்.

லாதா அவர் கூறியதன் அர்த்தம் விளங்காமல் பார்க்க "வீட்டுக்கு போனா உனக்கே தெரியும்" என்றுவிட்டு மீண்டும் புன்னகைத்தார்.

லதா 'சரி' என தலையசைத்துவிட்டு செல்ல ஜோசியரின் முகத்தில் புன்னகை மறைந்து கவலை குடிக் கொண்டது.

விலோகித் மற்றும் ஹரி இருவரும் வெளியே வந்ததும் விலோகித் தன் சந்தேகத்தை கேட்க துவங்கினான்.

"ஏன் ஹனி.. இந்த தாத்தாதான் நமக்கும் ஜாதகம் பார்த்தவரா?" என கேட்க 'ஆமாம்' என தலையசைத்தாள்.

"ஏன் ஹனி, நான் உன்னைய அம்மாவா அப்பாவா பார்த்துக்குறேனா?" என கேட்க

"இதுல என்னப்பா சந்தேகம்?!" என விலோகித்தின் தோளில் சாய்ந்துக் கொண்டு கேட்டாள்.

"அப்போ ஹனி, எனக்கு ஒரே ஒரு தடவ லவ் யூ சொல்லேன்" என குழந்தைப் போல் கேட்டான்.

நிமிர்ந்து சுற்றி முற்றி பார்க்க வந்தவர்களில் இவர்களே கடைசியாக இருக்கவும் அங்கு அவர்களை தவிர யாரும் இல்லை என்பதை உணர்ந்தாள்.

"சொல்லு ஹனி.." என மீண்டும் கேட்க

குறுஞ்சிரிப்போடு அவனை பார்த்தவள் அவனது நெற்றியில் இதழ் பதித்தாள். தன் கண்கள் மூடி அவளின் முதத்தை உணர்ந்தவன் ஹரியின் நெற்றியில் அழுத்த இதழ் பதித்திட தன் கண்கள் மூடி இதமாய் பெற்றுக் கொண்டாள் ஹரி.

அத்தியாயம் 5

பின் விலோகித்தின் தோளில் சாய்ந்துக் கொண்டவள் கை விரல்களை தன்னவனின் விரல்களோடு கோர்த்துக் கொண்டு அமர்ந்திருந்தாள். விலோகித் இருவரின் கைகளையும் பார்த்து புன்னகைத்தவன் ஹரியின் தலையோடு சாய்ந்துக் கொண்டு அமைதியாய் அமர்ந்திருந்தான்.

சிறிதுநேரம் கழிந்திட ஹரி பேச்சை துவங்கினாள். "லோகித், ஜோசியர் ஏன் நம்மல வெளிய போக சொன்னாரு?" என்றதும்

ஹரியை தன் கை வளைவிற்க்குள் கொண்டு வந்தவன் "சின்னஞ்சிறுசுங்க தனி கொஞ்ச நேரம் ரொமென்ஸ் பண்ணட்டும்னுதான்" என கண்ணடித்தான்.

"ம்ப்ச்.. போங்கப்பா." என என அவனது மார்பில் லேசாய் குத்தியவள் "சொல்லுங்கப்பா." என்றாள் சினுங்கலுடன்.

"எனக்கென்ன ஹனி தெரியும், நானும் உன் கூடதான இருக்கேன்?" என்றான் பாவமாக. ஹரி பேச துவங்கும் முன் லதா வெளியே வருவதை கவனித்தவன் "அம்மா வந்துடாங்க பாரு ஹனி." என்றான்.

விலோகிதேதிடமிருந்து விலகியவள் தன் தாயிடம் சென்றிட

"என்னம்மா சொன்னாரு?" என ஆவலாய் கேட்டான் விலோகித்.

"ம்ம்.. அது தம்பி." என இழுத்தவர் ஹரியை பார்த்திட ஜோசியர் சொன்னது நினைவிற்க்கு வரவே

"நல்லாதான் சொன்னாரு. நல்லதுதான் நடக்கும்" என்றவர் 'நல்லதுதான் நடக்கும்' என தனக்கொரு முறை சொல்லிக் கொண்டார்.

"எப்போ திவிய வீட்டுக்கு கூட்டிட்டு வரலாம் ம்மா?" என ஹரி மகிழச்சியுடன் கேட்டாள்.

"அது.. அது.. நேரம் தானா அமையும்னு சொன்னாரும்மா. சீக்கிரமே நேரம் அமையுமாம்." என தன் தவிப்பினை மறைத்தபடி கூறினார்.

விலோகித் காரினை எடுக்கச் சென்றிட லாதாவும் ஹரியும் தனித்துவிடபட்டனர்.

"ம்மா.. எதாவது சொன்னாரா ஜோசியர்?" என ஆராயும் பார்வை பார்த்தபடி கேட்டாள் ஹரி.

"ச்ச.. ச்ச.. அதெல்லாம் இல்லம்மா. நல்லாதான் சொன்னாரு" என்றிட விலோகித் இருவரின் அருகினில் காரினை நிறுத்தினான்.

காரில் ஏறியதும் விலோகித் பேச்சை ஆரம்பித்தான் "ம்மா.. ஏதோ ஒரு மாதிரி இருக்கீங்க என்ன ஆச்சும்மா?" என கேட்டான்.

லாதா எதுவும் கூறாமல் 'அப்பனே நமசிவாயா என் பொண்ணுக்கு எந்த சோதனை வந்தாலும் அவளுக்கு பக்க பலமாயிருந்து மீட்டெடுத்து கொண்டுவாப்பா.' என கண்களை மூடி கடவுளிடம் வேண்டிக் கொண்டிருந்தார்.

"ம்மா.." என ஹரி லதாவின் தோளை தொடவும் விழித்திட

அத்தியாயம் 5

"என்னம்மா, ஜோசியர் எதுவும் சொன்னாரா? எதுக்காக நீங்க இப்படி இருக்கீங்க?" என கேட்டாள் ஹரி.

"இல்லம்மா.. அவர் எல்லாமே நல்லதாதான் சொன்னாரு. திவியே வருவாளாம். அது வரைக்கும் பொறுமையா இருக்க சொன்னாரு." என்றார்.

"சரிம்மா.. ஆனா ஏன் நீங்க.." என ஹரி கேட்டு கொண்டிருக்கும் போதே

"ஹனி நீ ஏதோ வாங்கனும்னு சொன்னல்ல.. என்ன வாங்கனும்னு சொன்ன?" என விலோகித் கேட்க

"ஆமா லோகித் சிவாக்கு ஷர்ட் வாங்கனும்னு சொன்னேன். நல்லவேல நியாபகபடுத்தினிங்க" என்றாள். லதா திவியை நினைத்து கவலை கொண்டு அமைதியாக இருந்தார்.

பின் சிவேஷிற்க்கு மட்டுமல்லாமல் அனைவருக்கும் ட்ரெஸ் எடுத்துவிட்டு வீட்டிற்க்கு சென்றனர்.

விலோகித் வாங்கி வந்த பொருட்களை சோபாவின் ஓரத்தில் வைத்துவிட்டு சோபாவில் அமர லதா பூஜையறைக்குள் நுழைந்தார். ஹரிக்கு வீட்டிற்க்குள் நுழையும் போதே தலை சூழல்வது போல் தோன்றிட தன்னை சமாளித்திக் கொண்டு உள்ளே செல்ல எத்தனிக்க வாசலில் "அக்கா..!!" என்ற குதுகலமான சிவேஷின் சத்தம் கேட்டு திரும்பியவளுக்கு கண்கள் இருள தலை சுற்றி விழ போனவளை "ஹரிக்கா..!" என்ற அலறலுடன் ஹைரியை தாங்கிட "ஹனி..!" என்ற அலறலுடன் ஓடி வந்தான் விலோகித்.

அத்தியாயம் 5

இருவரின் அலறலிலும் பூஜையறையில் இருந்து வெளியே வந்த லதா "ஹரிம்மா..!" என்றபடி ஓடி வந்தார்.

பின் சோபாவில் ஹரியை படுக்க வைத்திட சிவேஷ் தண்ணீரை எடுத்து முகத்தில் தெளித்தான். சிறிது நேரம் கழித்து கண் விழிக்க கண்களில் கண்ணீருடனும் பதட்டத்துடனும் தன் கையினை இறுக்க பற்றியபடி அமர்ந்திருந்த விலோகித்தினை பார்த்தவள் மெலிதாய் புன்னகைத்தாள்.

விலோகித் ஹரியை இறுகி அணைத்தவன் "ஹனி, ஒன்னும் இல்லல்ல... என்ன ஆச்சு?? ஏன் மயங்கி விழுந்த..?? பயந்துட்டேன் ஹனிம்மா.. உனக்கு ஒன்னும் இல்லல்ல..??" என பயமும் பதட்டமுமாய் கேட்டிட சிவேஷும் லதாவும் ஒருவரையொருவர் பார்த்துக் கொண்டனர்.

"ம்ம்.. எப்படி ஒன்னும் இல்லாம போகும்ப்பா? எல்லாம் உன்னாலதான்." என பொய்யான கோபத்தோடு கூறவும் தன் அணைப்பிலிருந்து விலக்கி ஹரியின் முகத்தை குழப்பமான பார்வை பார்த்தான் "என்ன பார்வை உங்களாலதான் நான் மயக்கம் போட்டு விழுந்தேன்." என்றாள் குற்றம் சாட்டியபடி லதாவிற்க்கு மகளின் பேச்சு புரிந்திட மகிழ்ச்சியுடன் பூஜையறைக்கு ஓடினார்.

சிவேஷ் புரியாமல் தன் தாயை பார்த்தவன் அவரின் பின்னால் சென்றிட விலோகித் அதே புரியாத பார்வையோடே பார்த்திருந்தான்.

"சரியான மக்குப்பா, நீங்க.." தலையில் கொட்டியவள் "மிஸ்டர் லோகித்தாகிய நீங்க அப்பாவாகிட்டிங்க. மிஸஸ் லோகித்தான நான் அம்மாவாகிட்டேன் இப்போவாது புரியுதா, நான் மயக்கம் போட்டது

உங்களாலதான்னு?" என கூறி விலோகித் நெற்றியில் இதழ் பதித்து புன்னகைத்தாள்.

நெஞ்சத்தில் விவரிக்க இயலாத மகிழ்ச்சி தோன்றிட வார்த்தைகள் வெளி வர இயலாமல் ஹரியை பார்த்தவன் கண்களில் கண்ணீர் வழிய மென்மையாய் அணைத்து "ஹ.. ஹனி.. தங்க் யூடா.. என்.. என்னால.. ம்ப்ச்.. என் சந்தோசத்த வார்த்தையால கூற முடியல... யாரும்.. இல்லா.." என விலோகித் உணர்ச்சிவசத்தால் தடுமாறியபடி கூறிக் கொண்டிருக்கும் போதே

தன்னிடமிருந்து விலக்கி விலோகித்தின் கண்ணீரை துடைத்து விட்டு முகத்தினை கைகளில் ஏந்தியவள் "இனி எப்பவும் அதபத்தி பேச கூடாது. உங்களுக்கு நான் இருக்கேன் அம்மா,அப்பா,திவி,சிவா இப்படி எல்லாரும் இருக்கோம்ல, பத்தாததுக்கு இப்போ இன்னோரு ஆளும் வர போறாங்க. சோ, அதபத்தி பேசவே கூடாது. ஃபாஸ்ட் இஸ் ஃபாஸ்ட் புரியுதா?" என கூறியவள் மீண்டும் நெற்றியில் இதழ் பதித்து "லவ் யூ லோகித்" என்றிட ,

தன் இதழை தன்னவளின் இதழில் மெதுவாய் ஒற்றியெடுத்தவன் பின் நெற்றியில் இதழ் பதித்து "லவ் யூ டூ ஹனி" என்றான் காதலாக.

"மாமா.. பப்ளீக்" என சிவேஷ் கூறவே இருவரும் சட்டென விலகினர்.

"ஷூ.. சும்மா இரு தம்பி.." என லதா சிவேஷை அதட்டிவிட்டு ஹரியின் நெற்றியில் திருநீர் பூசிவிட்டு குங்குமம் வைத்தவர் "ரொம்ப சந்தோசம் ம்மா.." என அணைத்துக் கொண்டார்.

அத்தியாயம் 5

"ம்மா... நானும் இங்கதான் இருக்கேன்." என விலோகித் கூறிட

"உங்கள எப்படி தம்பி விடுவேன்" என கூறி விலோகித்திற்க்கும் திருநீர் குங்குமம் பூசிவிட விலோகித் லாதாவின் காலில் விழுந்து வணங்கிட பதட்டத்துடன் எழுப்பியவர் "என்ன தம்பி இது?" என்றார்.

"ம்மா.." என விலோகித் கூறி லதாவை அணைத்துக் கொண்டான்.

பின் பார்த்திபனிற்க்கு விசியம் தெரிவித்திட பார்த்திபனும் அன்று வீட்டிற்க்கு சீக்கிரம் வந்திட திவிஷாவிற்க்கு கால் செய்தார் லதா.

"ஹலோ...! ஏய்.. சத்தம் போடாம எடுத்து வச்சு தொலைங்கடி அம்மா பேசுறாங்க..!" என கத்திட

"ம்மா..! நல்லா இருக்கீங்களா..?!" என லியா கத்திட "ம்மா..! மலகரடிய நல்லா திட்டுங்க. ரொம்ப சேட்ட பண்றா. முதல்ல ஹரியக்காகிட்ட சொல்லுங்க. ஹரியக்கா பேசுனாலே ஃபோன எங்ககிட்ட தரமாட்டேங்குறா. இல்லன்னா நாங்களே சொல்லிடுவோம்." என ரோஸூம் லியாவும் கத்தினர்.

"தடி மாடுங்களா!! கொடுங்கடி ஃபோனை. இதுக்குதான் சத்தமில்லாம ஃபோன பேசுறது." என இருவரிடமும் ஃபோனை பிடிங்கினாள் திவிஷா.

"ஏன் திவிம்மா பிள்ளைங்கள திட்டுற, பாவம்ல?" என லதா புன்னகையுடன் கூறிட பார்த்திபன் புன்னகையுடன் பார்த்து கொண்டிருக்க 'இன்னைக்கு கரடிக்கு.. கண்டிப்பா நாள் சரியில்ல..' என நினைத்தபடி பார்த்துக் கொண்டிருந்தான்

சிவேஷ். விலோகித்தின் தோளின் மீது சாய்ந்தமர்ந்திருந்தாள் ஹரி.

"ம்மா... அவள்க என்னைய மலகரடின்னு சொன்னாள்களே அது உனக்கு காதுல விழுகலயா?" என்றதும்

"சரி, சரி.. என்ன பண்ணீட்டு இருக்கீங்க மூனுபேரும்? பேக் பண்ணீயாச்சா?" என கேட்டார் லதா.

"ஹான்.. அந்த வேலைதான் நடக்குது. நாளைக்கே, போக போறோம்." என்றாள்.

"நாளைக்கா, நாளைக்கு நல்ல நாளா? எந்த டைம்ல பால் காய்ச்ச போறீங்க?" என லதா கேட்க சிவேஷ் தலையில் அடித்துக் கொள்ள மற்றவர்கள் சிரிப்புடன் அவனை பார்த்தனர்.

"ஏன்ம்மா, இது உனக்கே கொஞ்சம் ஓவரா இல்ல? நான் என்ன அங்க அங்க குடும்பம் நடத்தவா போறேன்? நல்ல நேரம் பார்த்து பால் காய்ச்சி குடி போறத்துக்கு?" என்றதும்

"திவி..!" என்ற ஹரியின் அதட்டல் குரல் கேட்டதும் ஸ்தம்பித்து நின்றாள் திவிஷா.

சிவேஷிற்க்கு திவிஷாவின் தற்ப்போதைய ரியாக்ஷனை நினைத்து பார்த்தவனுக்கு சிரிப்பு பொங்கி வர அதனை கடினபட்டு அடக்கிக் கொண்டு அமர்ந்திருந்தான்.

"அக்.. அக்கா..." என மெதுவாய் அழைத்தாள் திவிஷா.

"ஆமா, நான்தான். என்ன பேச்சு இது அம்மாகிட்ட?" என கேட்டதும் திவியின் பக்கமிருந்து அமைதியே பதிலாக வந்தது.

"திவிம்மா.. நீங்க நர்மல் மூட்க்கு வாங்க. என்ன பிரண்ட்ஸோட கம்ப்ளைன்ட்லாம் பலமா இருக்கு? ரொம்ப சேட்டையோ?" என வம்பிழுக்கும் தோணியில் கேட்டான் விலோகித்.

"அதெல்லாம் இல்ல மாமா.." என்றாள் அமைதியாக.

"பார்ரா... திவிம்மாக்கு அமைதியாலம் பேச தெரியுமா?? இருங்க நான் ஸ்பீக்கர்லேந்து எடுத்துவிடுறேன்" என கூறிட அனைவரும் விலோகித்தை பார்க்க கண்களை சிமிட்டினான்.

"ம்ம்.. இப்போ சொல்லு திவிம்மா" என்றதும்

"உஃப்... எடுத்துட்டீங்களா? அக்காவோட வாய்ஸ் கேட்டதும் ஒரு நிமிசம் பக்குன்னு போச்சு. ஆமா மாமா.., என்ன திடீர் வருகையெல்லாம்? எதுவும் விஷேசமா?" என கேடதும் லதா வாயில் கை வைத்து ஆச்சர்யமாக ஃபோனை பார்த்திட ஹரியும் பார்த்திபனும் புன்னகையுடன் பார்த்துக் கொண்டிருக்க சிவேஷோ 'அய்யோ பாவம்!!' என நினைத்தபடி ஃபோனை பார்த்துக் கொண்டிருந்தான்.

"அது.. அது.. வந்துடா.." என்றபடி விலோகித் தன்னவளை பார்த்திட,

"ஹே... சூப்பர் மாமா.. Congrats.. என்னைய சித்தியாக்கிட்டிங்க!! என்னதான் நான் சித்தியா இருந்தாலும் வர போற குட்டி என்னையும்

அம்மான்னுதான் கூப்படனும் ஓகேவா..!" என மகிழ்ச்சியோடு கூறினாள்.

"தங்ஸ்டாம்மா. கண்டிப்பா.. நீயும் அம்மாதான்... வர போற என் குட்டி ஹனிக்கு. இரு அக்காட்ட கொடுக்குறேன்" என்று மகிழ்ச்சியோடு ஹரியை பார்த்தான்.

"ஹலோ.. திவி.." என ஹரியின் குரல் கேட்டதும்

"ஹலோ அக்கா... Congratsக்கா." என திவியின் பணிவான குரல் வெளி வந்திட,

'என்னா நடிப்புடா சாமி..!' என நினைத்தான் சிவேஷ்.

"ம்ம்... தங்ஸ்டா." என்றாள் ஹரி.

"உங்கள இப்பவே பாக்கனும் போல இருக்கு அக்கா." என்றாள் தேய்ந்த குரலுடன்.

"ஏன்டா.. எதாவது பிரச்சனையா? காரணம் இல்லாம நீ இப்படி சொல்லமாட்டியே." என்றபடி ஃபோனை எடுத்தவள் ஸ்பீக்கரை ஆப் செய்து வெளியில் எடுத்துச் சென்றாள்.

"இல்லக்கா, திடீர்ன்னு தோணுச்சு. அதான் சொன்னேன்." என்றாள்.

"சரிடா. வீடியோ கால் வா." என்றதும்

"இல்லக்கா... வேண்டாம். நான் இந்த வாரம் இல்ன்னா அடுத்த வாரம் ஊருக்கு வந்தாலும் வருவேன் அப்போ பார்த்துக்குறேன். நீங்க இங்கதான இருப்பீங்க இல்ல ஊருக்கு கிளம்பிடுவீங்களா?" என கேட்டாள்.

அத்தியாயம் 5

"சாரிடா, உனக்கு வீடியோ கால்ல பேசுறது பிடிக்காதுன்னு தெரிஞ்சும் நான் கால் பண்ண சொல்லிட்டேன். ஆமாடா நாளைக்கு காலைல கிளம்பிடுவோம்" என்றாள் ஹரி.

"ச்ச.. என்னக்கா நீங்க, சாரியெல்லாம் கேட்டுட்டு. அப்போ ஊருக்கு வரப்போ அங்க வந்து உங்கள பார்த்துட்டுதான் போவேன்"

"சரிடா, கண்டிப்பா வா. இரு அப்பாட்ட கொடுக்குறேன்" என உள்ளே சென்று பார்த்திபனிடம் தந்தவள் மீண்டும் வெளியில் புள்வெளியில் அமர்ந்துக் கொண்டாள்.

ஹரி மீண்டும் வெளியில் செல்வதை கண்ட விலோகித் அனைவரையும் ஒரு பார்வை பார்த்துவிட்டு வெளியே சென்றான்.

"திவிம்மா சாப்ட்டியாடா?" என பார்த்திபன் கேட்க

"ஆச்சுப்பா... நீங்களும் இன்னைக்கு சீக்கிரம் வந்துட்டீங்களா? நீங்க சாப்டீங்களா? டேப்லெட்லாம் போட்டீங்களா?" என கேள்விகள் கேட்டாள்.

"ஆமாடா.. நானும் சாப்பிட்டேன். மாத்திரையும் போட்டாச்சு. நீ எப்போம்மா ஊருக்கு வர?" என கேட்டதும்

"ம்ம்.. வருவேன்ப்பா. இந்த வாரம் இல்லன்னா அடுத்த வாரம், வரும் போது நான் மட்டும் வரமாட்டேன் எல்லா வானரத்தையும் கூட்டிட்டுதான் வருவேன்." என சிரித்தபடி கூறினாள்.

அத்தியாயம் 5

"வாங்கடா.. வாங்கடா.. பார்த்தே மாச கணக்காச்சு.." என சிரிப்புடன் கூறினார். பின் சிறிது நேரம் பேசிவிட்டு வைத்தார்.

"ஹனி..." என விலோகித் அழைக்க ஹரியிடமிருந்து எந்த பதிலும் வராமல் போனது மீண்டும் "ஹனி.." என்று ஹரியின் அருகில் அமர்ந்து தோளை தொட மெதுவாய் பின் திரும்பினாள்.

"என்னடா..? ஏன் இங்க வந்து உட்காந்திருக்க?" என கனிவாய் கேட்டதும்

"இல்லப்பா சும்மாதான். இங்க வந்து உட்காந்து ரொம்ப நாள் ஆச்சு அதான் வந்தேன்" என கூறவும் நம்பாத பார்வை பார்த்தான் விலோகித்.

அவனது பார்வையை உணர்ந்தவள் "சரி உண்மைய சொல்றேன். இந்த இடம் எனக்கு ரொம்ப பிடிச்ச இடம்ப்பா, இங்க உட்காந்து தூரத்துல கிளைங்களுக்கு நடுவுல தெரியுற நிலாவ பார்க்குறப்போ அவ்ளோ நல்லா இருக்கும். என்னையே மறந்து ரசிச்சு பார்ப்பேன். அம்மா வந்து தட்டி கூப்பிட்டாதான் எனக்கு சுய நினைவே வரும். இப்போ இந்த இடத்த ரொம்ப மிஸ் பண்றேன்" என கூறி விலோகித்தை பார்க்க அப்போதும் அதே பார்வை பார்த்தான்.

"ம்ப்ச்... ஒன்னு மறைக்க முடியாதே உங்ககிட்ட" என சலித்துக் கொண்டவள் "நான் சொன்னதும் ஒரு வகைல உண்மைதான். அது மட்டும் இல்லாம சின்ன வயசுல இரசிச்சு பார்த்தவ எப்போ உங்கள லவ் பண்ண ஆரம்பிச்சேனோ அப்போலெந்து அந்த நிலாவோட சேர்த்து உங்களையும் அதுல பார்க்க ஆரம்பிச்சேன், பேச ஆரம்பிச்சேன். அப்றம் மர கிளைங்களுக்கு நடுவுல பார்க்குறப்போ உங்கள

சரியா பார்க்க முடியலன்னு அதோ அங்க இருக்க வெள்ளை சேர்ல போய் உட்காந்து பார்த்துட்டு இருப்பேன்" என தூரத்தில் அமைந்திருந்த வெள்ளை நாற்காலிகளை காட்டினாள்.

"எனக்கு நிலாவ மர கிளைங்களுக்கு நடுவுல இருந்து பாக்குறது ரொம்ப பிடிக்கும். அதுவும் தென்னங் கீற்றுக்கு நடுவுல பாக்குறதுன்னா ரொம்பபபப பிடிக்கும். அப்படி ரசிச்சுட்டு இருந்தவ என்னைய அறியாமலே நிலாவ வேற கோணத்துல பார்க்க ஆரம்பிச்சுருக்கேன். அதுவும் உங்க மேல உள்ள லவ்வால, அததான் யோசிச்சுட்டு இருக்கேன். எப்படி நம்பல அறியாமலே மாறுனோம்னு." என விலோகித்தின் தோளில் சாய்ந்து மர கிளைகளுக்கு நடுவில் நிலாவை பார்த்தபடி கூறினாள் ஹரி.

"ம்ம்.. நம்பல அறியாமலே வரதுதான் ஹனிம்மா காதல். பிடிக்காத விசியத்த நம்பல அறியாமலயே பிடிக்க வைக்கும், இரசிக்க வைக்கும், செய்ய வைக்கும். பிடிச்ச வசியத்த இன்னும் பிடிக்க வைக்கும் சில சமயம் வெறுக்க வைக்கும். நமக்கே தெரியாம நமக்குள்ள புதிய மாற்றத்த ஏற்படுத்த கூடியதுதான் காதல். அதை அனுபவிக்கும் போது ஏதோ புது உலகத்துல இருக்குற மாதிரி தோணும். எல்லாமே புதுசா தெரியும். எல்லாமே அழகா தெரியும். ஏன் நமக்கு நாமே புதுசா தெரியுவோம்" என விலோகித்தும் நிலவை பார்த்தபடி கூறினான்.

"ப்பா.. என்னம்மா பேசுறீங்க?" என சட்டை காலரை இழுக்க

அத்தியாயம் 5

"ஏன் நான் பேசமாட்டேன்னு நினைச்சீங்களா? உங்களவிட நாங்க லவ்ல.. சீனியர் ஹனிம்மா.." என சிரிப்புடன் ஹரியின் கன்னம் கிள்ளினான்.

"அதான் தெரியுமே, பொல்லாத திருட்டு சீனியர்னு." என மேலும் அவனுள் புதைந்துக் கொண்டாள்.

****

ஊட்டியில்...

"லுக் மிஸ்டர் எனக்கு நீங்க ஆடர் போட வேண்டாம். நான் என்ன சொல்றேனோ அத அரேன்ஜ் பண்ணி கொடுத்தா மட்டும் போதும். அதே மாதிரி என்னோட டைம் டேபுள நீங்க பிக்ஸ் பண்ண தேவையில்ல. எப்போ என்ன செய்யனும்னு எனக்கு தெரியும்.

நீங்க இந்த டைம்ல அத செய்ங்க இத செய்ங்கன்னு மிஸ்டர் ஜெயமோகனுக்கும் அவரோட தம்பி ஜெயசங்கருக்கும் மட்டும் சொன்னா போதும் புரியுதா, எனக்கு நீங்க சொல்ல தேவை இல்ல. அண்ட் ஒன் மோர் திங் இனி உங்களோட பேச்ச கொஞ்சம் இல்லல்ல.. சுத்தமாவே குறைச்சுக்கோங்க. எனக்கு அதிகமா பேசுனாவே பிடிக்காது. கேட்ட கேள்விக்கு தெளிவா அனலைஸ் பண்ணி பதில் சொன்னா போதும். அதுவும் ஃப்ரக்ஸனாஃப் செகன்ட்ல சொல்லனும். அதே மாதிரி தேவையில்லாம ஃபேஸ்ல ரியாக்ஸன் கொடுத்துட்டு இருக்காதிங்க புரியுதா? அதுவும் எனக்கு சுத்தமாவே பிடிக்காது." என பீஏ ராஜாவிடம் பொறிந்துக் கொண்டிருந்தான் ஜெய்வீர்.

ராஜா தலையை வேகமா ஆட்ட "வாட் நான்ஸன்ஸ்!! எதுக்கு இப்போ பூம்பூம் மாடு மாதிரி தலையை ஆட்டுறீங்க? ஓகே இல்ல சரின்னு வாயால சொன்னா

பத்தாதா? உன்னையெல்லாம் யாரு பிஏவா அப்பாய்மென்ட் பண்ணது? எல்லாம் அவங்கள சொல்லனும் கெட் அவுட்" என கோவமாய் கூற

அமைதியாய் வெளியே செல்ல எத்தனித்தவனை "மிஸ்டர் தப்ப திருத்திக்க சொன்னா ஒகே நான் திருத்திக்குறேன்னு சொல்லனும். அத விட்டுட்டு இப்படி நீங்க பாட்டுக்கு அமைதியா போனா என்ன அர்த்தம்?? இவ்ளோ நேரம் நான் என்ன சுவத்துகிட்டையா பேசிட்டு இருந்தேன்???" என கேட்டான் கர்ஜிக்காத குறையாக.

"சாரி சார்.. நான் என் தப்ப திருத்திக்குறேன். தங்க் யூ சார்." என கூறி வெளியே சென்றான் ராஜா.

"ஷட்.. எப்படிதான் இந்த ஆபிஸ ரன் பண்றாங்களோ தெரியல" என புலம்பியபடி தன் அறையில் இருந்த மற்றோரு அறைக்குள் நுழைந்தான்.

"ஏன்டா... இப்படி??" என சோபாவில் அமர்ந்தபடி மாதவ் கேட்டிட

"என்ன ஏன்டா இப்படி..??" என புருவம் உயர்த்தி கேட்டான் ஜெய்வீர்.

"டேய், கொன்றுவேன். உன் மனசாட்ச்சிய தொட்டு சொல்லு, அந்த ராஜாவ யாரு பிஏவா செலைக்ட் பண்ணது??" என கேட்க

"யாரு பண்ணதுன்னா? இன்டர்வ்யூ வச்சு செலைக்ட் பண்ணவங்களதான் சொல்லனும்" என அலட்சியமாக தோளை குலுக்கி மாதவின் எதிரில் அமர்ந்தான்.

"ஓரே.. குத்து.. பிஏ இன்டர்வியூக்கு வந்த 25 பேர்ல இவன எந்தவித இன்டர்வியூமே பண்ணாம நீதான அப்பாகிட்ட சொல்லி செலைக்ட் பண்ண சொன்ன?" என கேட்க

ஜெய்வீர் இரு கைகளையும் அலட்ச்சியமாக விரித்து உதட்டை பிதுக்கினான்.

"டேய்...!!" என மாதவ் அதட்டிட

"ஆமாடா. நான்தான் சொன்னேன். நான்தான் செலைக்ட் பண்ணேன். என்ன காரணம்?!! சிலபேர பார்த்தாலே எனக்கு தெரிஞ்சிடும். அது படிதான் அவன செலைக்ட் பண்ணேன். அண்ட் இன்ன வரைக்கும்மே அது பொய்யா போனதில்ல. இவன இப்போ கண்டிச்சதுக்கும் ஒரு காரணம் இருக்கு. திட்டுனதுக்கும் ஒரு காரணம் இருக்கு. சோ, நான் எந்த விளக்கமும் உனக்கு சொல்ல தேவையில்லன்னு நினைக்குறேன்" என கோபமாய் துவங்கி நிதானாமாய் முடித்தான்.

"நீ ஒன்னும் சொல்ல தேவையில்ல. நீ எதாவது ஒன்னு பண்ணா அதுக்கு காரணம் இல்லாம இருக்காதுன்னு தெரியும். பட் எதுக்கு நான் கேட்டேன்னா, அவன ரொம்ப திட்டுன மாதிரி ஃபீல் ஆச்சு அதான் கேட்டேன்." என்றான் பொறுமையாக.

"எஸ்.. ஐ நோ.. அவன நான் ரொம்ப திட்டிட்டேன். எல்லாம் ஒரு காரணத்துக்காதன் அவனுக்கு இது லேட்டாதான் புரியும்." என தலையை சாய்த்து கண்களை மூடினான்.

"நெக்ஸ்ட் எங்க வீட்டுக்குதான?" என கேட்டதும் கண்களை திறக்காமல் 'ஆம்' என தலையசைத்தான்.

அத்தியாயம் 5

வெளியில் வந்த ராஜாவோ தனக்குத் தானே புலம்பிக் கொண்டிருந்தான். "அய்யோ கடவுளே எனக்கு ஏன் இந்த நிலமை, மாசத்துல இரண்டு நாள் இல்லன்னா.. மூனு நாள் இப்படி சூறாவளி வந்துட்டு போகுது. கொஞ்ச சேதாரம் பண்ண பரவால்ல, பொறுத்துக்கலாம். இந்த சூறாவளி கொத்தோட புடுங்கி ஏறிஞ்சுட்டுல்ல போகுது. ச்சப்பா.. முடியல. இவர்கிட்ட இருக்குறதும் சிங்கத்து வாய்ல தலையவிடுட்டு நிக்கிறதும் ஒன்னால்ல இருக்கு. நல்ல வேல இன்னைக்கு வாய் பேச்சோட விட்டாரு. இல்லாட்டி ஃபைலும் பேப்பர் வெயிட்டும்ல பறந்துருக்கும். ராஜு உனக்கு இன்னைக்கு நல்ல நேரம்டா. அதான் சேதாரம் இல்லாம தப்பிச்சுருக்க. நெக்ஸ்ட் டைம் இவர் வரப்போ தப்பு எதுவும் பண்ணாம, நல்லபேரு வாங்கி அவரோட சிரிச்ச முகத்த ஒரு தடவையாவது பார்த்தரனும்.' என நினைத்துக் கொண்டான்.

இது ராஜாவின் பல நாள் கனவு ஆனால் இன்று வரை நிறைவேறியது இல்லை. ராஜாவிற்க்கு மட்டுமல்ல இவர்களின் ஆபிஸ், பேக்ட்டரி, எஸ்டேட், காலேஜ், ஆசிரமம் போன்றவற்றிலிருக்கும் அனைவரின் கனவும் அதுவே. ஏன் வீட்டில் உள்ளவர்களுக்குமே ஜெய்வீரின் சிரித்த முகத்தை பார்க்க வேண்டுமென்ற கனவும் ஆசையும் இருக்கிறது. இதில் விதி விளக்காய் இருப்பவர்கள் ஜெயசீலன் தாத்தாவும் ஜெய்வீரின் நண்பர்களுமே ஜெய்வீர் தன் தாத்தா மற்றும் நண்பர்களிடம் மட்டுமே சிரித்தும் அரட்டை அடித்தபடியும் ஓயாமல் பேசிக் கொண்டும் இருப்பான். மற்றவர்களிடம் அதற்க்கு நேர்மாறாய் இருப்பான்.

"ஹான் சீலு டார்லிங் இதோ கிளம்பிட்டோம்.. இன்னும் டென் மினிட்ஸ்ல அங்க இருப்போம்." என்றபடி ப்ளூட்டூத்தில் பேசிக் கொண்டு கிளம்ப

அத்தியாயம் 5

ஆயத்தமானான் ஜெய்வீர். மாதவை பார்க்க அங்கு அவன் ஃபோனை நோண்டிக் கொண்டிருந்தான்.

"சீலு டார்லிங் நான் அப்றமா பேசுறேன்" என கட் செய்தவன் மாதவ் முன்னால் கைகளை மார்பின் குறுக்கே கட்டிக் கொண்டு "பச்சகிளி சார் என்ன பண்றீங்க..?" என கேட்டான்.

"ஜெய் இங்க பாறேன்." என மகிழ்ச்சியோடு ஃபோனிலிருந்து நிமிர்ந்து பார்க்க ஜெய்வீரின் பார்வையில் "என்னடா..?" என கேட்டான்.

"ஏன்டா குரங்கே!! மனுசன் பசில வேகவேகமா கிளம்பிட்டு இருக்கேன். நீ என்னடான்னா ஃபோன பார்த்துட்டு இருக்க." என கூறி முறைக்க

"அது.. காலைலெந்து அங்கையும் இங்கையும் அலஞ்சுகிட்டும், ஃபைல்ஸ்ஸ புரட்டி பார்த்துட்டு இருக்கப்பவும், மீட்டிங்ஸ் அட்டண்ட் பண்றப்பவும் யோசிச்சுருக்கனும். நமக்கு வயிறுன்னு ஒன்னு இருக்கு. அதுக்கும் பசிக்கும். அதுக்கு எதாவது கொடுத்தாதான் நம்பலால வேல பார்க்க முடியும்னு அப்ப நினைச்சு பார்த்துருக்கனும். சரி இவன்தான் இப்படி இருக்கானே சரி.. நம்பலாவது சாப்பாட கொடுப்போம்னு பக்கத்துல வந்தா, முன்னாடி மனுசன் நிக்குறாங்குறதே தெரியாமலா வேல பாக்குற?" என அக்கறையுள்ள கோபத்தோடு கேட்டான் மாதவ்.

"இல்ல பச்சகிளி.. அது.." என பாவமாய் முகத்தை வைத்துக் கொண்டு இழுத்தான் ஜெய்வீர்.

"ஆனாவூன்னா.. இப்படி பாவபட்ட புள்ள மாதிரி மூஞ்சிய வச்சுக்க. வா போலாம்.." என முன்னே செல்ல

அத்தியாயம் 5

"ஈ.... கோவம் இல்லயே." என சிறு பிள்ளை போல் கேட்டு மாதவின் கழுத்தினை கட்டிக் கொண்டான்.

"அதெல்லாம் இல்ல. சீக்கிரம் வாடா, எனக்கும் பசிக்குது." என்றான் கெஞ்சலுடன்.

"வறேன், வறேன்." என விடுவித்திட முதலில் மாதவ் அறையைவிட்டு வெளியே வரவும் ராஜா புன்னகையுடன் எழுந்து நின்றான்.

சிறு கையசைவுடனும் புன்னகையுடனும் அமர கூறிட கண்களால் ஜெய்வீரை கேட்டான். பின்னால் என மாதவ் கண் காட்டவும் ராஜாவின் முகத்தில் புன்னகை மறைந்து முகத்தில் எந்தவித உணர்ச்சியும் காட்டாது ஜெய்வீரின் வருகையை எதிர் நோக்கி அறைக் கதவில் பார்வையை பதித்தபடி நின்றிருந்தான்.

MD என சிறு தங்க நிற தகட்டில் பொறிக்க பட்ட அந்த அறை கதவு வேகமாய் திறக்கபட அதிலிருந்து கண்களில் துருதுருப்பும் கண்டிப்பும் சிறு கோபமும் ஒட்டிக் கொண்டு சிரிக்க மறுக்கும் இறுகிய சிவந்த உதடுகளுடன் நெற்றியில் தவழ்ந்த கேசத்தை இரு விரலால் ஒதுக்கி அணிந்திருந்த வொயிட் ஷர்டின் கையை மடித்துவிட்டபடி வேக எட்டுளுடன் தனக்கே உரிய தனி கர்வ நடையுடன் நடந்து வந்து கொண்டிருந்த ஜெய்வீரை கண்ட ராஜா மனதினுள்

'நான் மட்டும் பொண்ணா பிறந்துருந்தேன் கண்டிப்பா சார.. எப்படியாவது உஷார் பண்ணிருப்பேன். எப்பா.. என்னா ஸ்டைலு, என்னா லுக்கு, அதுவும் இப்படி ஃபார்மல்ல பார்க்க சும்மா செம்மயா இருக்காரு. ம்ஹூம்.. எந்த பொண்ணு

அதிர்டஷ்ம் இருக்குன்னு தெரியல.' என நினைத்தபடி ஜெய்வீரை ரசித்துக் கொண்டிருந்தான்.

"எல்லாரும் கிளம்பிட்டாங்களா?" என தன் புருவத்தினை உயர்த்தி கண்களை சுழலவிட்டபடி ஜெய்வீர் கேட்க

"சார் செம்ம ஸ்மார்ட்டா ஸ்டைலா இருக்கீங்க சார்!! அதுவும் இந்த வொயிட் ஷரட் உங்க மாநிறத்துக்கும் நீங்க கைய மடிச்சுவிட்டுட்டே நடந்து வந்ததுக்கும் அப்படியே செம்ம கெத்தா இருந்தீங்க சார்!! நீங்க கதவ திறந்துட்டு வரப்போ அப்படியே படத்துல ஹீரோலாம் என்ட்ரி ஆவங்கல்லா!! செம்ம கெத்தா!! அதுமாதிரி இருந்தீங்க சார்!! இதோ இப்போ கூட ஒரு மாதிரி செம்மையா கேட்டீங்க சார்!!" என தன்னையறியாமல் ஜெய்வீரை ரசித்தபடி கடகடவென கூறினான் ராஜா.

"நான் உங்ககிட்ட என்ன கேட்டேன்..? நீங்க எனக்கு என்ன ஆன்ஸர் பண்ணிட்டு இருக்கீங்க மிஸ்டர் ராஜா..? இததான் கொஞ்ச நேரத்துக்கு முன்னாடி உங்ககிட்ட சொன்னேன் உங்க பேச்சு சுத்தமா குறைச்சுக்கோங்கன்னு. நான் கேட்ட கேள்விக்கு மட்டும் பதில் சொன்னா போதும் ஐ டோன்ட் வான்ட் எனி அன்நெசசரி ஆன்ஸர்ஸ். டூ யூ அண்டர்ஸ்டன்ட்?" என கர்ஜித்தான் ஜெய்வீர்.

ஜெய்வீரின் கர்ஜனையில் "சாரி.. சார்.. எல்லாரும் போய்ட்டாங்க. நானும் நீங்களும் மாதவ் சாரும்தான் இருக்கோம்." என அமைதியாக கூறிட மாதவ் அமைதியாக இருவரையும் பார்த்துக் கொண்டிருந்தான்.

"ஓகே, நீங்களும் கிளம்புங்க. டுமாரோ சீக்கிரமா வந்து மத்த வொர்க்க பார்த்துக்கலாம்." என

ராஜாவை கடந்து சென்றவன் மீண்டும் ராஜாவின் அருகில் சென்று எந்தவித உணர்ச்சியும் காட்டாது "தங்ஸ்." என்றுவிட்டு நகர்ந்தான்.
'அத கொஞ்சம் சிரிச்சுட்டே சொல்லிருக்கலாம்.' என நினைத்து கொண்டு மாதவை பார்க்க மாதவ் "பாய்.." என மெல்லிய குரலில் கூறிவிட்டு ஜெய்வீரின் பின்னால் ஓடினான்.

'ம்ஹூம்...' என்ற பெருமூச்சோடு தன் ஸிஸ்டத்தை ஆப் செய்துவிட்டு கிளம்பினான் ராஜா.

தன் கருப்பு நிற ஆடி காரினை தனது மாளிகையின் வாசலில் நிறுத்திவிட்டு உள்ளே நுழைந்த ஜெய்வீர் "சீலு டார்லிங்!!" என மகிழ்ச்சியோடு சாவியை விரலில் சுழற்றியபடி ஜெயசீலனை அழைத்தான். ஜெய்வீரின் மகிழ்ச்சியை ரசித்தபடி பின்னால் வந்தான் மாதவ்.

"வாங்க தம்பி!! என்ன சொன்ன நேரத்தவிட ஐந்து நிமிசம் லேட்டு போல??" என கேட்டபடி சோபாவிலிருந்து எழுந்து ஜெய்வீரை கட்டிக் கொண்டார் ஜெயசீலன்.

"ஆமா சீலு.. முதல்ல சாப்பிடலாம் வா.. ரொம்ப பசி. மார்னிங்லெந்து சாப்பிடவே இல்ல" என்றதும்

"என்னது மார்னிங்லெந்து சாப்பிடலயா??!! எத்தன தடவ சொல்லிருக்கேன் சாப்பாட சரியான நேரத்துக்கு சாப்பிடனும்னு??" என்றவரின் குரலில் இப்போது அக்கறையுடனான சிறு கோபம் தெரிந்தது.

"அய்யோ என்ன டார்லிங் நீ?? இப்போ நீ சாப்பிட வறியா? இல்ல உன் கூட டூ விடவா?" என சிறு பிள்ளைப் போல் கேட்க

அத்தியாயம் 5

"சரி, சரி.. சாப்பிட வாங்க.. மாதவ் நீயும் வாப்பா தம்பி சாப்பிடலன்னா எப்படியும் நீயும் கண்டிப்பா சாப்டுருக்கமாட்ட வா சாப்டலாம்" என மாதவையும் அழைத்தார்.

"சரி தாத்தா." என்ற வார்த்தைகளோடு இருவரின் பின்னால் சென்றான் மாதவ்.

சாப்பிட்டு முடிக்கும் வரை எதுவும் பேசாமல் சாப்பிட்டவர்கள் பின் தோட்டத்தில் உள்ள வெள்ளை சேர்களில் அமர்ந்து பேச துவங்கினர்.

****

சென்னையில்..

"ஏய் ரவுடிங்களா! மூட்ட முடிச்ச கட்டிட்டீங்களாடி?" என ஜில்லு கேட்டிட

"கட்டிட்டோம்டா ஜில்லு நீங்க?" என கேட்டாள் ரோஸ்.

"நடந்துட்டே இருக்கு." என்றான் சரோ.

"அதுசரி, நீங்க ரெடின்னு சொல்லிருந்தாதான் ஆச்சர்யபட்ருப்போம்." என்றாள் லியா.
"ஏய்..!! ஓட்ட டப்பா.. கொன்றுவோம் பாத்துக்க." என மிரட்டினான் தேவா.

"ஏய்..!! லேட் பிக்கப்பு பிச்சுடுவோம் பாத்துக்க." என மிரட்டினாள் திவிஷா.

"வம்பிழுக்குறதுன்னா உடனே பாஞ்சுகிட்டு வந்துடுமே இந்த மலகரடி." என்றான் சரோ.

அத்தியாயம் 5

"சரோ மாடே.. என்னைய பேசுனது போதும் வண்டிய எப்போட எடுத்துட்டு வறீங்க? ஜாமான்லாம் கொண்டு போகனும்ல??" என திவிஷா கேட்க

"இன்னும் பத்து நிமிசத்துல அங்க இருப்போம்டி நீங்க ரெடியா இருங்க." என்றான் தேவா.

"சரி, சரி.. வந்து தொலைங்க." என்றாள் ரோஸ்.

"கொழுப்ப பத்தியா வைப்ரேஸன்க்கு??" என ஜில்லு கேட்டிட

"உன்னைய விட கம்மிதான் மூடிட்டு சீக்கிரம் வர வழிய பாருங்கடா. குரங்குகளா." என கட் செய்தாள் லியா.

பின் சிறிது நேரத்தில் குரங்குகள் மினி வேனில் வந்திட ரவுடிகள் ஜாமானை எடுத்து கொடுத்தனர். "எல்லாம் அவ்ளோதானே?" என சரோ கேட்க

"அவ்ளோதான்டா." என்றனர்.

"சரி, சரி.. வண்டி பின்னாடி அப்படியே தொத்திட்டு வாங்க." என்றான் ஜில்லு.

"டேய் நாங்க மார்னிங் வறோம்டா ஜில்லு." என்றாள் ரோஸ்.

"ஏன்..!!" என சந்தேகமாய் பார்த்தான் தேவா.

"இல்லா, டுடே இந்த வீட்ல லாஸ்ட்டா தூங்கிட்டு வறோம்டா. நீங்க அங்க நைட் எல்லாத்தையும் அரேன்ஜ் பண்ணி வச்சுடுங்க மார்னிங் வந்துடுவோம்." என சிரித்தாள் திவிஷா.

அத்தியாயம் 5

"அதானே பார்த்தேன்!! கலுசடைங்களுக்கு பிளான பாத்தியா??" என மூவரையும் பொய்யாய் முறைத்தான் ஜில்லு.

"டேய்!! வேல செய்யலாம் பயப்படல, சும்மா இருக்கனும்னு தோணுச்சு அதான்டா. எங்க செல்ல குரங்குங்கல்ல." என கொஞ்சிய ரோஸ் தேவாவை பார்த்து கண்களால் கெஞ்சினாள்.

"சரி, தங்கிக்கோங்க மார்னிங் சீக்கிரம் வாந்துடுங்க சரியா?" என்றான் தேவா.
மூவரும் வேகமாய் தலையாட்டவும் "சரியான கிரிமினல் ரவுடிங்கடா." என்றான் சரோ.

மூவரும் ஒருசேர அனைத்து பல்லையும் காட்டிட "மூடுங்கடி.. பாக்கவே படு பயங்கரமா இருக்கு." என முகத்தை அஷ்டகோனலாக வைத்துக் கொண்டு கூறினான் ஜில்லு.

"போடாபன்னி மாடு." என ஜில்லுவின் முதுகில் குத்தினாள் லியா.

"அம்மா!!" என அலறியவன் "தடிமாடு, தடிமாடு.. மார்னிங் சீக்கிரம் வந்து தொலைங்கடி." என்றபடி வேனில் ஏறி அமர்ந்தான்.

மூவருக்கும் பாய் கூறிவிட்டு வீட்டிற்க்குள் வந்தவர்கள் "எஸ்!!!" என மகிழ்ச்சியோடு குதித்தனர்.

"எப்பா!! இப்போதான் சந்தோசமா இருக்கு." என லியா நிம்மதியோடு கூறிட

"ஆமாடி." என்றாள் ரோஸ்.

"எங்க வேல செய்யனுமோன்னு பயந்துட்டேன். நல்லவேல வேல செய்யாம தப்பிச்சுட்டோம். அவன்ங்களே எல்லாத்தையும் அரேன்ஜ் பண்ணி வச்சுருவான்ங்க அது வரைக்கும் சந்தோசம்." என கூறி மகிழ்ச்சியில் ஓர் சுற்று சுற்றினாள் திவிஷா.

"யா.. யா.." என லியா கூறிய அடுத்த நொடி மூவரின் கண்களும் அவ்வீட்டை சுற்றிவர மூவரின் தொண்டை குழியிலும் துக்கம் வந்தடைத்துக் கொண்டது. மூவரும் ஒருவரையொருவர் பார்த்துக் கொள்ள மூவரின் கண்களிலும் கண்ணீர் மறைத்துக் கொண்டு நிற்க்க வேகமாய் ஒருவரையொருவர் அணைத்துக் கொண்டனர்.

அவ்வீட்டினில் மூவரும் மகிழ்ச்சியாக அடித்துக் கொண்டதும், கொஞ்சிக் கொண்டதும், கெஞ்சிக் கொண்டதும் ஆடி பாடியதும், தவறு செய்துவிட்டு ஹவுஸ் ஓனரிடம் திட்டு வாங்கிக் கொண்டு அமைதியாக நின்றுக் கொண்டும், அவர் போன பின்பு ஆட்டம் போடுவதும் நினைவிற்க்கு வந்தது. இப்போது ஆறுபேரும் தங்க போகும் வீட்டிலும் இது எதற்க்கும் பஞ்சமில்லைதான் இருப்பினும் மூவருமாக சேர்ந்து செய்தவைகளை நினைத்து அவர்களை அறியாமல் கண்ணீர் எட்டி பார்த்தது.

பின் முவரும் தங்களை சமாளித்துக் கொண்டு பால்கனிக்கு சென்றனர். அங்கு ரோஸ் கீழே அமர்ந்திட லியாவும் திவிஷாவும் ரோஸின் மடியினில் அமைதியாய் படுத்துக் கொண்டதும் ரோஸ் சுவற்றில் சாய்ந்துக் கொண்டு இருவருக்கும் தட்டிக் கொடுத்தபடி உறங்கினாள்.

அத்தியாயம் 6

"டேய் எங்கடா இருக்காளுங்க இந்த ரவுடிங்க??" என தேவா கேட்க

"ஆன் தி வேன்னு சொன்னாளுங்கடா" என வாசலை பார்த்தபடி கூறினான் சரோ.

"இன்னும் இருபது நிமிசம்தான்டா இருக்கு." என தன் வாட்ச்சை பார்த்தபடி கூறினான் ஜில்லு.

"இதோ வந்துட்டாள்கடா ரவுடிங்க." என வாசலை பார்த்தபடி கத்தினான் சரோ.

"வந்துட்டாள்களா??" என்றபடி வெளியே வந்தான் ஜில்லு.

அங்கு லியாவின் ரதத்திலிருந்து இறங்கிக் கொண்டிருந்த மூவர்களிடமும் "ஏன்டி இவ்ளோ லேட்டு??" என தேவா கேட்டதும்

"ட்ராஃபிக்டா." என திவிஷா கூற

"எடு அந்த கல்ல, ஸ்கூல் காலேஜ்ல சொல்ற அதே டையலாக்க சொல்லுது பார்த்தியா இந்த கரடி." என கீழே கல்லை தேடியபடி கூறினான் சரோ.
"டேய் சரோ உண்மைதான்டா, நிஜமாவே ட்ராஃபிக்" என ரோஸ் கூற

"அது நீ நினைக்குற மாதிரி ட்ராஃபிக் இல்ல. இது எமோஸ்னல் ட்ராஃபிக்" என்றாள் லியா.

"இந்த லுசுங்க தெளிவா பேசுனாலே நமக்கு புரியாது. இதுல என்னா விசியம்னே சொல்லாம சஸ்பென்ஸ்

வச்சு பேசுதுங்க. சுத்தம்" என சலித்துக் கொண்டான் ஜில்லு.

சரோவும் தேவாவும் சிரிக்க மற்ற மூவரும் ஜில்லுவின் தலையிலும் கையிலும் தோளிலும் அடிகளையும் கிள்ளுகளையும் கொட்டுகளையும் பரிசளித்தனர்.

"ஏய்..! ஏய்..! போதும்டி விடுங்கடி..! டைம் ஆச்சு, சீக்கிரம் போய் பொங்க வைங்கடி" என கத்தினான் ஜில்லு.

"எது பொங்கலா?!!" என திவிஷா கேட்க

"ஆமா நீங்கதான நைட்டு பொங்க வைக்கனும்னு சொன்னீங்க??" என கேட்டான் தேவா.

"இருபது நிமிசத்துல பொங்க வச்சுருவீங்களாடி??" என பாவமாய் கேட்டான் சரோ.

"டேய் முண்டங்களா பால் பொங்க வைக்கனும்னுதான் சொன்னோம் பொங்க வைக்க போறோம்னு ஒன்னும் சொல்லல." என லியா கூற

"ஒரு பாக்கெட் பால் பொங்க ஐந்து நிமிசம் போதும் வாங்க போலாம்" என மாடி ஏறினாள் ரோஸ்.

"இந்த லூசுங்க பால் காய்ச்சுறததான்டா பொங்க வைக்கனும்னு சொல்லிருக்குங்க!!" என படியேறியபடி தலையில் அடித்துக் கொண்டு கூறினான் தேவா.

"அதான் சொன்னேனே, இந்த லூசுங்க தெளிவா பேசுனாலே நமக்கு புரியாதுன்னு." என ஜில்லு கூற

அத்தியாயம் 6

"ஆமா.. இதுங்கல பத்தி தெரிஞ்சுருந்தும் நாம பொங்கல் சாப்பிட ஆசபட்டுருக்க கூடாது" என நொந்துக் கொண்டான் சரோ.

ஆறுபேரும் பால் எப்போது பொங்குமென பால் கிண்ணத்தையே பார்த்துக் கொண்டிருக்க பால் பொங்கியதும் "பொங்கலோ பொங்கல்!! பொங்கலோ பொங்கல்!! " என சரோ தேவா மற்றும் ஜில்லு மூவரும் சந்தோசமாக கத்த மற்ற மூவரும் விநோத பிராணியை பார்ப்பது போல் அவர்களை பார்த்தனர்.

"என்ன லுக்கு??" என ஜில்லு மூவரை பார்த்து கேட்க மூவரும் இடமும் வலமுமாக பாவமாய் தலையசைத்தனர்.
"பொங்கல் வைக்காம ஏமாத்துனீங்கல்ல அப்றம் என்ன பார்வை??" என மூவரின் நெற்றியையும் ஆள்காட்டி விரலால் தட்டினான் சரோ.

"அதுக்கு ஏன்டா லூசு மாதிரி பால பார்த்து பொங்கலோ பொங்கல்ன்னு கத்திறீங்க??" என திவிஷா கேட்க

"அது மார்னிங் பொங்கல் பொங்கும் போது யாரு சத்தமா கத்தறோம்னு பார்க்கலாம்னு நைட்டு பேசிட்டு இருந்தோம். அதான் பால் பொங்கி வரப்போ ஒரு எக்ஸைட்மென்ட்ல கத்திட்டோம். இப்போ என்ன அதுக்கு??" என இரு கைகளையும் விரித்து தோளை குலுக்கினான் தேவா.

"சரி.. சரி.. பொங்கலுக்காக பிள்ளைங்க ரொம்ப ஏங்கி போய்ருச்சுங்க போல நைட் பொங்க வச்சுருவோம்" என்றாள் லியா.

அத்தியாயம் 6

"நீ ஒன்னும் கழுட்ட வேண்டாம். நைட் நம்ம ஹோட்டல்ல சாப்பிடலாம் இப்போ கிளம்பலாம் டைம் ஆச்சு" என்றான் ஜில்லு.

"அய்யோ!! ஆமா சீக்கிரம் வாங்க போலாம் டைம் ஆச்சு!" என அவசரபடுத்தினாள் ரோஸ்.

"வைப்ரேஸன் ஆரம்பிச்சுட்டா டா சீக்கிரம் வாங்க போலாம்." என திவிஷா கூற அனைவரும் கிளம்பினர்.

****

"பார்த்து போங்க. ஹரிம்மா அதிகமா வேலை செய்யாத உடம்புக்கு எதாவது பண்ணா அம்மாட்ட சொல்லு. அம்மா கிளம்பி வந்தற்றேன். தம்பிய போட்டு அடிக்காத. தொல்ல பண்ணாத. தம்பி பாவம்" என ஹரிக்கு கிளாஸ் எடுத்துக் கொண்டிருந்தார் லதா.

விலோகித் புன்னகையுடன் கேட்டபடி காரில் அமர்ந்திருக்க ஹரியோ தலையாட்டியபடி இருந்தவள் தன் தந்தையை பார்வையால் பாவமாய் உதவிக்கு அழைத்தாள்.

"லதும்மா, தம்பிக்கு லேட் ஆகுது பாரு. இப்போவே லேட் ஆகிடுச்சு இனி எப்போ போய் அவர் எப்போ ஆபிஸ் போறது? அதெல்லாம் ஹரிய தம்பியும் தம்பிய ஹரியும் பார்த்துப்பாங்க. இல்லன்னா இரண்டு நாளைக்கு ஒரு தடவ போய் நாம பார்த்துட்டு வரலாம்" என லதாவின் தோளை ஆதரவாய் அணைத்தார் பார்த்திபன்.

"ம்ம்.." என கவலையுடன் முகத்தை வைத்துக் கொண்டார் லதா.

அத்தியாயம் 6

தன் தாயின் கவலை தேய்ந்த முகத்தை கண்ட ஹரியோ "ம்மா.. நீ ஒன்னும் கவலபடாத அப்பா சொல்ற மாதிரி வந்து பார்த்துட்டு போ. இல்லையா குழந்த பிறந்து வளர வரைக்கும் அங்கையே வந்துடு" என கூறி கண்ணடித்தாள்.

"ஆமா.. அப்படியே உங்க அப்பா என்னைய விட்டிட்டு இருந்துடுவாரு பாரு. ஒரு ஒரு நிமிசம் நான் இல்லன்னாலும் லது, லதுன்னு காட்டு கத்து கத்துவாறு. இதுல எங்கருந்து வந்து தங்குறது?" என பொய்யாய் கோபித்துக் கொண்டு கூறினார் லதா.

"சரி.. சரி.. நீங்க கிளம்புங்கப்பா. லேட்டாகுது பாருங்க" என பார்த்திபன் கூற

ஹரி தன் தாய் தந்தையை பார்த்தவள் தன் தம்பியை பார்க்க அங்கு சிவேஷ் அழுதுவிடுவேன் என்று நிலமையில் கண்களில் கண்ணீர் மறைக்க ஹரியை பார்த்துக் கொண்டிருக்க ஹரிக்கும் கண்களில் கண்ணீர் வெளிவர காரிலிருந்து வெளி வந்தவள் சிவேஷை அணைத்துக் கொண்டதும் சிவேஷ் விசும்ப துவங்கினான்.

"அக்..அக்கா.. பா..பார்த்து போய்.. போய்ட்டு வாங்க.. மிஸ்..மிஸ்.. யூ..க்கா.." என அழுகையுடன் வார்த்தைகளை தட்டு தடுமாறி கூறிட லதாவிற்க்கும் பார்த்திபனிற்க்கும் கண்கள் கலங்கியது. விலோகித் புன்னகை மாறாமல் பார்த்துக் கொண்டிருந்தான்.

"மி..மிஸ்.. யூ.. சிவா..." என தடுமாறியவள் தன் அணைப்பிலிருந்து விடுவித்தவள் தன்னை சமன் செய்துக் கொண்டு "நல்லா படிக்கனும். அக்கா அடிகடி கால் பண்ணுவேன். அம்மா அப்பாவ நீதான் பார்த்துக்கனும். ரூம்குள்ள அதிகமா இருக்காத.

அம்மா அப்பா கூடவே இரு. கோபமா அம்மா அப்பாகிட்ட பேசாத. நல்லா படிக்கனும்" என பழைய ஹரியாக தன் கம்பீரத்துடன் கூறினாள். சிவேஷும் தன் கண்களை துடைத்துக் கொண்டு குருவின் முன் நிற்கும் சீடனைப் போல் பணிவாய் தலையாட்டினான். பின் மூவரிடமும் விடைபெற்று கிளம்பினர்.

விலோகித் அமைதியாக காரை செலுத்திக் கொண்டிருக்க ஹரி விலோகித்தின் தோளில் அமைதியாக சாய்ந்துக் கொண்டு வந்தாள். சிறிது நேரத்தில் ஹரி விலோகித்தின் தோளிலிருந்து நிமிர்ந்தவள் "லோகித் கார எங்கையாவது ஓரமா நிறுத்துங்க" என கூற

விலோகித் காரை சாலையின் ஓரமாக நிறுத்தியவன் ஹரியை 'என்ன?' என்பது போல் பார்த்தான்.

ஹரி விலோகித்தின் சீட் பெல்ட்டை கழற்றி இரு கைகளையும் விரித்து தன்னிடம் வருமாறு விலோகித்தை அழைக்க அதுவரை இதழில் புன்னகையுடன் அமைதியாய் இருந்தவனின் கண்களில் கண்ணீர் சிறிதாய் கண்ணீர் வெளிவர வேகமாய் ஹரியிடம் தஞ்சம் புகுந்தான்.

ஹரி விலோகித்தின் முதுகை மென்மையாய் வருடிவிட விலோகித் மெதுவாய் தன் பேச்சை துவங்கினான்.

"நீ ரொம்ப லக்கி ஹனிம்மா. உன்னைய பார்த்தா எனக்கு பொறாமையா இருக்கு. உன்னைய பத்தி கவலபடுறத்துக்கும், உன் பாசத்துக்காக ஏங்குறத்துக்கும், உன்னோட கண்டிப்புக்கு பயபடுறத்துக்கும், நீ துடிச்சா உன்ன விட அதிகமா துடிச்சு போறத்துக்கும் உறவுகள் இருக்கு.

ஆனா..ஆனா.. எனக்கு..." என்றவனால் அதற்க்கு மேல் பேச முடியாமல் தொண்டையை அடைத்தது.

தன் அணைப்பிலிருந்து விலோகித்தை விடுவித்து தன்னவனின் முகத்தை கைகளில் தாங்கியவள் "லோகித் இங்க பாருங்கப்பா.. உங்களுக்கு யாரும்மில்லன்னு யாரு சொன்னது?? உங்கள பத்தி கவலபடுறத்துக்கும், உங்க பாசத்துக்காக காதலுக்காக ஏங்குறத்துக்கும் உங்களோட அன்பான கண்டிப்புக்கு பயபடுறத்துக்கும் நீங்க துடிச்சா உங்கள விட அதிகமா துடிச்சு போறத்துக்கும் உறவுன்னு இல்ல உங்க உயிரா உணர்வா நான் இருக்கேன். இப்போ மட்டும் இல்ல எப்பவும் இருப்பேன். இப்போ எனக்கு இருக்க ஒரே கவலை எனக்கு போட்டியா இன்னோரு ஆளு வர போகுதேன்னுதான். எங்க அந்த ஆளு வந்துட்டா உங்களோட காதல்ல பங்கு கேக்குமோன்னு பயமாவும் கவலையாவும் இருக்கு" என காதலுடன் துவங்கி கவலையுடன் முடிக்க விலோகித்தின் இதழில் சிறு புன்னகை பரவியது.

"சிரிக்காதிங்க லோகித். நானே ரொம்ப கவலைல இருக்கேன். குழந்த பிறந்துட்டா நீங்க குழந்த மேலதான அதிகமா லவ்வ காட்டுவீங்க? என்னைய கண்டுக்கமாட்டீங்களா? சொல்லுங்க லோகித், நிஜமா உங்களோட லவ் கொஞ்ச குறைஞ்சாலும் என்னால தாங்கிக்க முடியாது. ஏன் அந்த மாதிரி என்னால நினைச்சுக் கூட பார்க்க முடியல. உங்களுக்கு என் மேல உள்ள லவ் குழந்தைப் பிறந்தவொடனே குறையாதுல்ல?" என பயத்தில் கண்களில் கண்ணீரும் தவிப்புமாய் கேட்டாள்.

அதை உணர்ந்தவன் தன்னவளின் முகத்தை கைகளில் ஏந்திக் கொண்டு "ஹனிம்மா, இங்க பாரு. என்னைய பாரு. நான் சொல்றத தெளிவா காதுல

வாங்கிக்கோ இனி எப்பவும் இந்த கேள்விய என்கிட்ட கேட்காத புரியுதா? ஏன்னா வாழ்க்கையோட அர்த்தமே தெரியாம வாழ்ந்துட்டு இருந்தவன். அம்மா அப்பா யாரு? அவங்க எப்படி இருப்பாங்க? அக்கா, தங்கச்சி, அண்ணன், தம்பி இவங்க கூட இருந்தாலாம் எப்படி இருக்கும்? அவங்களோட அக்கறை எந்த அளவுக்கு இருக்கும்? வாழ்க்கைல சந்தோசம்ன்னா என்ன? பந்த பாசம்ன்னா என்ன? அன்புன்னா என்ன? அன்பான கண்டிப்புன்னா என்ன? உறவுன்னா என்ன? உறவோட உன்னதம்ன்னா என்ன? காதல்னா என்ன? இப்படி எதுவுமே தெரியாம வாழ்ந்துட்டு இருந்தவன் நான். இது எல்லாத்தையும் சேர்த்து ஒரு உருவமா ஒரு உணர்வா உயிரா எனக்கு கிடைச்ச என் வாழ்வோட அர்த்தம்டி நீ. உன் மேல எனக்கு இருக்க அன்பும் காதலும் ஒரு நாளும் குறையாது. இந்த ஒரு குழந்தை என்ன இன்னும் எத்தன குழந்தை நமக்கு வந்தாலும் எனக்கு எப்பவும் உன் மேல இருக்க காதல் குறையவே குறையாது லவ் யூ ஹனிம்மா. லவ் யூ ஃபாரெவர்" என காதலுடன் கூறியவன் ஹரியின் நெற்றியில் அழுத்தத்துடன் இதழ் பதித்தான்.

கண்களில் வழியும் கண்ணீருடன் கண்களை மூடி அதனை ஏற்றவள் விலோகித்தின் நெற்றியில் அழுத்ததுடன் இதழ் பதித்தவள் இதழை சிறை செய்து விடுவித்த அடுத்த நொடி விலோகித் தன்னவளின் இதழை சிறை செய்ய அங்கு முத்தத்திற்க்கு இடைவெளி இல்லாமல் நிமிடங்கள் நீண்டு செல்ல ஹரியின் ஃபோன் அலறவும் விடுவிக்க மனமின்றி தன்னவளின் இதழை விடுவித்தான் விலோகித்.

விலோகித் விடுவித்ததும் ஹரியின் முகம் வெட்கத்தால் சிவந்திட விலோகித்தின் முகத்தை காண இயலாதவளாய் ஃபோனை அட்டண்ட்

செய்தாள். விலோகித் தன்னவளின் வெட்கத்தை ரசித்தபடி காரை ஸ்டார் செய்தான்.

"ஹான்.. போய்ட்டே இருக்கோம்மா. பொறுமையாதான் போறாரு. சரிம்மா. சரிம்மா போனவொடனே கால் பண்றேன்" என கட் செய்தவள் விலோகித்தை ஓர கண்ணால் பார்த்துவிட்டு ஜன்னலின் புறம் திரும்பி புன்னகைத்தாள்.

அதனை கண்டு கொண்டவன் குறும்புடன் "ஹனி, கார ஓரமா நிப்பாட்டவா?" என கேட்க

தன்னவனை பொய்யாய் முறைத்தவள் "இனி கார் எங்கயாவது நின்னுச்சு பிச்சுடுவேன்" என்றதும்

புன்னகையுடன் பறக்கும் முத்தம் ஒன்றை பரிசளித்தவன் "ஓகே ஹனிம்மா" என காரை ஊட்டியை நோக்கி செலுத்தினான்.

****

"ராம் அண்ணாக்கு என்ன ஆச்சு?நேத்து நல்லாதான இருந்தாங்க?" என தனு ஸ்ரீயிடம் கேட்டபடி வகுபிற்க்குள் நுழைந்தாள்.

"எனக்கும் தெரியலயே. அவங்கள இப்படி நான் பார்த்ததே இல்ல. பாவம் எனக்கு காலேஜ் வரவே மனசு இல்ல. பேசாம அண்ணா பக்கத்துலயே இருந்துருக்கலாம்." என சோகமாய் அமர்ந்தாள் ஸ்ரீ.

"ஆமா ஸ்ரீ, பீட்டியும் ஊர்ல இல்ல. பேசாம நெக்ஸ்ட் பீரியட்டோட போய்டலாமா?" என கேட்டாள் தனு.

அத்தியாயம் 6

"போலாம்தான். ஆனால், நாம கட் அடிச்சா ஜெய் அண்ணாக்கும் பீட்டிக்கும் இன்பர்மேஷன் போய்டுமே!!" என சோகமாய் கூறினாள் ஸ்ரீ.

"என்ன ஆனாலும் பரவால்ல நாம நெக்ஸ்ட் இல்லல்ல... இப்பவே கிளம்புறோம். வா போலாம்" என ஸ்ரீயின் கையை பிடித்து இழுத்துக் கொண்டு கிளம்பினாள் தனு.

"ஏய்!!! ஜெய் அண்ணாவும் பீட்டியும் கேட்டா என்னடி பதில் சொல்றது? பயமா இருக்குடி. வீட்ல இருக்கவங்க பார்த்துக்கமாட்டாங்களா? நீங்க எதுக்கு அதிகபிரசங்கி மாதிரி பண்றீங்கன்னு கேட்பாங்கடி" என கெஞ்சலும் பயமுமாய் கூறினாள் ஸ்ரீ.

"இதோ பாரு ஸ்ரீ, யாரு என்ன சொன்னாலும் கேள்வி கேட்டாலும் நான் பாத்துகுறேன். நீ எதுவும் வாய தொறக்க வேண்டாம். எனக்கு இப்போ ராம் அண்ணாவ பார்க்கனும் அவங்க பக்கத்துல இருக்கனும் அவ்ளோதான். சோ ஒழுங்க மூடிட்டு வா. இல்லாட்டி என்கிட்ட பச்ச பச்சயா திட்டு வாங்கி கட்டிக்காத" என்றபடி முன்னே நடந்தாள் தனு.
ஸ்ரீயோ கைகளை பிசைந்தபடி தனுவின் பின்னால் நடந்தாள்.
காலேஜ்விட்டு வெளியே வந்தவர்கள் ஆட்டோ பிடித்து தங்களின் இல்லத்திற்கு பயணித்தனர்.

காலேஜில் தனு மற்றும் ஸ்ரீ அப்ஸன்ட் என்றதும் ஜெய்வீரிற்க்கும் ஜெயசீலனிற்க்கும் இன்பர்மேஷன் போக இருவரும் ஒருவருக்கொருவர் பார்த்துக் கொண்டனர்.

இங்கு தனுவும் ஸ்ரீயும் ஆட்டோவிலிருந்து இறங்கவும் வாட்ச்மேன் இருவரும் பதறியபடி அருகில் வந்தனர்.

அத்தியாயம் 6

"என்னம்மா, ஏன் போனவொடனே வந்துட்டீங்க?" என ஒருவர் கேட்க

"எதுவும் பிரச்சனையாம்மா?" என மற்றோருவர் கேட்டார்.

இருவருக்கும் பதில் கூறுவதற்க்கு முன்பு "அங்கிள் ஆட்டோ ட்ரைவர்க்கு முதல்ல செட்டில் பண்டிட்டு அப்றம் என்னா ஏதுன்னு சொல்றோம். எவ்ளோ ஆச்சு?" என வாட்ச்மேன்களிடம் துவங்கி ஆட்டோகாரரிடம் முடித்தாள் தனு.

"நூறுவா ஆச்சும்மா" என்றார் ஆட்டோகாரர்.

"ம்ம்.. அங்கிள் கொடுங்க" என்றதும் ஒரு வாட்ச்மேன் ஆட்டோகாரரிடம் கொடுக்க ஆட்டோ கிளம்பியது.

"அங்கிள் இத அக்கோன்ட்ல சேர்த்துக்கோங்க. நாங்க கொஞ்ச கொஞ்சமா தந்துடுவோம் ஓகேவா? ம்ம்.. என்ன கேட்டீங்க ஏன் வந்துட்டீங்கன்னுதானே ராம் அண்ணாக்கு உடம்பு சரியில்ல அங்கிள் அதான் வந்துட்டோம். சரி நாங்க உள்ள போறோம். அக்கோன்ட்ல சேர்த்துக்கோங்க" என கூறிவிட்டு அவர்களின் பதிலுக்கு காத்திருக்காமல் ஸ்ரீயை அழைத்துக் கொண்டு உள்ளே நுழைத்தாள் தனு.

இருவரும் சென்றதும் நடந்தவைகள் அனைத்தையும் வாட்ச்மேனில் ஒருவர் ஜெய்வீரிற்க்கு ஃபோன் செய்து கூறிட

"ம்ம்" என்ற பதிலுடன் கட் செய்தவன் முகத்தில் எந்தவித உணர்ச்சியும் காட்டாது மனதில் தன் தங்கைகளை நினைத்து சிரித்துக் கொண்டான்.

அத்தியாயம் 6

ஜெயசீலன் 'என்ன' என்பது போல் பார்க்க இடமும் வலமுமாய் தலையசைத்தான் ஜெய்வீர்.

"என்ன இரண்டுபேரும் போன வேகத்துலயே வந்துட்டிங்க??!!" என அகிலாண்டேஸ்வரியும் சிவசங்கரியும் ஒருசேர ஆச்சர்யத்துடன் கேட்க விமலா ஆச்சர்யத்துடன் பார்த்துக் கொண்டிருந்தார்.

"சும்மாதான் அண்ணா என்ன பண்றாங்கா?" என தனு கேட்க

"சாப்பிட்டாங்களா?" என கேட்டாள் ஸ்ரீ.

அகிலாண்டேஸ்வரியும் சிவசங்கரியும் ஒருவரையொருவர் பார்த்து சிரித்துக் கொண்டவர்கள் 'இல்லை' என்பது போல் தலையசைக்க

தங்களது கல்லூரி பேக்கை சோபாவில் விட்டெறிந்தவர்கள் விமலாவை கிட்ச்சனுள் அழைத்துச் சென்று ராமிற்க்கு ஜூஸையும் உணவையும் தயார் செய்து கொடுக்க சொல்ல விமலாவும் செய்து கொடுக்கவும் இருவரும் அதனை பெற்றுக் கொண்டு லிஃப்டில் சென்றனர்.

சிவசங்கரி மகிழ்ச்சியோடு தனுவையும் ஸ்ரீயையும் பார்த்துக் கொண்டிருக்க அகிலாண்டேஸ்வரி இதனை ஒருவித ஏக்கத்துடன் பார்த்துக் கொண்டிருந்தார்.

இரண்டாம் தளத்திற்க்கு வந்தவர்கள் ராமின் அறைக் கதவை மெதுவாய் தட்ட சிறிது நேரம் கழித்து பொறுமையாய் திறந்தான் ராம்.

அத்தியாயம் 6

ராமை கண்டவர்களின் கண்களில் கண்ணீர் துளிகள் காட்சியை மறைத்தது ஏனெனில் சிவந்த கண்களுடனும் கலைந்த தலையுடனும் இதழில் எப்போழுதும் இருக்கும் புன்னகை மறைந்து உடலின் மொத்த பலமும் இழந்தவனைப் போல் காட்சியளித்தான்.

இருவரை கண்டு அதிர்ந்தவன் "நீங்க காலேஜ் போகலயாடா?" என மெல்லிய குரலில் கேட்க 'இல்லை' என தலையசைத்தவர்களின் கன்னத்தில் நீர் துளிகள் சிந்தியது.
"ஏய் லூசுங்களா எதுக்கு அழுகுறீங்க?? எனக்கு ஒன்னும் இல்ல முதல்ல கண்ண துடைங்க" என்றவன் அவனே இருவரின் கண்ணீரையும் துடைத்தும்விட்டான்.

பின் ரூமிற்க்குள் வந்தவர்கள் உணவையும் ஜூஸையும் அறையில் உள்ள மேஜையில் வைத்தனர்.

"எதுக்குடா இது??" என சலிப்புடன் கேட்டான்.

"சப்பிடுங்க ராம் அண்ணா" என ஶ்ரீ கூற

"இதோ பாருங்க இப்போ நீங்க சாப்பிடல நான் என்ன பண்ணுவேன்னு எனக்கே தெரியாது!" என கோபமாய் கூறினாள் தனு. தனுவின் கோபத்தை கண்டவனின் இதழ் மெதுவாய் விரிந்தது.

"என்ன சிரிப்பு?? நீங்க இப்படிலாம் சொன்னா கேட்கமாட்டீங்க. இருங்க" என ஶ்ரீக்கு கண்ணை காட்டிவிட்டு சாப்பாட்டு தட்டை கையில் எடுக்க ஶ்ரீ ராமை பிடித்துக் கொள்ள ராம் திமிற திமிற சாப்பாட்டை ஊட்டியவள் ஜூஸையும் குடிக்க வைத்தாள்.

"இத நாங்க சொன்னப்பவே பண்ணீற்க்கலாமா? சரி விடுங்க. நீங்க ரெஸ்ட் எடுங்க" என கூறி தனு பெட்டில் படுக்க வைக்க ஸ்ரீ ஏசியை ஆன் செய்தாள்.

ராமின் கண்களில் கண்ணீர் வெளிவர துடிக்க தனுவும் ஸ்ரீயும் பார்க்கும் முன்பே அதை துடைத்துக் கொண்டவன் தன்னை சமன் செய்து கொண்டான்.

"ராம் அண்ணா என்ன ஆச்சு? ஏன் திடீர்ன்னு இப்படி உடம்பு சரியில்லாம போச்சு?" என தனு ராமின் கையை தன் கைகளுக்குள் வைத்துக் கொண்டு அருகில் அமர ஸ்ரீ ராமின் மற்றோரு கையை தன் கைகளுக்குள் வைத்துக் கொண்டு மற்றோரு பக்கம் கவலையுடன் அமர்ந்தாள்.

"ஒன்னுமில்லடா நீங்க ஃபீல் பண்ணாதிங்க நாளைக்கே சரியாகிடும். சதாரண காய்ச்சல்தான். நீங்க வரத்துக்கு முன்னாடிதான் டாக்டர் வந்துட்டு போனாரு. சோ பயப்டாதிங்க" என மெலிதாய் புன்னகைத்தான்.

"ம்ம்.." என்றவர்களின் கண்களில் மீண்டும் கண்ணீர் எட்டி பார்த்தது.

"அட அழுமூஞ்சி பக்கிகளா எதுக்கு அழுதுட்டே இருக்கீங்க? ஆமா, நீங்க காலேஜ் போகாம வந்த விசியம் இந்நேரம் பீட்டிக்கும் ஜெய்க்கும் போய்ற்க்குமே மாட்டுனீங்க" என பெரிதாய் புன்னகைக்க

"போகட்டுமே போனா என்ன? கேட்டா எங்க ராம் அண்ணாக்கு உடம்பு சரியில்ல அதுனாலதான் வந்துட்டோம்னு சொல்லுவேன்" என தைரியமாக கூறினாள் தனு.

அத்தியாயம் 6

"அதுசரி என்னைய பஞ்சாயத்துக்கு கூப்பிடாம இருந்தா சரி" என்றதும்

"அதெப்படி நீங்க இல்லாம பஞ்சாயத்து நடக்கும்? நீங்கதான் வழக்கம் போல காப்பாத்தனும்" என்றாள் ஸ்ரீ.

"ஆக.... ஒரு பிளானோடதான் வந்துருக்கீங்க?" என பொய் கோபத்தோடு கேட்க

"பின்ன எங்க ராம் அண்ணா இருக்கப்போ நாங்க எத்தன பஞ்சாயத்து வந்தாலும் எந்த கவலையும் இல்லாம அசால்ட்டா சமாளிப்போம்ல்ல" என கண் சிமிட்டி சிரித்தாள் தனு.

"நல்லா வருவீங்க இரண்டுபேரும் சரி... சரி... முதல்ல போய் காலேஜ் பேக்க எடுத்துட்டு வாங்க போங்க இங்க என் கண்ணு முன்னாடி உட்கார்ந்து படிங்க" என கூற

"இதோ பாருங்க ப்ரோவஸர் சார் உங்க ப்ரோவஸர் வேலைய காலேஜோடவும் லைப்ரெரியோடவும் நிப்பாட்டிக்கோங்க. உங்க தங்கச்சிங்ககிட்டலாம் கொண்டு வராதிங்க. எங்கள பார்த்தா பாவமா தெரியல?" என கோபமாய் துவங்கி பாவமாய் முடித்தாள் ஸ்ரீ.

"ஓய்... என்ன இப்படிலாம் பாவமா முகத்த வச்சுகிட்டு எஸ்ஸாகிடலாம்னு நினைச்சீங்களா? ஒழுங்கா போய் பேக்க எடுத்துட்டு வறீங்க இங்க உட்காந்து படிக்கிறீங்க போங்க" என்றான் சிறு அதட்டலுடன். இருவரும் முகத்தை தொங்க போட்டுக் கொண்டே வெளியே செல்வதை கண்டவன் 'சரியான கேடிங்க' என நினைத்து சிரித்துக் கொண்டான் ராம்.

****

"குட் மார்னிங் எவ்ரீ ஒன். இந்த மீட்டிங் எதுக்காகன்னு உங்க எல்லாருக்குமே தெரிஞ்சுருக்கும். சோ ஐ டோண்ட வான்ட் டு வேஸ்ட் மை டைம். லெட்ஸ் ஸ்டார்ட் ஃப்ரம்" என அந்த பெரிய மீட்டிங் ஹாலில் நீண்ட மேஜையினை சுற்றி 'யாரை முதல்ல கூப்பிட போறானோ?' என்று முகத்தில் பீதியுடனும் அடி வயிற்றில் கலக்கத்துடனும் அமர்ந்திருந்த ஒவ்வொருவரையும் கூர்மையான பார்வையுடன் பார்த்தான் ஜெய்வீர்.

மாதத்தில் இரு முறை இவ்வாறு மீட்டிங் வைப்பதை வழக்கமாக வைத்துள்ளான் ஜெய்வீர். இம்மீட்டிங்கில் பேக்ட்ரி முதல் எஸ்டேட் வரை இவர்களின் அனைத்து பிஸ்னஸ் தலைமையானவர்களும் கிளைகளின் தலைமையானவர்களும் பயத்துடனும் நடுக்கத்துடனும் பீதியுடனே வருவார்கள். ஏன் இந்த நடுக்கமும் பீதியும் பயமும் என்று கேட்டால் ஜெய்வீரின் குணமே அதற்க்கு காரணம்.

கிட்டதட்ட அறுபதுக்கும் மேற்பட்டோர் அந்த மீட்டிங் ஹாலில் அமர்ந்திருப்பர். அவர்களிலிருந்து ஒவ்வொருத்தரையும் எழுப்பி தன் கேள்வி கனைகளை தொடுப்பான் ஜெய்வீர். அவர்களில் சரியாய் சிறு தடுமாற்றமில்லாமல் பதில் சொல்பவர்கள் தப்பித்தவர்களாக நிம்மதிக் கொள்வர். தடுமாறியவர்கள் ருத்ர தாண்டவமாடும் சிவனின் கோபத்தையும் கோபத்தில் நெற்றி கண்ணை திறக்கும் காட்சியை நேருக்கு நேராய் பார்க்கும் பாக்கியம் செய்தவர்களாக இருப்பர். துர்தஷ்ட வசமாக இதுவரை யாரு நிம்மதி கொள்ளாது ருத்ர தாண்டவத்தை பார்க்கும் கொடுப்பனையும் நெற்றிக் கண் திறந்து தன்னை

அத்தியாயம் 6

சுட்டெறிக்கும் பாக்கியம் அனைவருக்கும் கிடைத்திருக்கிறது.

ஒவ்வொரு மீட்டிங்கிலும் ஒவ்வொரு விதமான கேள்விகளும் ஒவ்வொரு விதமாகவும் எதிர் பாராத விதமாகவும் இருக்கும். அது மட்டுமல்லாமல் மீட்டிங்கும் மாதத்தில் எந்த இரு நாட்களும் வைப்பான் ஜெய்வீர். அதாவது எந்த நாளும் அலார்ட்டாக இருக்க வேண்டும் என்ற எச்சரிக்கையுடனே வேலை பார்க்க வைப்பான். அது போலவே நேற்று இரவு சிலபேருக்கும் இன்று காலை சிலபேருக்கும் மெயில் அனுப்பி மீட்டிங் அலர்ட் கொடுத்து வர வைத்திருக்கிறான். இதில் வந்திருப்பவர்களுக்கு என்ன கொடுமை என்று நொந்துக் கொள்வார்கள் என்றால் அறுபது பேர்க்கு மேல் வந்திருக்கும் நபர்களின் பெயர்களையும் அவர்களின் ஆதி முதல் அந்தம் வரை தன் விரலின் நுனியில் வைத்திருப்பான் ஜெய்வீர். அதுவே அவர்களுக்கு பெருங்கலக்கத்தை கொடுக்கும்.

"மிஸ்டர் ரவீந்தர்" என தன் வல பக்கத்தின் மையத்தில் அமர்ந்திருந்தவரின் பெயரை கூற ரவிந்தரின் முகத்தில் அனைத்து விதமான உணர்ச்சி கலவைகளும் தெரிய எழுந்து நின்றார்.

"சொல்லுங்க மிஸ்டர் ரவீந்தர் லாஸ்ட் மன்த் டூ டுடே மார்னிங் வரைக்கும் பேக்ட்ரீல எத்தனை பேர் ஜாயின் பண்ணீர்க்காங்க? எத்தன பேர் ரிலீஃப் ஆகிருக்காங்க?" என மேஜையின் மீது இரு கைகளின் விரல்களையும் ஊன்றி கூர்மையான பார்வையுடன் கேட்க

மற்ற அனைவரும் தங்களின்

அத்தியாயம் 6

கணக்குகளை நினைவுக் கொண்டுவர ஆயத்தமாகவும் அங்கு சிறு சலசலப்பு கேட்கவும் தன் பற்களை கடித்துக் கொண்டு "சைலன்ஸ்!!! இங்க என்ன நான் உங்களுக்கு தெரியாத விசியத்த பத்தியா கேட்குறேன்? எல்லாருக்கும் தெரிஞ்ச விசியத்த பத்திதான கேக்குறேன்? உண்மையா சின்ஸியரா தன்னோட வேலைய ஒருவித லவ்வோடு பாக்குறவங்க எதுக்காகவும் பயமோ பதட்டமோ படமாட்டாங்க. வொய் சூட் யூ ஆர் ஆல் பிகைவிங் லக் திஸ்?! அப்போ யாரும் உங்க வேலைய உண்மையா சின்ஸியரா பண்ணல அப்படித்தான?" என கோபத்தோடு கேட்க

"சார்!!" என அனைவரும் ஒரு சேர கூற

"சட்அப்...!!" என வேகமாக மேஜையை தட்டியவன் "இந்த எமோஸ்னலா எதாவது தேவையில்லாம பேச ட்ரை பண்ணீங்க.... நான் என்ன பண்ணுவேன்னு எனக்கே தெரியாது" என கண்கள் சிவக்க கூறவும் அனைவரும் கப்சிப்பென வாயை முடிக் கொண்டனர்.

ஒரு நிமிடம் தன் கண்களை மூடி தன்னை சமன் செய்துக் கொண்டவன் "ஓகே மிஸ்டர் ரவீந்தர் " என கூறி இரு கைகளையும் மார்பின் குறுக்கே கட்டிக் கொண்டு கூர்மையான பார்வையுடன் பார்த்தான்.

"சார் லாஸ்ட் மன்த் டு டுடே மார்னிங் வரைக்கும் இருபது பேர் ஜாயின்ட் பண்ணீற்க்காங்க. அதுல சுப்பர் வைசர் நாலுபேர் பேர். வாட்ச் மேன் ஆறுபேர். மெக்கானிக்ஸ் மூனுபேர். லேபர்ஸ் ஐந்துபேர் ஜாயின்ட் பண்ணீற்க்காங்க. ரிலிஃப் ஆனவங்க...."

என கூறிக் கொண்டிருக்கும் போதே இடக்கையை உயர்த்தியவன்

"இரண்டு குறையுதே மிஸ்டர் ரவீந்தர்" என இரு விரல்களை காட்டினான்.

"இரண்டு... இரண்டு..." என முழித்தார் ரவீந்தர்.

"எஸ் இரண்டுதான்" என கூறி மீண்டும் கையை மார்பின் குறுக்கே கட்டிக் கொள்ள ரவீந்தர் வார்த்தைகள் ஏதுமின்றி அமைதியாய் நிற்க்கவும் "லெட் மீ டெல் யூ. ஹூ ஆர் தட் டூ மெம்பர்ஸ். ஒன் ஸ் யுவர் நியூ பிஏ. அண்ட் நெக்ஸ்ட் ஒன் ஸ்..." என ஜெய்வீர் கூறும் போதே

"கம்பெனி கார் ட்ரைவர் சார்" என பணிவாய் கூறினார்.

"ம்ம்..." என்று உறுத்து பார்த்தவன் "உங்க பக்கத்துல ஏற்பட்ருக்க மாற்றத்த அடுத்தவங்க நியாபக படுத்துனாதான் உங்களால உணர முடியுமா மிஸ்டர் ரவீந்தர்? அப்போ எப்படி பேக்ட்ரீல எதாவது தப்பு நடந்தா கண்டுபிடிப்பீங்க?" என அடக்கபட்ட கோபத்தோடு கேட்டான்.

"சாரி சார்... ஒரு சின்ன விசியத்த போய் ஏன் சார் பெரிய விசியத்தோட கம்மேர் பண்றீங்க?" என கூறிய அடுத்த நொடி

"டேமிட்!!! இங்க நான் எது சின்ன விசியம்? எது பெரிய விசியம்னு கேட்கல. சரி நீங்க சொல்ற மாதிரியே இது சின்ன விசியமாவே இருக்கட்டும். நாளைக்கு இதே மாதிரி வேறொரு விசியத்த சின்ன விசியம்னு அலட்ச்சியமா விடுவீங்க. அந்த சின்ன விசியம் பெருசா மாறி உங்க கண்ணு முன்னாடி வந்து

நிற்க்கும். அப்போ நீங்க என்ன பண்ணுவீங்க மிஸ்டர் ரவீந்தர்?, எந்த ஒரு பெரிய விசியத்துக்கும் ஒரு சிறு தொடக்கம்தான் ஆரம்பம். அதை முதல்ல தெரிஞ்சுக்கோங்க. இது உங்களுக்கு மட்டுமில்ல இங்க வந்துருக்கவங்க எல்லாருக்கும்தான் சொல்றேன்" என கோபமாய் துவங்கி நிதானத்துடன் முடித்தான் ஜெய்வீர்.

அனைவரும் அமைதியாக ஜெய்வீரை பார்த்துக் கொண்டிருக்க மீண்டும் பேச்சை துவங்கினான் "எனக்கு யாருக்கும் அட்வைஸ் பண்றது பிடிக்காது. சோ மிஸ்டர் ரவீந்தர் ப்ளீஸ் சிட்டவுன். லெட்ஸ் மூவ் டு நெக்ஸ்ட் பர்ஸன்" என்றவாறு மற்றவர்களை பார்க்க துவங்கினான்.

மீட்டிங் ஹாலின் வெளியில் அமர்ந்து மாதவ் ஃபோனை நோண்டிக் கொண்டிருக்க சரியாய் இரண்டு மணி நேரம் கழித்து மீட்டிங் ஹாலிலிருந்து ஒவ்வொருவராய் வெளிவர துவங்கிட கடைசி ஆளாய் வெளியில் வந்தான் ஜெய்வீர்.
ஒரு கையால் மாதவின் தோளை தோட்டவன் மறு கையில் அணிந்திருந்த வாட்ச்சை பார்த்தபடி "பச்சகிளி ரொம்ப லேட்டாகிடுச்சா என்ன?" என கேட்டதும் மாதவ் எதுவும் பேசாமல் வாட்டர் பாட்டிலை எடுத்து ஜெய்வீரிடம் நீட்டினான்.

"அப்றம் குடிச்சுக்கலாம் சீக்கிரம் வா. இப்போ அக்கௌன்ட்ஸ் செக்கிங் இருக்கு. ஆல்ரெடி டைமாகிடுச்சு" என அவசரபடுத்த மாதவ் எந்த அசைவுமின்றி வாட்டர் பாட்டிலை நீட்டியவன்னம் இருந்தான்.

"பன்னிய பய" என்றவாறு தண்ணீரை குடித்தவன் "கிளம்பலாமா? சீக்கிரம்" என்றதும்

அத்தியாயம் 6

"இப்போ போலாம்" என நடக்க துவங்கினான் மாதவ்.

"சீக்கிரம் நட பச்சகிளி. டைமாகுது பாரு" என வேக எட்டுகளுடன் கூற

"டேய் நீ ரொம்ப பண்ற மச்சா. எல்லாத்தையும் டைம்படிதான் பண்ணனும்னா எப்படிடா?" என ஜெய்வீரின் வேக எட்டுகளுக்கு ஈடு கொடுத்தபடி கேட்க

"என்ன பத்தி தெரிஞ்ச நீயே இப்படி கேட்டா நான் என்ன சொல்றது சொல்லு?" என கேட்டவன் "நான் அப்படியே பழகிட்டேன்டா. கொஞ்சம் டைமிங் மிஸானாலும் அவ்ளோ கோபம் வருது. அதுவும் இப்போலாம் ரொம்ப கோபம் வருது. எல்லா விசியத்துலையும் டைமிங்... டைமிங்... ரொம்ப முக்கியம் முக்கியம்டா" என கூறி தன் காரினுள் அமர காரின் மறு பக்கம் அமர்ந்த மாதவோ

"எல்லா விசியத்தையும் டைமிங்படி பண்ண முடியாது ஜெய். கால நேரத்துக்கு அப்பாற்பட்ட சில விசியங்களும் இருக்கு. அப்படி அது நடக்கும் போது நம்பலால தடுக்க முடியாது" என கூற ஜெய்வீர் தலையை ஆட்டியபடி காரை ஸ்டார்ட் செய்தான்.

'இவனுக்கு நான் சொன்னது எதுவும் காதுல விழுந்துருக்காது. இப்போ இவன் கவனமெல்லாம் இன்னும் நாலு நிமிசத்துல வீட்டுக்கு போகனுங்குறதுலதான் இருக்கும்' என மனதில் நினைத்து வேகமாய் சீட்பெல்ட்டை போட்டுக் கொண்டவன் "உனக்கு வர போற பொண்ணு கண்டிப்பா இந்த டைமிங்கெல்லாம் ஒரு பொருட்டாவே மதிக்காதவளாதான்டா வரனும்" என கூற

அத்தியாயம் 6

"சாபமா?!!" என சாலையில் பார்வையை பதித்தபடி நக்கலாய் கேட்டான்.

"பின்ன கொஞ்சம் பொறுமையா போடா!!! பக்கு பக்குனு அடிக்குது. இது மல பாதை மச்சா ஹைவே இல்ல" என பயத்துடன் காரின் கதவை இறுக பற்றியபடி கூற

"தெரியும் மச்சா. ஆனா இதுவும் ஒரு த்ரில்லா இருக்குல்ல?" என கூறி கண்ணடித்தான் ஜெய்வீர்.

"பனமட்ட பனமட்ட மனுசன் உசுர கைல புடிச்சுடு உட்கார்ந்து இருக்கான் த்ரில்லா இருக்காம்? பனமட்ட" என திட்டிட அதை புன்னகையுடன் வாங்கிக் கொண்டான்.

நான்கு நிமிடத்தில் ஜெய்வீர் அவனது மாளிகை முன் காரை நிறுத்தி தன் வாட்ச்சை பார்த்தவன் "பர்ஃபைக்ட்" என கூறி மெலிதாய் புன்னகைக்க மாதவ் முறைத்தான்.

பின் இருவரும் உள்ளே செல்ல அங்கு ஜெயசீலன் சோபாவில் அமர்ந்துக் கொண்டு நாளிதழை பார்த்துக் கொண்டிருக்க இருவரின் அரவம் கேட்டு கண்களை உயர்த்தினார்.

"என்ன சீலு டார்லிங் ரெடியா, உங்க நம்பிக்கை பாத்திரம் வந்தாச்சா?" என புன்னகையுடன் கேட்டாலும் ஜெய்வீரின் வார்த்தைகளில் நக்கல் தெரிந்தது ஜெயசீலனிற்க்கு. இது என்றும் நடக்கும் ஒன்றே.

ஜெயசீலன் அமைதியாய் எழுந்து நிற்க்க "என்ன ஆச்சு சீலு நம்பிக்கை பாத்திரம் வரலயா?" என தன்

அத்தியாயம் 6

வாட்ச்சை பார்த்தபடி சோபாவில் தொப்பென அமர மாதவ் ஜெய்வீரின் அருகில் அமர்ந்தான்.

"வருவாரு தம்பி. இன்னும் இரண்டு நிமிசத்துல வந்துருவாரு. நீங்க போய் ஃபிரஷ் ஆகிட்டு வாங்க போங்க" என வாசலையும் ஜெய்வீரையும் பார்த்தபடி கூறினார் ஜெயசீலன்.

இரு கைகளையும் விரித்து உதட்டை பிதுக்கியவன் "ஓகே போய்ட்டு வறேன்." என கூறி மாதவிடம் "பச்சகிளி வா போலாம்" என்றதும் மாதவ் எழுந்தான்.

படிகளில் ஏறும் முன் தன் வலக்கையை மார்பின் வலபக்கம் வைத்து ஜெயவர்மன் தாத்தாவின் படத்தை வணங்கிவிட்டு படியெறினான் ஜெய்வீர். ஜெயசீலன் தாத்தாவோ ஜெயவர்மனின் படத்திடம் கண்களால் கேள்விகளை கேட்டுக் கொண்டிருந்தார்.

"ஜெய் உனக்கு ஏன் அவர பார்த்தாலே பிடிக்கமாட்டேங்குது??" என தன் சந்தேகத்தை கேட்டான் மாதவ்.

"அவர பிடிக்காதுன்னு இல்ல மச்சா. இவங்க அவர் மேல வச்சுருக்க அதித நம்பிக்கைதான் பிடிக்கல" என மாடிபடி ஏறிபடி கூறினான் ஜெய்வீர்.

"ஏன் அவர் மேல நம்பிக்கை வரலயா உனக்கு?" என மீண்டும் கேட்க

"நம்பிக்கை இல்லன்னு இல்ல. யாரையும் முழுசா நம்ப கூடாது இல்லையா? அதான்" என இரு தோள்களையும் குலுக்கியவன்

"அதுவும் இல்லாம இவங்க அவர் மேல வச்சுருக்க கண்மூடிதனமான நம்பிக்கைதான் எனக்கு அவர்

மேல ஒரு கண்ணு வைக்கனும்னு தோணுச்சு. அதுக்காக அவர ஃபாளோ பண்றதோ இல்ல அவர் வேலைய கண்காணிச்சுட்டே இருக்கேன்னு சொல்லல்ல. அவர் மேல கொஞ்ச மரியாத இருக்கு. இருந்தாலும் என்னால முழுசா நம்ப முடியல. காண்கானிக்க ஆரம்பிக்கனும்னா எனக்கு ஒரு செகன்ட் கூட தேவபடாது. பட் அத பண்ணாம இருக்க காரணம் சீலுவோட நம்பிக்கைக்கு நான் கொடுக்கற மரியாதை. அதுனாலதான் நான் அவர் கொடுக்குற கணக்கு வழக்குங்கள மட்டும் செக் பண்றேன்" என தன் அறைக்குள் நுழைந்தான்.

ஜெய்வீரின் அறை வாசலில் நின்று பேச வாயெடுக்க அதற்க்குள் ஜெய்வீர் திரும்பி தன் இரு கைகளையும் தலைக்குமேல் தூக்கி "ஐயா அட்வைசர் எந்த அட்வைசையும் ஆரம்பிச்சுராதிங்க. போங்க போய் ரெஸ்ட் எடுங்க. ஈவினிங் நாம கோயம்பத்தூர் போகனும்" என கூற மெல்லிய புன்னகையுடன் இடமும் வலமுமாய் தலையை அசைத்தபடி நகர போனவனை

"பச்சகிளி" என அழைக்க 'என்ன' என்பது போல் பார்த்தான் மாதவ்.

ஜெய்வீர் தன் இரு கைகளையும் விரிக்க 'என்ன இவன் திடீர்ன்னு கட்டி பிடிக்க கூப்பிடுறான்? இவனுக்கு ஏதாவது ஆச்சுன்னாதானே இப்படி கூப்பிடுவான். கேட்டாலும் சொல்லமாட்டான். சரி போவோம்' என நினைத்தக் கொண்டு ஜெய்வீரை அணைத்துக் கொள்ள இரண்டு நிமிடம் வரை அமைதியாக மாதவை அணைத்தபடி இருந்தான் ஜெய்வீர்.

பின் விடுவித்தவன் "சரி பச்சகிளி என்னைய ஆராய்ச்சி பார்வை பார்க்காம போய் ரெஸ்ட் எடு"

என தன்னை குறுகுறுவென பார்த்த மாதவிடம் சிறு கண் சிமிட்டலுடன் கூறினான்.

"திருந்தவே மாட்டடா. இன்னும் எவ்ளோ நாள்தான் என்னைய கட்டிபிடிச்சுட்டே நிப்ப? சீக்கிரம் உனக்குன்னு ஒரு பொண்ண பாரு மச்சா" என மாதவ் கூறியதும்

சிறு புன்னகையுடன் "அதான் எனக்குன்னு நீ இருக்கியேடா பின்ன ஏதுக்கு வேற ஆள் தேடனும்?" என கேட்க

"தம்பி காலம் முழுக்க ஒரு நண்பனா நான் வருவேன் இல்லன்னு சொல்லல்ல. ஆனால் வாழ்க்கை துணையா ஒருத்தர் வேணும். அதுக்காக சொன்னேன்" என கூறினான் மாதவ்.

"பார்க்கலாம் பார்க்கலாம் ஒன்னும் அவசரமில்ல. டேய்!! டைம் ஆச்சுடா சீக்கிரம் போய் ஃபிரஷ் ஆகு" என ஜெய்வீர் கூற தன் அறைக்கு புன்னகையுடன் சென்றான் மாதவ்.

சிறிது நேரத்தில் ஜெய்வீர் கீழே வரவும் ஜெயசீலனுடைய மற்றும் அவர்கள் குடுபத்தினுடைய நம்பிக்கை பாத்திரமான பார்த்திபன் வரவும் சரியாய் இருந்தது.

"வாங்க மிஸ்டர் பார்த்திபன்" என அழைத்தபடி ஜெய்வீர் படியிறங்கியவன் தன் ஜெய்வர்மன் தாத்தாவை வணங்கிவிட்டு சோபாவில் அமர

"சார்" என்றபடி ஜெய்வீரின் அருகில் பணிவாய் நின்றார் பார்த்திபன்.

அத்தியாயம் 6

"ம்ம்.. அக்கோன்ட்ஸ்லாம் ரெடியா இருக்கா?" என பார்த்திபனை ஆராயும் பார்வையுடன் கேட்க

அவரோ முகத்தில் எந்த சலனுமுமின்றி "இருக்கு சார்" என தன் கையில் வைத்திருந்த நோட்டுகளை எடுத்தார்.

"மிஸ்டர் பார்த்திபன் உங்களுக்கு கம்ப்யூட்டர் யூஸ் பண்ண தெரியுமா? ஏன் கேக்குறேன்னா அப்படி யூஸ் பண்ண தெரிஞ்சா உங்க வேலை இன்னும் ஈஸியா இருக்கும்ல. இன்னும் எவ்ளோ நாளைக்குதான் இப்படி நோட்டுலயே அக்கோன்ட்ஸலாம் மெயின்டேன் பண்ணுவீங்க? அதோட நோட்ட புரட்டுறதுல என் டைமும் வேஸ்ட் ஆகாம இருக்கும்" என பார்த்திபன் கொடுத்த நோட்டுகள் அனைத்தையும் தன் எதிரில் இருந்த டீப்பாயில் வரிசையாய் விரித்து வைத்து புரட்டிக் கொண்டு கேட்டான்.

"கம்ப்யூட்டர் யூஸ் பண்ண தெரியாது சார். இதுல எனக்கு எந்த கஷ்டமும் இல்ல சார்" என பணிவுடன் கூற

"உங்களுக்கு கஷ்டம் இல்ல மிஸ்டர் பார்த்திபன் எனக்கு கஷ்டமா இருக்கே" என நோட்டுகளை புரட்டியபடி கூற பார்த்திபன் ஆமைதியாக நிற்க்கவும் அவரை நிமிர்ந்து பார்த்தவன் மீண்டும் நோட்டுகளில் கவனம் செலுத்தியபடி

"என்ன மிஸ்டர் பார்த்திபன் உங்களுக்கு ஒரு அஸிஸ்டன்ட் போடலாமா?" என கேட்க

"அது உங்க இஷ்டம் சார். நீங்க கூப்பிட்டு இவர்தான் உங்க அஸிஸ்டன்ட்னு சொன்னாலும் சரி, இல்ல

இனிமே நீங்க இவரோட அஸிஸ்டன்ட் சொன்னாலும் சரி சார்" என அமைதியாய் கூறினார் பார்த்திபன்.

"ம்ம்... போடலாம் நீங்களே ஒரு நல்ல ஆளா சொல்லுங்க" என நோட்டுகளை பார்த்தபடி இருந்தவனின் புருவங்கள் முடிச்சிட்டு மறுபடி விரிந்தது.

"சார் என்ன சார் என்கிட்ட போய் கேக்குறீங்க? எனக்கு யார சார் தெரியும்?" என சற்று பதட்டத்துடன் கேட்டார் பார்த்திபன்.

ஜெய்வீரின் வார்த்தைகளும் செயல்களும் எப்போழுதும் ஓர் உள் அர்த்தத்துடன் இருக்கும். ஜெய்வீரின் எதிரில் நிற்ப்பவர்கள் சற்று உற்று கவனித்தாலோ அல்லது அவர்களுக்கு புத்தி கூர்மையாக இருந்தால் மட்டுமே அதை உணர முடியும்.

எதை பேச வருகிறான்? எதை எதிர் பார்த்து பேச வருகிறான்? என புரியாததால் பார்த்திபன் சற்று பதட்டமானார்.

"ம்ம்..." என அவரை நிமிர்ந்து பார்த்தவன் மீண்டும் தன் பார்வையை நோட்டிற்க்குள் புகுத்திவிட்டு "என்ன சார் நீங்க, உங்க முதல் பொண்ணு ஹரிணி இருக்காங்க. அப்றம் உங்க இன்னோர் பொண்ணு பேர் கூட ஏதோ..." என ஒற்றை விரலால் நெற்றியை தேய்க்க

"திவி.. திவிஷா சார்" என்றார் பார்த்திபன்.

"ஆங்... திவி திவிஷா... இரண்டுபேருமே மேனேஜ்மெண்ட் தெரிஞ்சவங்க. இரண்டுபேர

வச்சுட்டு யார தெரியும்னு கேக்குறீங்க?" என கேட்டதும்

"சார், ஹரிணியால இப்போ வொர்க் வர முடியாது சார். பாப்பா இப்போதான் நல்ல விசியம் சொல்லிருக்கா. அப்றம் திவிஷாம்மா, சென்னைல வொர்க் போய்ட்டு இருக்காங்க சார்" என கூறவும் புரியாத பார்வை பார்த்தான் ஜெய்வீர்.

ஜெய்வீரின் பார்வையின் அர்த்தம் உணர்ந்தவர் "ஹரிணிம்மா, பிரக்னன்டா இருக்காங்க சார்" என கண்களில் மகிழ்ச்சியுடன் கூறினார் பார்த்திபன்.

அவரது மகிழ்ச்சியை கண்டவன் "ம்ம்.." என்றுவிட்டு மீண்டும் தன் கவனத்தை நோட்டுகளுக்குள் செலுத்தியபடி "அப்போ உங்க இரண்டாவது பொண்ணு திவி.. திவிஷாவ நெக்ஸ்ட் மன்த் இங்க வந்து ஜாயின்ட் பண்ணிக்க சொல்லுங்க. வெறும் அக்கோன்ட் பார்க்க மட்டும் இல்ல மேனேஜ்மெண்டும் தெரிஞ்சதுனால என் பர்ஸ்னல் பிஏவாவும்தான் ஜாயின்ட் பண்ண சொல்றேன். ஆனால், இன்டர்வியூ இல்லாமலாம் ஜாயின்ட் பண்ண சொல்லமாட்டேன். ஓகே வா? நெக்ஸ்ட் மன்த் நான் உங்கள கூப்பிடும் போது உங்க பொண்ணு திவி திவிஷாவ கூட்டிட்டு வாங்க. நீங்க போகலாம்" என அனைத்து நோட்டுகளையும் மூடி பார்த்திபனின் கையில் கொடுத்தான்.

பார்த்திபன் ஆச்சர்ய பார்வையுடன் அவனையும் நோட்டுகளையும் பார்த்தவர் "ஓகே சார்" என்றுவிட்டு தயங்கியபடி அவனை பார்க்க

"உங்க சார் பின்னாடி தோட்டத்துல இருப்பாரு" என்றுவிட்டு எழுந்து தன் தாத்தாவை வணங்கிவிட்டு மாடிபடி ஏறிட பார்த்திபன் ஜெயசீலனிடம் சென்றார்.

அத்தியாயம் 6

மாலை...

"சீலு டார்லிங் கிளம்ப போறோம். வீட்ல நீ ஏதுவும் சொல்லலல்லதான? தெரியும்.. தெரியும் நீ சொல்லமாட்டேன்னு. இருந்தாலும் ஆர்வத்துல நான் வறேன்னு ஏதாவது பண்ணி காட்டிக் கொடுத்துட வேண்டாம் பாரு அதுக்குதான் கேட்டேன்" என ப்ளூட்டுத்தில் பேசிக் கொண்டு படி இறங்கிக் கொண்டிருந்தான் ஜெய்வீர்.

"ம்ம்... சரி சீலு பாய்" என கட் செய்துவிட்டு தன் தாத்தாவை வணங்கிவிட்டு கந்தனிடம் நெருங்கினான்.

"அங்கிள் ஏஞ்சல பார்த்துக்கோங்க. பத்திரம்" என கூற

"கண்டிப்பா ஐயா" என பணிவுடன் கூறினார். "சரி அங்கிள் நாங்க கிளம்புறோம். உடம்ப பார்த்துக்கோங்க" என கூறிவிட்டு தன் மாளிகையைவிட்டு வெளியில் வந்தவன் தன் வொயிட் கலர் ஆடி காரிடம் சென்று "பேபி பத்ரமா இரு. நெக்ஸ்ட் டைம் வரப்போ நான் உன்னைய கூட்டிட்டு போறேன். பை" என்றுவிட்டு தன் பிளாக் கலர் ஆடியை ஸ்டார்ட் செய்து தன் அருகிலிருந்த மாதவை பார்த்து கண் சிமிட்டினான்.

"நீ நல்லவனா கெட்டவனாடா ஜெய்?" என சீரியஸாய் மாதவ் கேட்க

"ம்ம்.. நீ என்ன நினைக்குற?" என கேட்டபடி தள் வொயிட் ஏஞ்சலை சைட் மிரரில் பார்த்து ரசித்தபடி காரை செலுத்தினான் ஜெய்வீர்.

அத்தியாயம் 6

"எனக்கும் குழப்பமா இருக்கதுனாலதான் கேக்குறேன். சொல்லு" என்றதும்

"முதல்ல சீட் பெல்ட்ட போடுடா" என்றான். மாதவ் சீட் பெல்ட்டை அணிந்ததும் கார் கோயம்பத்தூரை நோக்கி சீறி பாய துவங்கியது.

"சொல்லுடா" என மீண்டும் மாதவ் கேட்க

"ம்ம்ம்...." என ஒற்றை கையால் ஸ்டேரிங்கையும் மறு கையால் நெற்றியை தேய்த்தபடி யோசித்தவன் "தெரில மச்சான் எனக்கு சரின்னுபடுறத நான் செய்வேன். தப்புன்னு தோணுச்சுன்னா செய்யமாட்டேன். அவ்ளோதான் நான். இதுல நான் நல்லவனா கேட்டவனான்னு கேட்டா எனக்கு சொல்ல தெரியல. நான் நல்லவனா தெரியுறதும் கெட்டவனா தெரியுறதும் என் எதிர்ல இருக்கவங்க பார்வைய பொருத்தது" என கூறி தன் தோள்களை குலுக்கினான்.

"எப்படிடா இப்படிலாம் பேசுற?" என எப்போழுதும் போல் ஆச்சர்யத்துடன் கேட்க

"அதுவா வருது.." என கூறி புன்னகைத்தவனின் மனதில் பல யோசனைகளும் அடுத்ததடுத்த வேலைகள் வந்து சென்றுக் கொண்டிருந்தது.

ஜெய்வீரின் கார் அரண்மனை வாசலை நெருக்கியதும் வாட்ச்மேன்கள் அதிர்ச்சியும் ஆச்சர்யமுமாய் கேட்டை திறந்து சல்யூட் செய்திட வழக்கம் போல் இருவரையும் முறைத்தபடி காரை செலுத்தினான் ஜெய்வீர்.

"இவங்களுக்கு எத்தன தடவ சொன்னாலும் புரியமாட்டேங்குது. நான் என்ன பெரிய போலீஸ்

ஆபிஸரா சல்யூட் அடிச்சு மரியாதை தரத்துக்கு?" என கூற

"மரியாதைய கேட்டு வாங்குனாதான் ஜெய் தப்பு. தானா வந்தா அதுல தப்பு இல்ல. சோ இத பெரிய விசியமா நினைச்சுக்காத. எத்தன தடவ இத நான் உனக்கு சொல்லிருக்கேன்?" என கேட்டான் மாதவ்.

"அட போட!!" என சலித்தபடி கூறியவன் ஐந்து கார்களுடன் ஆறவது காராய் தன் ப்ளாக்கியை நிறுத்திட அதற்க்குள் தோட்டத்து வேலை செய்பவர்கள் அனைவரும் அதிர்ச்சியும் ஆச்சர்யமும் பயமும் கலந்த பார்வையோடு ஜெய்வீரை பார்த்தபடி நின்றிருந்தனர்.

காரிலிருந்து இறங்கியவன் அனைவரையும் பார்த்தவன் "எதுக்கு எல்லாரும் பார்த்துட்டு நிக்கிறீங்க? போங்க போய் வேலைய பாருங்க" என்றதும் அனைவரும் வேகவேகமாய் நகர்ந்தனர்.

பின் மாதவ் சிறு புன்னகையுடன் ஜெய்வீரிடம் விடைபெற்று தன் இல்லத்திற்கு செல்ல ஜெய்வீர் தன் மற்ற இரு கார்களையும் பார்த்துவிட்டு வாட்ச்சை பார்க்க மணி ஏழு நாற்ப்பதை காட்டவும் பெருமூச்சுவிட்டபடி அரண்மனைக்குள் தன் கம்பீர நடையுடன் நுழைந்தான்.

அத்தியாயம் 7

"டேய் குரங்குகளா முதல்ல கிட்சனவிட்டு வெளிய போங்கடா!!" என கத்தியை கையில் வைத்து கத்திக் கொண்டிருந்தாள் திவிஷா.

"ஏய் கரடி என்ன மிரட்டலா? உன்னைய பால்கனிலேந்து தூக்கி கீழ போட்ருவோம் பார்த்துக்க" என ஜில்லு கூற

"டேய் இவளே ஏதோ கத்திய வச்சு காமெடி பண்ணிட்டுருக்கா அத போய் மிரட்டுறான்னு சொல்லிட்டிருக்க?" என்றான் சாரோ.

"மலகரடி போடாம்மா, அந்த பக்கம் போய் விளையாடுங்க போங்க" என தேவா கூறவும் முகத்தை பாவமாய் வைத்துக் கொண்டாள் திவிஷா.

"டேய் அவள ஏன்டா வம்பிழுத்துட்டு இருக்கீங்க? அவளே ஏதோ இன்னைக்குதான் அதிசயமா வேலை செய்றேன்னு கிட்சன் பக்கம் வந்தா அது உங்களுக்கு பொறுக்கலயா?" என லியா கேட்க

"அதுனாலதான் வம்பிழுக்குறோம்" என மூவரும் கூறினர்.

"ஏய்!!! இப்படி ஏதாவது பண்ணீட்டே இருந்தீங்கன்னா நைட் டிபன் லேட்டாதான் கிடைக்கும் சொல்லிட்டேன்" என மிரட்டினாள் ரோஸ்.

"ஏய் வைப்ரேஸன் அதுக்காதான்டி நாங்க இதெல்லாம் பண்றதே" என பாவமாய் சரோ கூற

"ஆமா, நாங்க எவ்ளோ கெஞ்சியும் ஹோட்டல் போக வேண்டாம்னு சொல்லி பொங்கல் செஞ்சுட்டு

இருக்கீங்க" என ஜில்லும் பாவமாய் முகத்தை வைத்துக் கொண்டு கூறினான்.

"ப்ளீஸ்டி ரவுடிங்களா, இப்போ கூட ஒன்னும் இல்லடி ஹோட்டல் போய் சாப்பிட்டு வரலாம் வாங்கடி. இதையெல்லாம் ப்ரிஜில வச்சுட்டு மார்னிங் சமைச்சு சாப்பிட்டுக்கலாம் வாங்கடி" என வெட்டி வைத்திருக்கும் காய்களை காட்டி கெஞ்சினான் தேவா.

"என்னங்கடா நீங்க மார்னிங் ஆசையா கேட்டீங்கன்னுதானே பொங்கலும் சாம்பாரும் செய்றோம். அத போய் செய்ய வேண்டாம்னு சொல்றீங்க?" என திவிஷா கேட்க

"ஏய் கரடி!!! செய்றாள்கன்னு சொல்லு சொய்றோம்னு சொல்லாத" என திவிஷாவின் தலையில் கொட்டினான் சரோ.

"போடா குரங்கு!!" என தலையை தேய்த்தாள்.

"போடி மல கரடி" என மீண்டும் தலையில் கொட்டிட திவிஷா சரோவின் தலையில் கொட்ட போக அதற்க்குள் ரோஸ் திவிஷாவின் கையை பிடித்து தடுத்தாள்.

"சரி, சரி... ஆரம்பிச்சுராதிங்க வாங்க ஹோட்டலே போகலாம்" என லியா கூறவும்

குரங்குகள் மூன்றும் மகிழ்ச்சியுடன் "ஹே!!!!!' என கத்தவும் ரவுடிகள் மூவரும் அவர்களை பார்த்து தலையில் அடித்துக் கொண்டனர். பின் ஆறுபேரும் ஹோட்டல் கிளம்பினர்.

****

அத்தியாயம் 7

ஜெய்வீர் உள்ளே நுழைய வீடே அமைதியாய் இருந்தது. மெதுவாய் முன்னேறி நடக்க துவங்க விமலா கிட்சனின் பக்கமிருந்து வெளி வந்தவர் ஜெய்வீரை கண்டதும் முகம் முழுவதும் புன்னகையுடன் பார்த்து அருகில் வர ஜெய்வீர் 'நலமா?' என செய்கையால் கேட்க

விமலாவும் செய்கையால் பதிலுரைத்தவர் 'நலமா?' என கேள்வி கேட்டார்.

ஜெய்வீர் புன்னகையுடன் இரு கைகளையும் விரித்து 'எப்படி?' என புருவம் உயர்த்தி பார்வையால் கேட்கவும் விமலா ஜெய்வீரை வாஞ்சையுடன் நெட்டி முறித்தார்.

மாதவை சென்று பார்க்குமாறு கூறிட விமலா கிட்ச்சனை பார்க்க ஜெய்வீர் முறைக்கவும் 'சரி' என தலையசைத்து மாதவை பார்க்க சென்றார்.

பின் ஜெயவர்மன் ஃபோட்டாவின் அருகில் அமைதியாய் கண் மூடி நின்றான்.

அகிலாண்டேஸ்வரி விமலாவை தேடிக் கொண்டு கிட்சனிலிருந்து வெளி வந்தவர் மாடி படிகட்டின் புறம் எதார்த்தமாய் பார்க்க அங்கு ஜெய்வீர் ஜெயவர்மனை வணங்கியபடி நிற்பதை கண்டதும் ஓர் பெருமூச்சோடு தன் தலையை உலுக்கிவிட்டு வாசற் கதவை நோக்கி தன் பார்வையை திருப்பினார்.

தன் தாத்தவை வணங்கிவிட்டு திரும்பியவனின் கண்களில் தன் தாய் தன்னை பார்த்துவிட்டு திரும்பியது தென்பட வேக எட்டுகளுடன் மாடிபடிகளில் ஏற துவங்கினான்.

அத்தியாயம் 7

மாடிபடிகளை ஏறும் சத்தம் கேட்கவும் வேகமாய் திரும்பினார் அகிலாண்டேஸ்வரி. வந்திருப்பது தன் மகன்தான் என அறிந்தவரின் கண்களில் கண்ணீர் வடிய வேகமாய் மாடிபடியை நோக்கி ஓடவும் அதற்குள் ஜெய்வீர் தன் அறையினுள் நுழைந்து சாற்றிக் கொள்ளவும் சரியாயிருந்தது.

மாடிபடி விளிம்மினை இறுக பற்றிக் கொண்டு ஜெய்வீரின் அறையை ஏக்கத்துடன் பார்த்தவர் வேகவேகமாய் கிட்சனுள் சென்று தன் மகனிற்க்கு பிடித்த உணவினை சமைக்க துவங்கினார்.
நேரம் ஏழு நாற்பத்தி ஐந்தை தொட மூன்றாம் தளத்தில் லைப்ரெரியில் "ம்க்கும்..." என சத்தம் கேட்டது.

'என்ன பீட்டி இன்னைக்கு அலாரம் சவுண்ட் முன்னாடியே கொடுக்குது?' என யோசித்தபடி தன் வாட்ச்சை பார்த்தாள் தனு.

'என்ன இன்னைக்கு சீக்கிரம் அலாரம் அடிக்குது?' என ஸ்ரீயும் தன் வாட்ச்சை பார்த்தாள்.

"சரி, படிச்சது போதும் எழுந்து ரூம்க்கு போங்க" என ஜெயசீலன் கூறவும் இருவரும் ஒருவருக்கொருவர் பார்த்துக் கொண்டு எழுந்தனர்.

'ஏதோ சரியில்லையே!!!' என தனு யோசிக்க

'என்னவா இருக்கும்?' என யோசித்தாள் ஸ்ரீ.

"ம்ம்... கிளம்புங்க" என ஜெயசீலன் கூறியதும் வேகமாக தன் புத்தகங்களையும் நோட்டுகளையும் எடுத்தனர்.

அத்தியாயம் 7

'ஒருவேள...!' என நினைத்தபடி இருவரும் பார்த்துக் கொண்டு பயத்தில் எச்சில் விழுங்கினர்.

"என்ன ஆச்சு? எதுக்காக இப்படி முழுச்சுட்டே நிக்கிறீங்க?" என கேட்டதும் இருவரும் வேகவேகமாக தன்னறைக்கு ஓடினர்.

தனு தன் அறைக்கு வந்ததும் ஸ்ரீயிற்க்கு வாட்சப்பில் 'ஒருவேள...!' என அனுப்ப

'இருக்குமோ' என ஸ்ரீயும் பதில் அனுப்பினாள்.

தனு வேகமாய் தன் ஜன்னலை மெதுவாய் திறந்து ஜெய்வீரின் அறையை பார்க்க அங்கு பூட்டு இன்றி அறை கதவு சாற்றிருப்பதை கண்டவளுக்கு பயத்தில் உடல் வியர்க்க துவங்கியது. அங்கு ஸ்ரீயின் நிலையும் அதுவே.

'அடியேய்!!!' என ஸ்ரீ அனுப்ப

'சொல்லுடி' என்றாள் தனு.

'எது சொல்லுடியா??? எரும, மூதேவி மாட்டுனோம். அண்ணா வந்துட்டாங்க. சிக்குனோம்' என்றதும்

'மூடிட்டு இருடி, எனக்கே ஏசி ஓடியும் பயத்துல வேர்க்க ஆரம்பிச்சுருச்சு. இதுல இன்னும் பயத்த கிளப்பிவிடாத' என்றாள் தனு.

'எது பயப்படுறீயா?? காலைல வீர வசனம் பேசுன?'
'யாரு நானா பேசுனேன்? அது வேற யாரோ பேசுனாங்க'

'அடிப்பாவி!!!!!'

அத்தியாயம் 7

'சரி, சரி வா ராம் அண்ணா ரூம்க்கு போவோம்'

'சரி'

இருவரும் மெதுவாய் தங்களின் கதவை திறந்து ராமின் அறையை நோக்கி தவழ்ந்தபடி சென்றனர்.

இருவரும் கதவினை நெருங்கியதும் கதவு தானாய் திறக்க இருவரும் ஒருவரையொருவர் பார்த்துக் கொண்டு நிமிர்ந்து பார்க்க அங்கு ஜெயசீலன் நின்றுக் கொண்டிருந்தார்.

'அய்யோ பீட்டி!!!!' என அதிர்ச்சியுடன் தனு பார்க்க

'செத்தோம்!!!!!' என பயத்துடன் பார்த்தாள் ஸ்ரீ.

ஜெயசீலன் இருவரின் நிலையையும் திருட்டு முழியையும் பார்த்ததும் பொங்கி வந்த சிரிப்பினை அடக்கிக் கொண்டு முகத்தை கடுமையாக்கி கொண்டவர் "கீழ என்ன பண்ணீட்டு இருக்கீங்க? எழுந்திரீங்க" என கூற

அறையின் உள்ளிருந்த ராமோ 'மாட்டிக்கிச்சுங்களா' என தலையில் அடித்துக் கொண்டான்.

இருவரும் பாவமாய் முகத்தை வைத்துக் கொண்டு எழுந்து நிற்க "எதுக்கு இப்படி வந்தீங்க, நடந்தே வந்துருக்கலாமே?" என ஜெயசீலன் கேட்க

'எதுக்கு, நடந்து வந்து உங்க கண்ணுல பட்டா படிக்கிற டைம்ல என்ன வேலைன்னு கேள்வி கேட்டு சகடிக்கவா?' என அமைதியாக நின்றாள் தனு.

"ம்ம்.. சொல்லுங்க" என்றதும்

அத்தியாயம் 7

"தாத்தா என் ரிங் கீழ விழுந்துருச்சு அத தேட சொல்லிருந்தேன் அதான் பாப்பாங்க தேடிட்டு இருந்துருப்பாங்க" என பெட்டிலிருந்து எழுந்தபடி கூறினான் ராம்.

"உட்காருப்பா, நீ ஏன் எழுந்திரிக்குற?" என ராமின் அருகில் வர இருவரும் மெதுவாய் ராமின் அறையினுள் நுழைந்தனர். பின் ஜெயசீலன் விடைபெற இருவரும் பாவமாய் ராமினை பார்க்க ராம் தன் சிரிப்பினை அடக்கியபடி பார்த்தான்.

"என்ன பண்ணீங்க?" என கேட்க

"நாங்க எதுவும் பண்ணலன்னா" என ஸ்ரீ கூற

"எங்கள வச்சு நல்லா பண்றதுக்குதான் சிங்கபூர்லேந்து அண்ணா வந்துருக்காங்க" என பாவமாய் கூறினாள் தனு.

"ஆமா, நீ ஏன் இப்படி பப்பி ஃபேஸ வச்சுருக்க? நீங்கதான் தைரியமான ஆளாச்சே!" என கூறவும் தனு ராமை முறைத்தாள்.

"ஆமா, அண்ணா இவதான் எதுவா இருந்தாலும் நான் பார்த்துக்குறேன்னு சொன்னா. இப்போ என்னடான்னா, புள்ளைக்கு கை கால்லாம் நடுங்குது" என சிரித்தாள் ஸ்ரீ.

"அங்க மட்டும் என்னவாம்?" என தனு கூற

"இங்க ஆல்ரெடி அப்படிதான் இருக்கு" என்றாள் ஸ்ரீ.

"சரி... இப்போ எதுக்கு வந்தீங்க? ஹே!! ஒரு நிமிசம் தனும்மா நீ என்ன சொன்ன? ஜெய் ஊர்லெந்து வந்தாச்சா?!!" என அதிர்ச்சியோடு கேட்டான்.

அத்தியாயம் 7

"நல்லா கேட்டீங்க போங்க" என தலையில் அடித்துக் கொண்டாள் ஸ்ரீ.

"ஆமா அண்ணா, ஜெ..ய் அண்ணா...தான் வந்துருக்காங்க" என அழுத்திக் கூறினாள் தனு.

இருவரையும் நம்பாத பார்வை பார்த்தவன் "ஏய் சேட்டைங்களா எப்போதும் போல விளையாடாம சொல்லுங்க." என்றிட

இருவரும் ஒருவரையொருவர் பார்த்துக் கொண்டு ராமின் அறை ஜன்னலை மெதுவாய் திறந்து ஜெய்வீரின் அறைக் கதவை காட்டிய பின்னரே நம்பினான்.

"இப்போ புரியுது எதுக்கு வந்தீங்கன்னு. சரி பஞ்சயத்து வந்தா வழக்கம் போலதான பண்ணனும், நான் பார்த்துக்குறேன் நீங்க பயப்படாம போங்க" என புன்னகையுடன் கூறினான்.

"எங்க செல்.....லக் குட்டி அண்...ணா" என இருவரும் ராமை அணைத்துக் கொண்டு கன்னத்தில் இதழ் பதித்திட

"ஐஸ் வச்சது போதும் போய் படிங்க போங்க" என கூறவும் இருவரின் முகமும் சுருங்கியது.

"சரி, சரி... வாங்க எதாவது விளையாடலாம்" என கூறவும் இருவரும் வேகமாய் 'சரி' என தலையசைத்திட இருவரின் தலையிலும் செல்லமாய் கொட்டினான்.
பின் மூவரும் அறை கதவினை தாழ்பாள் போட்டு சீட்டுகட்டு விளையாட துவங்கினர்.

அத்தியாயம் 7

"எங்க தம்பி வந்துருக்காங்க" என தங்களின் அறையில் அமர்ந்துக் லேப்டாப்பில் வேலை செய்துக் கொண்டிருந்த ஜெயமோகனிடம் மகிழ்ச்சியும் பரபரப்புமாய் கூறினார் அகிலாண்டேஸ்வரி.

"விளையாடாத அகிலா, உனக்கு இதே வேலையா போச்சு. நீ கவலபடாத தம்பி சீக்கிரமே ஊர்லேந்து வருவாங்க" என லேப்டாப்பில் கவனம் செலுத்தியபடி கூறினார் ஜெயமோகன்.

"அட, இந்த தடவ நிஜமாவே தம்பிய பார்த்தேன்ங்க. ரூம் கூட திறந்துதான் இருக்கு வந்து பாருங்க" என கையை பிடிக்க

"அகிம்மா... என்ன நீ சின்ன பிள்ள மாதிரி? இரு வறேன்" என லேப்டாப்பை அருகிலிருந்த மேஜையில் வைத்திட வெளியில் அழைத்து சென்றவர் ஜெய்வீரின் ரூமை காட்டவும் ஆச்சர்யத்தில் கண்களை விரித்தார் ஜெயமோகன்.

"நான் சொன்னேன்ல பாருங்க" என்றிட இருவரின் பின்னாலிருந்து "ம்க்கும்..." என சத்தம் கேட்டிட இருவரும் மரியாதையுடன் பின்னால் திரும்பினர்.

"என்னப்பா, என்ன பண்றீங்க?" என ஜெயசீலன் கேட்க

"அதுப்பா தம்பி..." என ஜெயமோகன் இழுக்கவும்

"என்னப்பா தம்பிக்கு?" என தெரியாததுப் போல் கேட்டார்.

"அது தம்பி வந்துருக்கதா அகிலா சொன்..." என கூறும் போதே

அத்தியாயம் 7

"அப்படியா!!! தம்பி ஒரு வார்த்த கூட சொல்லவே இல்லையே" என ஆச்சர்யமாய் கூறியவர் "தம்பி எப்போ வந்தாங்க?" என அகிலாண்டேஸ்வரியிடம் கேட்டார்.

"கொஞ்ச நேரத்துக்கு முன்னாடிதான் மாமா" என்றார்.

"அப்படியாம்மா. நான் போய் பார்க்குறேன். நீங்க சாப்பாட எடுத்து வைங்க" என்றதும் 'சரி' என்ற தலையசைப்புடன் அகிலாண்டேஸ்வரி கீழே சென்றிட ஜெயமோகன் தங்களின் அறையை நோக்கி சென்றார்.

****

"ப்ளீஸ்ப்பா, எனக்கு போதும் இதுக்கு மேல சாப்பிட முடியல" என விலோகித்திடம் கெஞ்சிக் கொண்டிருந்தாள் ஹரி.

"ஹனிம்மா, டாக்டர் என்ன சொன்னாங்க? நல்லா ஹெல்தியா சாப்பிட சொன்னாங்கல்ல?"

"சாப்பிட சொன்னாங்கதான் அதுக்குன்னு ஒரே நாள்ல எல்லாத்தையும் சாப்பிட சொல்லல்ல" என பொய்யாய் முறைத்தபடி கூறினாள்.

"ம்ப்ச்... என்ன ஹனிம்மா நீ? சரி இந்த ஜூஸ் மட்டும் குடி போதும்" என சமாதனமாய் கூறிட முக சுழிப்புடன் கஸ்டபட்டு குடித்தாள் ஹரி.

"குட் கேர்ள் ஹனிம்மா நீங்க" என கன்னம் கிள்ளவும்

"குடிச்சா குட் கேர்ள். குடிக்கலன்னா பேட் கேர்ளா?" என கேட்க

அத்தியாயம் 7

"அப்படி இல்ல என் ஹனி எப்பவும் குட் கேர்ள்தான்" என்று கண் சிமிட்டினான்.

"போதும், போதும் நீங்க ஐஸ் வச்சது" என தோளில் சாய்ந்துக் கொள்ள விலோகித்தும் தன் தலையை ஹரியின் தலையோடு சாய்த்துக் கொண்டான்.

"லோகித் உங்களுக்கு பாய் பேபி வேணுமா ? கேர்ள் பேபி வேணுமா?" என விலோகித்தின் விரல்களோடு தன் விரல்களை கோர்த்தபடி கேட்டாள்.

"ம்ம்... எனக்கு எந்த பேபியா இருந்தாலும் குணம் என்னோட ஹனி மாதிரி வேணும்" என்றிட

"ம்ஹூம்.... குணத்துலையும் சரி, அழகுலையும் சரி, உங்கள மாதிரிதான் பேபி இருக்கனும். எனக்கு அப்படிதான் வேணும். என் லோகித் மாதிரி அப்படியே" என விலோகித்தின் கண்களை காதலுடன் பார்த்தபடி கூறிட விலோகித் ஹரியின் கண்களில் தெரிந்த காதலில் சிக்கிக் கொள்ள ஒருவரையொருவர் பார்த்தபடி அமர்ந்திருந்திருந்தவர்களை விலோகித்தின் ஃபோனின் ஒலி நிகழ் காலத்திற்க்கு வர வைத்தது.

விலோகித் ஃபோனில் அம்மா என்றிருக்க அட்டண்ட் செய்து ஸ்பீக்கரில் போட்டான் "ஹலோ! தம்பி ஹரி எங்க? ஏன் ஃபோன எடுக்கவேமாட்டேங்குறா?" என சற்று பதட்டத்துடன் கேட்டார் லதா.

விலோகித் ஹரியை புன்னகையுடன் பார்க்க "ம்மா.. ரூம்லயே வச்சுட்டேன்ம்மா. நாங்க இங்க பால்கனில உட்காந்திருக்கோம்" என புன்னகையுடன் கூறினாள்.

அத்தியாயம் 7

"சரிம்மா, சரிம்மா. சாப்டீங்களா? டாக்டர்கிட்ட போனீங்களா?"

"சாப்பிட்டோம்மா. டாக்டர்கிட்டையும் போய்ட்டு வந்துட்டோம். கன்ஃபார்ம் பண்ணியாச்சு" என விலோகித் மகிழ்ச்சியோடு கூறினான்.

"ரொம்ப சந்தோசம் தம்பி" என மகிழ்ச்சியோடு கூறினார் லதா.

ஹரி விலோகித்தை முறைத்தபடி "ம்மா... இவரு இன்னும் சாப்பிடவே இல்ல. உங்ககிட்ட பொய் சொல்றாரு. எனக்குதான் ஊட்டிவிட்டாரு. அவரு இன்னும் சாப்பிடவே இல்ல" என்றாள்.

"என்ன தம்பி இது? முதல்ல போய் சாப்பிடுங்க அப்றம் பேசலாம். ஹரி தம்பிக்கு சாப்பாடு எடுத்து வை நான் அப்றம் பேசுறேன்" என கூறி மறுமொழியை எதிர் பார்க்காமல் கட் செய்தார் லதா. விலோகித் புன்னகை மாறாமல் ஹரியை பார்த்துக் கொண்டிருக்க

"என்ன லுக்கு? முதல்ல எழுந்திரிங்க. எனக்கு ஊட்டிவிட்டு நீங்க சாப்பிடவே இல்ல. இதுல சாப்பிட்டோம்னு பொய் வேற" என்றபடி டைனிங் டேபிளிற்க்கு சென்று சாப்பாட்டை தட்டில் போட்டு திரும்ப விலோகித் அதே புன்னகையுடன் பால்கனியிலிருந்து ஹரியை பார்த்துக் கொண்டிருந்தான்.

அதில் தடுமாறியவள் வராத கோபத்தை கடினபட்டு வர வைத்து "சாப்பிட வாங்க லோகித்" என்றதும் விலோகித் 'வா' என அழைக்க தட்டோடு பால்கனிக்கு சென்றாள்.

அத்தியாயம் 7

ஹரி அருகில் வந்ததும் விலோகித் வாய் திறக்க ஹரி புன்னகையுடன் ஊட்டிவிட்டாள்.

****

மணி ஏழு ஐம்பத்தி ஒன்பதை தொட்டிருக்க அனைவரும் டைனிங் டேபுளில் பயம், பதட்டம், மகிழ்ச்சி, எதிர்பார்ப்பு, அமைதி போன்ற மனநிலையில் அமர்ந்திருந்திருந்தனர்.

அகிலாண்டேஸ்வரியின் கண்கள் நொடிக்கொருமுறை மாடிபடிகட்டுகளை பார்த்துக் கொண்டிருந்தது. ஜெயசீலன் அமைதியாய் அமர்ந்திருக்க ஜெயமோகன்,ஜெயசங்கர், சிவசங்கரி, ராம் நால்வரும் மகிழ்ச்சியோடிருக்க ஸ்ரீயும் தனுவும் பயமும் பதட்டமுமாய் பார்த்துக் கொண்டிருந்தனர்.

மணி எட்டை தொட ஜெய்வீரின் அறைக் கதவு திறக்கும் ஒலி கேட்டதும் கீழே ஜெயசீலனை தவிர மற்ற அனைவரும் அவரவர் நிலையின் உச்சகட்டத்திற்க்குச் சென்றனர்.

ஜெய்வீர் படிகட்டிகளிலிருந்து இறங்கி வந்தவன் தன் தாத்தாவை வணங்கிவிட்டு டைனிங் டேபுளை நோக்கி அமைதியாய் நடந்தான்.

'அய்யோ கடவுளே காப்பாத்து! காப்பாத்து! கை கால்லாம் நடுங்க கூடாது. மாட்டிக்க கூடாது' என ஸ்ரீயும் தனுவும் ஜெய்வீரை பார்த்தபடி வேண்டிக் கொண்டிருக்க

'என் பையன்! ஆள் இளச்ச மாதிரி இருக்கே, நல்லா சாப்பிடுறது இல்லையோ? ஏன் இவ்ளோ பொறுமையா நடக்குறாங்க? ஒருவேள உடம்பு

சரியில்லையோ? அந்த சுறுசுறுப்பு நடைல இல்லையே என்ன ஆச்சு?' என தன் மகனை ஆராய்ச்சி பார்வையோடு பார்த்தார் அகிலாண்டேஸ்வரி.

'ப்பா... பார்த்து எவ்ளோ நாளாச்சு? என்னதான் சொல்லு ஜெயவர்மன்தான்ப்பா! தம்பி' என எப்போதும் போல் வியந்தார் சிவசங்கரி.

'ஏன் தம்பி ஒரு மாதிரி நடக்குறாங்க? உடம்பு ஏதுவும் சரியில்லையோ?' என ஜெயமோகனும்

'ஓவர் ஸ்மார்ட்டா தெரியுரானே, ஆனால் ஃபேஸ்ல அந்த சுறுசுறுப்பு இல்லாத மாதிரி தோணுதே? ஏதோ டல்லா இருக்க மாதிரி இருக்கே என்னவா இருக்கும்?' என ராமும்

'தம்பி ஏன் ஒரு மாதிரி இருக்காங்க? அப்பாவோட முகமும் சரியில்லயே என்னவா இருக்கும்?' என ஜெயசங்கர் ஜெய்வீரையும் ஜெயசீலனையும் பார்த்தபடி அமர்ந்திருக்க

ஜெய்வீர் அனைவரின் எண்ணங்களையும் படித்தார்ப் போல் தன் முகத்தில் எந்தவித உணர்ச்சியும் காட்டாது முகத்தை கடுமையாக்கிக் கொண்டு தன் வேக எட்டுகளை எடுத்து வைக்க அனைவரும் ஜெய்வீர் ஃபார்ம்க்கு வந்துவிட்டான் என நினைத்துக் கொண்டு நிம்மதியும் பயமும் பதட்டமும் கொள்ள அகிலாண்டேஸ்வரி ஆராய்ச்சியுடன் தன் மகனை பார்த்துக் கொண்டிருந்தார்.

ஜெய்வீர் டைனிங் டேபுளின் முனையில் அமைந்துள்ள சேரில் அமைதியாய் அமர்ந்திட

அத்தியாயம் 7

அகிலாண்டேஸ்வரியும் சிவசங்கரியும் சாப்பாடுகளை பரிமாற துவங்கினர்.

அனைவரும் அமைதியாய் சாப்பிட ஸ்ரீக்கும் தனுவிற்க்கும் பயத்தில் உணவு இறங்க மறுத்தது. இருவரின் பயத்தினை உணர்ந்த ராம் கண்களால் ஆறுதல் கூற இருவரும் உண்ண துவங்கினர். ஜெய்வீர் அமைதியாய் உண்டு முடித்தவன் எழுந்து சோபாவினில் சென்று அமரவும் ஸ்ரீக்கும் தனுவிற்க்கும் பயம் தொற்றிக் கொள்ள இம்முறை ராமிற்க்கும் சற்று பயம் எட்டி பார்க்க துவங்கியது.

'பஞ்சாயத்து கன்ஃபார்ம்' என ஸ்ரீ தனுவை பார்க்க

'கன்ஃபார்ம்' என தனு ஸ்ரீயை பார்த்தாள்.

இருவரும் பயத்தோடு ராமை பார்க்க 'பார்த்துக்கலாம்' என கண்களால் ஆறுதலளித்தான்.

அனைவரும் உண்டு முடித்து சோபாவில் அமர வேலையாட்கள் அனைவரும் வீட்டினுலிருந்து வெளியேறினர்.

அனைவரும் ஜெய்வீரினை பலவித உணர்ச்சிகளோடு பார்த்துக் கொண்டிருக்க ஜெய்வீரோ இரட்டினங்காலோடு ஒரு கை காலின் முட்டியினை தட்டியபடி இருக்க மற்றோரு கையை சோபாவில் சாய்த்து கண்களை மூடி ஒற்றை விரலால் புருவ மத்தியை தட்டியபடி இருந்தான்.

"ம்க்கும்.." என ஜெய்வீரின் அருகினில் அமர்ந்து ஜெயசீலன் தன் தொண்டையை சரி செய்ய

ஜெய்வீர் தன் கண்களை திறக்காமல் "மிஸஸ் சரோஜா!!!" என கத்தினான்.

அத்தியாயம் 7

ஜெய்வீரின் கத்தலில் ஜெயசீலனுடன் அனைவரும் பயந்திட மூன்றாம் அடுக்கினை பெருக்கிக் கொண்டிருந்த சரோஜா என்பவர் பயத்தில் அடித்து பிடித்துக் கொண்டு ஜெய்வீரின் முன்னால் நடுக்கத்துடன் வந்து நின்றார்.

தன் கண்களை திறந்தவன் "டைம் என்ன?" என அடக்கபட்ட கோபத்துடன் கேட்க சரோஜாவை முதற்க்கொண்டு அனைவரின் கண்களும் கடிகாரத்தை நோக்கியது.

"எட்டே முக்கா சார்" என பயத்துடன் பதிலளித்தார்.

"எப்போ வேலைய முடிக்கனும்?" என அதே கோபத்தோடு கேட்டான்.

"எட்டரைக்கு சார்" என்றவருக்கு பயத்தில் கண்களில் கண்ணீர் வெளிவர துடித்தது.

"ம்ம்.." என்றபடி தன் தாயினை பார்க்க

அங்கு அகிலாண்டேஸ்வரியோ கைகளை பிசைந்தபடி நின்றிருந்தவர் "அவங்களுக்கு உடம்பு சரியில்ல தம்பி. அதுனாலதான் பொறுமையா வேலை பார்க்க சொன்னேன்." என்றார் பயத்துடன்

"உடம்பு சரியில்லன்னா பொறுமையா வேலை பார்க்க சொல்ல கூடாது. வேலையே பார்க்க வேண்டாம், உடம்பு சரியானதுக்கப்றம் வந்து வேல பார்க்க சொல்லனும். ஏன் இந்த வேலைய இவங்கதான் செய்யனுமா, வேற ஆள் யாரும் இல்லையா? உடம்பு சரியில்லாதவங்கள எதுக்கு வேல செய்ய சொல்றீங்க? இப்போ யாருக்கு டைம் வேஸ்ட் ஆகுது நமக்குதானே? பத்தாததுக்கு

இவங்களுக்கு இன்னும் உடம்பு சரியில்லாமதான் போகும்?" என கோபமாய் கேட்டுவிட்டு தன் சித்தப்பாவை பார்க்க

ஜெயசங்கரோ "தம்பி எனக்கு இவங்க அங்க வேலை செய்றதே தெரியாதுங்க. எல்லாரும் போய்ட்டாங்கன்னு நினைச்சுதான் உட்கார்ந்தேன்" என்றதும்

"நம்ப வீட்ல வேலை செய்றாங்க எந்த நிலமைல இருக்காங்க, எப்படி வேலை செய்றாங்க, அவங்க உடல்நிலை எப்படி, மனநிலை எப்படி, கரைட் டைம்க்கு வேலை செய்றாங்களா, இல்லையா, இப்படி எல்லத்தையும் கவனிச்சுதான் வேலை வாங்கனும். அதுக்காகதானே ஆறுமாசம் உங்களுக்கும் ஆறுமாசம் அவருக்கும் பிரிச்சு கொடுத்துருக்கு?" என ஜெயமோகனை காட்டியவன்

"இந்த ஆறுமாசம் நீங்கதானே? அப்படி இருக்கப்போ ஏன் இவங்கள கவனிக்காமவிட்டீங்க? முன்னாடியே இவங்கள கவனிச்சிருந்தா இந்த வேலைய வேற யாருக்காவது கொடுத்துருக்கலாமே, ஏன் நீங்க பண்ணல? ஏன் உங்களுக்கெதுவும் வேலை அதிகமா இருக்கா? இருந்தா சொல்லுங்க, இந்த வேலைய நம்ப வீட்ல உள்ளவங்க வேற யாருக்காவது கொடுக்கலாம்" என கூறினான்.

ஜெயசங்கர் "தம்பி" என்னும் போதே சரோஜா கையை பிசைந்தபடி நின்றிருப்பதை கண்டவன் ஜெயசங்கரை கையை உயர்த்தி நிறுத்தியவன் "மிஸஸ் சரோஜா நீங்க உங்க வீட்டுக்கு போங்க. உடம்பு முழுசா சரியானதுகப்றம் வேலைக்கு வாங்க" என வாசலை காட்டிட

அத்தியாயம் 7

"சரிங்க சார்" என்று கூறி சென்றார். சாரோஜா செல்லும் வரை தரையை பார்த்திருந்தவன் அவர் சென்றதும் ஜெயசங்கரை பார்க்க ஜெயசங்கர் தொடர்ந்தார்.

"தம்பி கன்ஸ்ட்ரக்ஷின்ல கொஞ்சம் புது ப்ராஜெக்ட்ஸ் வந்துருக்கு சோ அத கவனிச்சுட்டு ஆல்ரெடி பெண்டிங்ல இருக்க ப்ராஜெக்ட்ஸ செக் பண்றத்துக்கே டைம் கரைக்ட்டா இருக்குங்க" என மெதுவாய் கூறினார்.

"ம்ம்..." என்றபடி ஜெயமோகனை பார்க்க ஜெயமோகன் தொடந்தார்.

"KCM கம்பெனி ப்ராஜெக்ட் இன்னும் ஒன்வீக்ல கம்ப்ளீட் ஆகிடும். AWP கம்பெனி ப்ரஜெக்ட் இன்னும் ஒன் மன்த்ல முடிஞ்சுரும்" என்றார்.

தன் பார்வையை விலக்காமல் ஜெயமோகனை பார்த்தபடி இருக்க மீண்டும் அவரே தொடர்ந்தார்.

"புது ப்ராஜெக்ட்ஸ் மொத்தம் நாலு வந்துருக்கு. அதுல இரண்டு கவர்மென்டோடது. ஒன்னு ஸ்கூல் ப்ராஜெக்ட் இன்னோன்னு ஆசிரமம். இரண்டுமே ஸ்டார்ட் பண்ணியாச்சு வோர்க் போய்ட்டு இருக்கு" என்றதும் சிறு தலையசைப்புடன் ஜெயசீலனை பார்த்தான்.

ஜெயசீலன் ஜெய்வீரின் பார்வை புரிந்தவராய் தன் பேச்சை துவங்கினார்.

"நம்ம ஆசிரமத்துல லாஸ்ட் மன்த்லெந்து இன்னைக்கு மார்னிங் வரைக்கும் மொத்தம் முப்பத்தி ஐந்து பேர் சேர்ந்துருக்காங்க தம்பி. டாக்ட்டர்ஸ் மார்னிங் வந்து எல்லாரையும் செக்

பண்ணதுல நூறுபேர்க்கு சுகர் லெவலும் பீப்பி லெவலும் கொஞ்சம் அதிகமா இருக்குன்னு சொன்னாங்க. சோ அவங்க எல்லாருக்கு சாப்பாட்ட பார்த்து தர சொல்லிருக்கோம். மைண்ட் ரிலக்ஸேஸன்க்கு ஒரு சின்ன டூர் அரேன்ஜ் பண்ணிருக்கோம். அதே மாதிரி ஆசிரமத்துலேயே சின்ன சின்ன கேம்ஸூம் வாரத்துல ஒரு நாள் சைக்காட்ரீக் டாக்டர வர சொல்லி எல்லாருக்கும் பொதுவான கவுன்சிலிங் கொடுக்குறத்துக்காக ஏற்பாடு பண்ணிருக்கோம். இந்த ஏற்பாடு நூறுபேர்க்கு மட்டுமில்லாம புதுசா சேர்ந்தவங்களோட சேர்த்து மொத்தம் இருநூறு பேர்க்குமேதான் பண்ணிருக்கோம்" என்றவர்

"அப்றம் காலேஜ்ல இந்த மன்த் என்ட்ல காலேஜ்டே ஃபன்ங்ஸன் இருக்கு அதுக்கு உங்கள சீஃப் கெஸ்டா கூப்டலாம்னு இருக்காங்கலாம். உங்களால வர முடியுமான்னு கேட்க சொல்லிருக்காங்க. ஃபேக்ட்ரீல சூப்பர்வைசர்க்கு உடம்பு ரொம்ப சரியில்ல சோ நாமா புது சூப்பர்வைசர்க்கு ஆள் ரெடி பண்ணனும். எஸ்டேட்ல..." என்னும் போதே கைகளை உயர்த்தி தடுத்தவன் பார்வையை தனுவிடம் திருப்பிட அங்கு தனு அரை தூக்கத்தில் அமர்ந்திருந்தாள்.

'போச்சு செத்தா!!' என ஸ்ரீ தனுவை பார்க்க

'இப்போதான் உனக்கு தூக்கம் வருமா தனும்மா' என நொந்துக் கொண்டான் ராம்.

"தன்விக்கா!" என அடிக் குரலில் அழைத்திட அரை தூக்கமும் காற்றில் பிய்த்துக் கொண்டு பறந்திட உடல் நடுங்கியபடி ஜெய்வீரை பார்த்தாள் தனு.

அத்தியாயம் 7

"இப்போ என்ன பேசீட்டு இருந்தாங்கன்னு சொல்லு" என அதே குரலில் கூற தனுவின் கண்களில் கண்ணீர் முட்டிக் கொண்டு நின்றது.

"இடியட்!!!" என்றவன் ஸ்ரீயினை பார்க்க அங்கு ஸ்ரீயும் அதே நிலையிலிருந்தாள்.

"இரண்டுபேருமே ஒரே குட்டைல விழுந்த மட்டைங்க. கொஞ்சமாச்சும் சென்ஸ் இருக்கா? நம்ப வீட்ல என்ன நடக்குது? பிஸ்னஸ்லாம் எப்படி போய்ட்டு இருக்கு? ம்ஹூம்... அத பத்திலாம் கவலையில்ல. யாரோ என்னவோ பண்ணுங்க, எங்களுக்கு எங்க தூக்கமும் என்ஜாய்மென்டும்தான் முக்கியம் அதானே? இடியட்ஸ்!!!! இனி உங்களுக்கும் ஒரு பொருப்ப கொடுத்தாதான் சரிபட்டு வருவீங்க. அப்போதான் ஒரு வேலைல எவ்ளோ கஷ்டம் இருக்கு. எப்படி சின்ஸியரா செய்யனும்னு தெரியவரும். இனி நீங்க இரண்டுபேரும்தான் வீட்ல வொர்க் பண்ற எல்லாரையும் கவனிக்கனும். அவங்க ஒரு சின்ன தப்பு பண்ணாலும் உங்களுக்குதான் பனிஷ்மென்ட் தருவேன். மைன்டிட். நாளைலெந்து நீங்கதான் அந்த பொருப்ப ஏத்துக்கனும். புரியுதா?" என கோபத்தோடு கேட்கவும்

இருவரும் ஒருவரையொருவர் பார்த்துக் கொண்டு 'சரி' என தலையாட்ட அதில் மேலும் கோபமானவன்

"இடியட்ஸ்!!! வாய திறந்து பதில் சொல்லமாட்டீங்க? தலையாட்டி பொம்ம மாதிரி தலையாட்டிட்டு இருக்கீங்க!!!" என்றிட

"சரிங்கண்ணா" என இருவரும் நடுக்கத்துடன் கூறினர்.

அத்தியாயம் 7

பின் ராமிடம் "ஆர் யூ ஆல் ரைட் ஜெய்ராம்?" என கேட்க

"மச் பெட்டர்" என்றான்.

"ஓகே" என்றவன் ராமிடமிருந்து பார்வையை விலக்காமலிருக்க ராம் பேச துவங்கினான்.

"அது அவங்க கிளாஸ கட் பண்ணிட்டு வருவாங்கன்னு எதிர் பார்க்கல ஜெய். அப்படி வந்தது எனக்கே ஷாக்காதான் இருந்துச்சு. பட் நான் அவங்கள வீட்லருந்தே படிக்கதான் வச்சேன். மார்னிங்லெந்து இரண்டுபேருமே படிச்சுட்டுதான் இருக்காங்க. மதியம் போல ரிலாக்ஸ் பண்ண சொல்லி அம்மா கெஞ்சவும்தான் நான் ரிலாக்ஸ் பண்ணவிட்டேன்" என சிவசங்கரியை பார்த்தான்.

ஜெய்வீரின் பார்வை சிவசங்கரியிடம் செல்ல "இல்ல தம்பி பிள்ளைங்கல பார்க்க ரொம்ப பாவமா இருக்கவும்தான் கேட்டேன். பாவம் காலைலெந்தே படிக்குதுங்கல்ல தம்பி?" என பாவமாய் முடித்தார்.

"ம்ம்ம்... அப்போ அவங்க மார்னிங்லெந்தே கேப் விடாம படிச்சாங்க அப்படிதானே?" என கேட்க

"ஆமாப்பா.." என்று பயத்துடன் தலையசைத்தார்.

"ம்ம்ம்... ஓகே அப்போ மார்னிங்லெந்து இரண்டுபேரும் என்ன படிச்சீங்கன்னு எனக்கு டுமாரோ மார்னிங் ஃபையோ கிளாக் லைப்ரரிக்கு வந்து சொல்றீங்க" என்று இருவரையும் பார்த்திட

"சரிண்ணா" என பயத்தோடும் கலக்கத்தோடும் கூறினர்.

பின் தன் பார்வையை ராமிடம் திருப்பியவன் "வெல்.... ஜெய்ராம் நீ எப்போ மறுபடியும் உன் வேலைய ஸ்டார்ட் பண்ணலாம்னு இருக்க?" என கூர்மையான பார்வையுடன் கேட்க

ஜெய்வீரின் கேள்வியிலும் பார்வையிலும் தடுமாறியவன் "ஐ நீட் சம் டைம் ஜெய்" என்று அமைதியாக கூறினான்.

"யூ நீட் சம் டைம். ரைட்!!" என்றவன் "ஓகே, இதபத்தி நாமா அப்றம் பேசலாம்" என்றுவிட்டு அனைவரையும் பொதுவாக பார்த்து "வேற எதாவது கேட்க வேண்டியது சொல்ல வேண்டியது இருக்கா? பிக்காஸ் நான் சொல்ல வேண்டியதையும் கேட்க வேண்டியதையும் முடிச்சுட்டேன்" என்றிட அனைவரும் ஒருவருக்கொருவர் பார்த்துக் கொண்டவர்கள் அமைதியாக இருந்தனர்.

ஜெய்வீர் தன் பெற்றோர்களை ஓர் பார்வை பார்த்துவிட்டு அனைவருக்கும் பொதுவாய் "ஓகே குட் நைட்" என்றவன் பதிலை எதிர் பார்க்காமல் வழக்கம் போல் தன் ஜெயவர்மன் தாத்தாவினை வணங்கிவிட்டு மாடிபடி ஏறினான்.

அனைவரும் ஜெய்வீர் அறை கதவினை சாற்றும் வரை பார்த்தவர்கள் அடுத்து ஜெயசீலனை பார்க்க ஜெயசீலன் ஜெய்வீரின் அறையை பார்த்தபடி எழுந்தவர் அனைவரிடமும் பொதுவாய் "குட் நைட்" என்றிட

அனைவரும் "குட் நைட்" என்றனர். பின் ஜெயசீலனை பார்த்திருந்தவர்கள் கதவு தாழிடும் சத்தம் கேட்டதும் "உஃப்.." என பெருமூச்சுவிட்டு சகஜ நிலைக்கு மாறினர்.

அத்தியாயம் 7

"அப்பா... புயலடிச்சு ஓஞ்ச மாதிரி இருக்கு" என்று சோபாவில் தலையை சாய்த்தபடி கூறினாள் ஸ்ரீ. "எனக்கு சிங்கத்தோட வாய்க்குள்ள போய்ட்டு உசுரு தப்பி வந்த மாதிரி இருக்கு" என மெதுவாகவும் நிம்மதியாகவும் கூறினாள் தனு.

"அட பக்கிகளா தம்பிய போய் என்ன புயல் சிங்கம்னு சொல்லிட்டு இருக்கீங்க? தம்பிய மனுசனா யாராவது சொல்றீங்களா?" என மெதுவாய் கூறி இருவரின் தலையிலும் லேசாய் கொட்டினார் சிவசங்கரி.

"உங்க தம்பி மனுசன் மாதிரி நடந்தா மனுசனா சொல்லலாம். உங்க தம்பிதான் எழுந்தா புயல், பேசுனா சிங்கம், கோபம் வந்தா சூறாவளியா இருக்காப்லயே இதுல எங்க இருந்து மனுசனா சொல்றது?" என மெதுவாய் கூறினான் ராம்.

"ஏய் படவா!!! தம்பிய ஏதாவது சொன்ன பிச்சுடுவேன். தம்பி எது பண்ணாலும் அதுல ஒரு காரணம் இருக்கும்" என மெதுவாய் அழுத்தமாய் கூறினார் ஜெயசங்கர்.

"நீங்கதான் சொல்லிக்கனும்" என மெதுவாய் கூறி வேகமாய் தலையை திருப்பிக் கொண்டாள் தனு.

"ச்ச.. முதல்ல இத விடுங்கப்பா எல்லாரும், நாளைக்கு மார்னிங் அண்ணா கேள்வி கேட்ப்பாங்க, பத்தாததுக்கு நாளைலேந்து அண்ணா சொன்ன வொர்க் வேற பார்க்கனும்" என பயத்துடன் கூறினாள் ஸ்ரீ.

"அய்யோ!! ஆமாடி ஸ்ரீ செத்தோம்!!" என பயத்துடன் கூறினாள் தனு.

அத்தியாயம் 7

"அட பயப்டாதிங்கடா சின்ஸியரா படிச்சிருந்திங்கன்னா எதுக்காக பயப்படனும்? தம்பி அதெல்லாம் ஒன்னும் சொல்லமாட்டாங்க" என ஸ்ரீயின் தலையை மென்மையாக வருடினார் ஜெயமோகன்.

"அட போங்க மோகன்ப்பா.. நீங்க வேற நாங்.." என ஸ்ரீ கூறிக் கொண்டிருக்கும் போதே கதவு திறக்கபடும் ஒலி கேட்க அனைவரும் ஜெயசீலன் அறையையும் ஜெய்வீரின் அறையையும் பார்த்திட ஜெய்வீரின் கதவு திறக்கவும் குழப்பத்தோடு கடிகாரத்தை பார்த்தனர்.

மணி ஒன்பது பதினைந்தை காட்டிட மேலும் குழம்பியபடி ஜெய்வீரை பார்க்க ஜெய்வீர் காதில் ப்ளூட்டுத்துடனும் கையில் ஃபோனுடன் வெளியில் வந்தவன் கீழே பார்க்க அங்கு அனைவரையும் கண்டதும் தன் வாட்ச்சை பார்த்துவிட்டு "எல்லாரும் ரூம்க்கு போகாம இன்னும் என்ன பண்ணீட்டு இருக்கீங்க?" என கேட்ட அடுத்த நொடியே அனைவரும் தன் குழப்ப பார்வையை விலக்கிவிட்டு விறுவிறுவென அவரவர் அறைக்குள் தஞ்சம் புகுந்திட அனைவரின் அறையையும் பார்த்தவன் கீழிறங்கி வெளியில் சென்றான்.

'ஏய் ஸ்ரீ ஜன்னல மெதுவா திறடி' என தனு ஸ்ரீயிற்க்கு மெசேஜ் செய்ய

'போடி அண்ணா பார்த்துட்டா அவ்ளோதான் மாட்டிக்குவேன்' என அனுப்பினாள்.

'மூதேவி அண்ணா வெளிய போய்ட்டாங்கடி நான் வெளிய உன் ரூம் ஜன்னல்கிட்டதான் நிக்குறேன் நீ திறந்தாதான் நான் உள்ள குதிக்க முடியும் சீக்கிரம் திறந்து தொலடி' என கடகடவென அனுப்பிட ஸ்ரீயின்

அத்தியாயம் 7

அறை ஜன்னல் மெதுவாய் திறக்க தனு வேகமாய் ஜன்னலினுள் குதித்ததும் மெதுவாய் சாற்றினாள் ஶ்ரீ.

"ஏய் எதுக்குடி இப்போ வந்த?"

"ம்ம்... ஸ்பை வேல பார்க்க. முதல்ல ரூம் லைட்டெல்லாம் ஆஃப் பண்ணுடி" என்றாள் தனு. ஶ்ரீ லைட்டினை ஆஃப் செய்திட தனு பால்கனி கதவினை ஓசையின்றி திறந்து மண்டியிட்டபடி சென்று சுவற்றின் ஓரமாய் நின்றவள் ஜெய்வீரினை தேடினாள்.

ஶ்ரீ தனுவின் முதுகினை சுரண்டியவள் "எதுக்குடி அண்ணாவ தேடுற?" என கேட்க

"ம்ம்.. பயபுள்ள தூங்காம என்ன பண்ணுதுன்னு பார்க்கதான். என் ரூம்லேந்து பார்த்தேன் தெரியல அதான் இங்க வந்தேன்" என தேடியபடி கூறினாள்.

"அப்போ நீ அண்ணாவ பார்க்கனும்னா அண்ணா ரூம்லேந்துதான் பார்க்கனும்"

"எது?!"

"ஆமா அறிவாளி முண்டம். அண்ணா வீட்டோட பின் பக்கம் வொயிட் சேர்ஸ்கிட்டதான் போய்றப்பாங்க. அங்க பார்க்கனும்னா அண்ணாவோட ரூம்லேந்து பார்த்தாதான் ஃபுல் வீயூ தெரியும். சோ நான் வேணும்னா அண்ணோவோட ரூம் கீ வாங்கி தரவா?" என நக்கலாய் கேட்க தன் தலையில் அடித்துக் கொண்டாள் தனு.

"பெரிய ஸ்பை வேல பாக்குறாங்களாம் ஸ்பை வேல பே.." என தனுவின் தலையை தட்டினாள் ஶ்ரீ.

அத்தியாயம் 7

"ரொம்ப அசிங்கபடுத்தாதடி எனக்கும் காலம் வரும்" என பொய் முறைத்தபடி தலையை தேய்த்துக் கொண்டு கூறினாள் தனு.

****

"என் செல்லத்த இன்னைக்கு பார்க்கவே முடியல. ஓரே கவலையாவே இருக்கு" என புத்தகத்தை புரட்டியபடி தனக்குத்தானே பேசிக் கொண்டிருந்தான் சிவேஷ்.

"பேசாம பால்கனி வழியா ஏறி தெரியாம பார்த்துட்டு வரலாமா? அய்யயோ!!! வேண்டாம்ப்பா, மாட்டுனா அவ்ளோதான். அதுவும் அந்த தாத்தாவ கூட சமாளிக்கலாம்னு ஒரு பேச்சுக்கு வச்சுகோவேன். என் பெரிய மச்சான நினைச்சாதான் உதறல் எடுக்குது. அவரல்லாம் சமாளிக்கனும்னு நினைச்சாலே எப்பா!!! முடியலடா சாமி!!! இருந்தாலும் அவர தாண்டிதான் என் செல்லத்த எங்க வீட்டுக்கு கல்யாணம் பண்ணி கூட்டிட்டு வரனும். நினைச்சாலே கண்ண இருட்டுதுடா சாமி!!!" என புலம்பியபடி புத்தகத்தை 'பட்' என மூடியவன் அறையினைவிட்டு வெளியே வர

"என்ன ஆச்சுப்பா படிக்கலயா?" என தன் சேலை முந்தானையால் கைகளை துடைத்துக் கொண்டு கிட்ச்சனுலிருந்து வெளியில் வந்தார் லதா.

"இல்லம்மா, கொஞ்ச நேரம் ரிலாக்ஸ் பண்ணலாம்னு வளிய வந்தேன்" என சோபாவில் அமர்ந்து டிவி ரிமோட்டை கையிலெடுத்தான்.

ரிமோட்டை பிடிங்கியவர் "ரிலாக்ஸ் பண்ணனும்னா டிவி, ஃபோனதான் பார்க்கனும்னு இல்ல. வெளில காத்தாட நடக்கலாம், சின்ன பிள்ளங்ககிட்ட பேசி

சிரிக்கலாம் இல்லையா அம்மா..." என கூறிக் கொண்டிருக்கும் போதே தன் கைகளை உயர்த்தி தடுத்தவன்

"நான் வெளில போய் காத்து வாங்கிட்டு வறேன். நீங்க அமைதியா இருங்க" என்று எழுந்து வெளியில் செல்ல புன்னகையுடன் பார்த்தபடி நின்றிருந்தார் லதா.

"ச்ச.. ச்ச.. என்ன வாழ்க்க இது?" என புலம்பியபடி புல்வெளியில் நடந்தவனின் உடலை காற்று மென்மையாய் வருட "ஸ்.... நைஸ் காத்து" என கண்களை மூடியவன் "காற்று வாங்க போனேன்... ஒரு கவிதை வாங்கி வந்தேன்" என துள்ளியபடி பாடிட

"என்னடா சிவா எய்டிஸ் சாங்க பாடுற? நைன்டிஸ் சாங்க பாடுடா" என தனக்குதானே கூறிக் கொண்டவன் "காற்றே என் வாசல் வந்து மெதுவாக கதவு திறந்தாய்... காற்றே உன் பெயரை கேட்டேன் காதல் என்றாய்.." என பாடிக் கொண்டே (சாரி சாரி கத்திக் கொண்டே) துள்ளிக் குதித்தபடி நிமிர்ந்து பார்த்தவன் பயத்தில் உறைந்து நின்றான்.

சிவேஷிற்க்கு சற்று இடைவெளியில் ஜெய்வீர் மார்பின் குறுக்கே கைகளை கட்டியபடி சிவேஷை பார்த்துக் கொண்டிருந்தான்.

'கடவுளே நான் காண்பதென்ன கனவா? நினைவா?' என மனதில் நினைத்திட

'இந்த சுட்ச்சுவேஸன்ல உனக்கு தூய தமிழ் அவசியமாடா' என கேட்டது சிவேஷின் மனசாட்சி.

அத்தியாயம் 7

'அதானே... ச்சை..' என்றவன் 'சாத்தானே அப்பாலே போ!!! இயேசுவின் இரத்தம் ஜெயம்' என பயத்தில் கூறிக் கொண்டவன் 'அய்யோ என் மச்சான போய் சாத்தான்னு சொல்லிட்டேனே. சாரி மச்சா, பயத்துல வந்துருச்சு' என ஜெய்வீரிடம் மனதினுள்ளே மன்னிப்பு கேட்டுக் கொண்டான் சிவேஷ்.

'இவரு எப்போ வந்தாரு? ஒருவேல பாடுனது காதுல விழுந்துருக்குமோ? இருக்குமோ?' என சந்தேகத்துடன் ஜெய்வீரை உற்று பார்த்தான்.

ஜெய்வீரோ சிவேஷின் நொடிக்கொருமுறை மாறும் முகத்தினை பார்த்தபடி நின்றிருந்தவன் தன்னை உற்று பார்ப்பதை அறிந்துக் கொண்டு 'வா' என ஒற்றை விரலால் அழைக்கவும்

'விழுந்துருச்சு!!! பக்கத்துல போனவொடனே பயப்பட கூடாதுடா சிவேஷ். நீ யாரு?' என தனக்குதானே கேட்டு கொண்டு மெதுவான எட்டுகளுடன் ஜெய்வீரை நோக்கி நடந்திட

'நீ யாரு??' என நக்கலடித்தது மனசாட்சி.

'நான் யாரு??? சிவேஷ்!!! நான் எதுக்கு பயப்படனும்?' என்றிட

'தூ..!!' என துப்பியது மனசாட்சி.

'ரைட்டு விடு' என்றவன் 'அய்யோ!! என்ன இவ்ளோ சீக்கிரம் பக்கத்துல வந்துட்டோம்? பாடி வேற வைப்ரேஸன் ஆகுதே. நான் என்ன பண்ணுவேன்?' என நடுங்கியபடி ஜெய்வீரின் எதிரில் அமைதியாய் நின்றான்.

அத்தியாயம் 7

ஜெய்வீர் அமைதியாய் சிவேஷை உற்று நோக்கியபடி நிற்க சிவேஷ் திருதிருவென விழித்தபடி 'என்ன பெரிய மச்சான் இப்படி குறுகுறுன்னு பார்க்குறாரு? நம்ம மொகற என்ன அவ்ளோ லட்ச்சனமாவா இருக்கு? அய்யோ வரும்போது கண்ணாடிய கூட பார்க்கலயே!' என புலம்பியபடி பயத்துடன் மெலிதாய் சிரித்திட

"சாப்டிங்களா?" என ஜெய்வீர் கேட்க 'ஆச்சு' என தலையசைக்கவும் கோபமானவன் "ஊமையா?" என கோபத்துடன் கேட்டான்.

'ஆத்தி மச்சா என்ன இதுக்கெல்லாம் கோபபடுறாரு?' என நினைத்தவன் "இல்ல சார்" என்றான் மெதுவாய்.

"அப்போ வாய திறந்து சொல்ல வேண்டியதுதானே?" என புருவம் உயர்த்திட

"சாப்பிட்டேன் சார்" என்றான்.

"ம்ம்..." என்றவன் அமைதியாய் பார்த்தபடி நிற்க

'அய்யோ இந்த கிறுக்கு பயகிட்ட வந்து மாட்டிக்கிட்டேனே நான் என்ன பண்ணுவேன்? எல்லாம் லதாவ சொல்லனும், பேசாம நான் பாட்டுக்கு டிவி பார்த்துட்டு இருந்துருப்பேன் காத்து வாங்க போக சொல்லி இப்படி இந்த கிறுக்கு பயகிட்ட மாட்டிவிட்டுருச்சு. அடுத்த என்ன கேள்வி கேட்டு கோபமா பேச போறான்னு தெரியல. அய்யோ குறுகுறுன்னு வேற பார்க்குறானே. அய்யோ பயத்துல மச்சன்னு கூட பார்க்காம மரியாதையெல்லாம் காத்துல பறக்குதே' என புயம்பியபடி தரையையும் ஜெய்வீரையும் மாறிமாறி பார்த்தான் சிவேஷ்.

அத்தியாயம் 7

"ஏன் கண்ணு ஒரு இடத்துல நிக்கமாட்டேங்குது? நீங்க அதிகமா மை வாய்ஸ்லதான் பேசுவீங்களோ?" என கேட்டதும் சிவேஷ் அதிர்ச்சியில் மூச்சை இழுத்து பிடித்தபடி பார்த்தான்.

"என்ன இதுக்கெல்லாம் சாக் ஆகுறீங்க மிஸ்டர் சிவேஷ்? கூல் சரி போங்க போய் உங்க சாங்க கண்டினியூ பண்ணுங்க பட் கொஞ்சம் சவுன்ட் கம்மியா கண்டினியூ பண்ணுங்க" என சிவேஷின் தோளை தட்டிக் கொடுத்துவிட்டு நகர்ந்தான் ஜெய்வீர்.

சிவேஷ் இழுத்து பிடித்த மூச்சை மெதுவாய் வெளிவிட்டவன் 'இனி எங்கருந்து பாடுறது? பேசாம நான் வீட்டுகுள்ளயே போறேன்' என வீட்டிற்க்குள் சென்றான்.

****

சென்னையில்....

மெரினாவில் நம் ரவுடிகள் மூவரும் கடலினை பார்த்தபடி அமர்ந்திருக்க குரங்குகள் மூவரும் ரவுடிகளுக்கும் அவர்களுக்கும் சேர்த்து நெருப்பில் வாட்டிய சோளக்கருதினை வாங்கி கொண்டு நடந்து வந்துக் கொண்டிருந்தனர்.

"மாமே அந்த பிங்க் கலர் சுடி டக்கராயிக்குதுல்ல" என நம் குரங்களின் பின்னாலிருந்து குரல் கேட்டிட நம் குரங்குகளின் கண்களோ யாரென பார்க்க அது லியா என தெரிந்ததும் 'அய்யோ பாவம்!' என நினைத்துக் கொண்டு நடந்துக் கொண்டிருந்தனர்.

"நல்லாக்குது மாமே!! அப்படியே அது பக்கத்துல இருக்க ரெட் கலர் சுடியும் டக்கராதானேயிக்குது?"

என மற்றோரு குரல் அவர்களின் பின்னாலிருந்து கேட்டிட

மீண்டும் மூவரும் யாரென பார்க்க ரோஸ் என தெரிந்ததும் 'அச்சோ பாவம்!' என நினைத்துக் கொண்டு தங்களின் நடையினை தொடர்ந்திட தேவா யாரென பின்னால் திரும்பி பார்த்தான்.

அங்கு நால்வர் தலையை கலரிங் செய்து கழுத்திழும் கையிலும் கலர் கலர் கயிறுகள் கட்டிக் கொண்டு சட்டையின் முதல் இரு பட்டன்களை கழட்டிவிட்டு பேன்டின்னை ஏற்ற இறக்கமாய் அணிந்து கண்ணை பறிக்கும் கலரில் செப்பல் அணிந்தபடி நடந்து வந்துக் கொண்டிருந்தனர்.

'என்ன காஸ்டியூம்டா இது?!! இருங்கடா உங்களுக்கு இக்கிது' என நினைத்தவன் 'ச்சை என்ன நம்பலும் இக்கிதுங்குறோம்?' என நினைத்துக் கொண்டு முன்னால் திரும்பியவன் "தல" என கத்த

தல என்றழைப்பில் சரோவும் ஜில்லுவும் தேவாவை பார்த்திட கண்களை மூடித் திறந்தான்.
தல என்றழைப்பில் திவிஷா திரும்பி பார்த்திட மூவரின் கைகளில் இருப்பதையும் கண்டதும் வேகமாய் நம் குரங்குகளை நோக்கி வந்தாள்.

"மாமே இங்க வருது பாரு ப்ளூ சர்ட்டு சும்மா செம்ம டக்கரா இக்கிதுடா! அதுவும் ஜீன்ஸூக்கும் ப்ளூ சர்ட்டுக்கும் அப்டி இக்கிது" என்றான் பின்னால் வருபவர்களில் ஒருவன்.

"அப்போ எதாவது ட்ரை பண்ணி பாக்கலாம் மாமே" என மற்றோருவன் கூற

"பண்ணிட்டா போச்சு" என்றனர் மற்ற மூவரும்

அத்தியாயம் 7

நம் குரங்குகளோ 'அந்தோ பரிதாபம்!! காது கிழிய போகுது' என நினைத்துக் கொண்டு சிரித்தபடி தங்களின் முன் வரும் திவிஷாவை பார்க்க அங்கு திவிஷாவோ தன் சட்டை கைகளை ஏத்திவிட்டபடி சிரித்துக் கொண்டு நடந்து வந்துக் கொண்டிருந்தாள்.

திவிஷா அருகில் வருவதற்க்கு முன் பின்னால் வந்த நால்வரும் நம் குரங்குகளை தாண்டி திவிஷாவின் முன் அரண் போல் நிற்க்க நம் குரங்குகளுக்கோ கொண்டாட்டமாய் போனது . திவிஷாவோ தன் முன் நிற்க்கும் நால்வரை புரியாமல் பார்த்தாள்.

"ஹலோ" என நால்வரும் இழித்தபடி கூற
"என்ன ஹலோ?" என புருவம் சுருக்கினாள்.
"ஹலோ சொன்னா ஹலோ சொல்லனும்" என ஒருவன் கூற

குரங்குகள் மூவரும் ஒருவரையொருவர் பார்த்துக் கொண்டு முன்னால் சென்று ஓரமாய் நின்று வேடிக்கை பார்க்க துவங்கினர்.

"எதுக்கு சொல்லனும்?" என திவிஷா கேட்டதும்

"அது அப்படிதான் சொல்லனும் சொல்லுங்க" என ஒருவன் தெனவட்டாய் கூறினான்.

சட்டை கையை மேலெற்றிவிட்டபடி
"சொல்லல்லன்னா?" என புருவம் உயர்த்தினாள்.

"சொல்ல வைப்போம்" என்றான் மற்றோருவன்

"அய்ய காமெடி பண்ணாதிங்க வழிய விடுங்க" என்றிட

அத்தியாயம் 7

"அய்ய மாமே!! பாப்பாவுக்கு பொறுமையா சொன்னாலாம் சொல்லாது போலடா" என்றதும்

"அத்த..தான் மாமே நானும் சொல்றேன் பொறுமையா சொன்னாலாம் உங்களுக்கு புரியாது போல. ஆள் யாருன்னு தெரியாம மோதாதிங்கோ.. அப்பாலிக்க நீங்கதான் வருத்தபடுவீங்கோ" என தன் போனிடெலை சரி செய்தாள்.
அதற்க்குள் லியாவும் ரோஸூம் நம் குரங்குகளுடன் இணைந்துக் கொண்டு வேடிக்கை பார்க்க துவங்கினர்.

"என்னா.. உதாற் உடுற வேலயெல்லாம் எங்களான்ட வேணாம். ஒரு ஹாய் சொல்லிட்டு கிளம்பு" என கூறிட

"அடிங்க!!! *** யாரண்ட வந்து வம்பிழுத்துன்னு இருக்கீங்க? *** நானும் வாய தொறக்க கூடதென்னு சாஃப்ட்டா பேசின்னுருந்தா **** ரொம்ப ஓவரா போறீங்க? மவனே நாரடிச்சுருவேன் பார்த்துக்க. என்ன லுக்கு *** டீஸன்ட்டா ட்ரெஸ் போட்ருந்தா டீஸன்டா பேசுவேன்னு நெனச்சுனீங்களா? **** பொது ப்ளேஸாச்சேன்னு கொஞ்சம் யோசிச்சா *** வாய கிண்டின்னு இருக்கீங்க" என நல்ல வார்த்தைகள் கலந்து கோபத்தோடு பேசிக் கொண்டிருந்தவளை நால்வரும் சற்று அதிர்ச்சியோடு பார்த்துக் கொண்டிருக்க கடந்து சென்றவர்களில் சிலர் தலையில் அடித்துக் கொண்டும் சிலர் அவர்களை கூடி நின்றும் பார்த்துக் கொண்டிருக்க அவர்களுள் நம் குரங்குகளும் லியாவும் ரோஸூம் அதித ஆர்வத்துடன் பார்த்துக் கொண்டிருந்தனர்.

அத்தியாயம் 7

"டேய்... இன்னா மண்ட...டா இது? சரி அத்த விடு இன்னா ட்ரெஸூடா இதெல்லாம்? ஆளையும் மண்டையும் செப்பலும் இத்தல்லாம் போட்டு வன்டா நீங்கல்லாம் பெரிய இது... போடாம நர்மாலா இருந்தா நாங்கல்லாம் டேஸூன்னு நினைச்சீங்களா??? மவனே உங்க நல்ல நேரம் நான் திட்டுற மூட்ல இல்ல *** இல்லாட்டி அசிங்கமா நாரடிக்சுருவேன் ***** போங்கடா அந்தான்ட. கடுப்பு *** கௌப்பிக்கிட்டு. வந்துட்டானுங்க ஹாய் சொல்லு ***** சொல்லுன்னு. வழியவிடுங்கடா முதல்ல" என கூறிட நால்வரும் அதிர்ச்சி மாறாமல் பார்த்தபடி நின்றிருக்க

"டேய் என்னாங்கடா?" என அவர்களின் முன் சொடக்கிட நால்வரும் தலையை சிலுப்பிக் கொண்டு பார்த்தனர்.

"என்னாங்கடா வழிய விடுங்கடான்னா தலைய சிலுப்பின்னு இருக்கீங்க?" என புரியாமல் கேட்க

"பசங்க அதிர்ச்சில இருக்காங்க தல" என சரோ திவிஷாவின் அருகினில் வர

"தல இன்னைக்கு பர்ஃபாமென்ஸ் கொஞ்சம் கம்மியா இருக்குதே ஏன்?" என கேட்டான் ஜில்லு.

'எது இது கம்மியா?' என நினைத்தபடி நால்வரும் பார்த்தனர்.

"திட்டுற மூட்ல இல்ல ஜில்லு அதான் கம்மியா போச்சு" என தன் தோள்களை குலுக்கிக் கொண்டாள்.

'திட்டுற மூட்ல இல்லாமையே இவ்ளோ நாராசமா பேசுதுன்னா திட்டுற மூட்ல இருந்தா என்னா

கன்ராவியா இருக்கும்? ச்சை...' என நினைத்துக் கொண்டனர்.

"அக்கா" என நால்வரும் அழைக்க நால்வரின் புறம் திரும்பினாள்.

"இன்னாங்கடா? இன்னும் போகலயா நீங்க?" என புருவம் உயர்த்திட

"கிளம்பிட்டோம்" என பெரிய கும்புடாய் போட்டு கிளம்பினர் நால்வரும்.

"பாவம்டி அவன்ங்க" என லியா நால்வரை பார்த்தபடி கூற

"நான் இன்னா பண்ணேன்? அவன்ங்கதான் என்னான்டா வந்து பிரச்சன பண்ணான்ங்க" என பாவமாய் கூறிட

"வா தல. வா தல" என திவிஷாவின் தோள் மீது கை போட்டுக் கொண்டான் தேவா.

"நீ தலன்னு கூப்பிடும் போதே டவுட்டுடா. இந்த மாதிரி எதாவது இருக்கும்னு" என தேவாவின் தலையில் கொட்டினாள் ரோஸ்.

"பின்ன எதுக்கு தலன்னு இந்த மலகரடிய கூப்புடுவாங்க? பிரச்சனன்னு வந்தா எங்க தலையோட ஸ்லங்கே மாறி ஆளே வேற மாதிரி இருக்கும்ல" என்றான் சரோ.

"டேய் டேய் அடங்குங்கடா இதுமாதிரி எதாவது பண்ணி நம்ப கரடிய வேற எதுலையும் மாட்டிவிட்டுறாதிங்க" என்றாள் லியா.

அத்தியாயம் 7

"ச்ச.. நம்ப கரடி யாரு?!! அதெல்லாம் எதுலையும் சிக்காம சூப்பரா பறந்து வந்துடுவா. இல்ல கரடி" என தேவா கேட்க திவிஷா தன் கடமையே கண் என சோள கருதினை உண்டபடி நடந்துக் கொண்டிருந்தாள்.

"தின்னி மூட்ட.... தின்னி மூட்ட.... இங்க நாங்க என்ன பேசிட்டு இருக்கோம், நீ என்ன பண்ணீட்டு இருக்க?" என வேகமாய் கொட்டுகளை பரிசளித்தான் சரோ.

"அட போங்கடா..." என தலையை தேய்த்துக் கொண்டு மீண்டும் தன் பணியினை துவங்கினாள்.

அத்தியாயம் 8

காலை மணி நான்கு முப்பதை தொட்டிட தனுவின் அறையிலும் ஸ்ரீயின் அறையிலும் அலார ஒலி கேட்க துவங்கியது.

இருவரும் பதறியடித்துக் கொண்டு எழுந்தவர்கள் அலாரத்தினை நிறுத்துவிட்டு அவசரஅவசரமாய் எழுந்து காலை வேலைகளை முடித்துவிட்டு லைப்ரெரிக்குள் சென்றிட அங்கு அவர்களுக்கு முன் வந்தமர்ந்திருந்தான் ராம்.

"எங்க குல தெய்வமே!!" என தனுவும்

"எங்க காவல் தெய்வமே!!" என ஸ்ரீயும் அழைத்திட

"ஐஸ்லாம் வைக்காம முதல்ல வந்து உட்காருங்க. நான் இன்னும் கொஞ்ச நேரத்துல போய்டுவேன். நான் இருக்கத ஜெய் பார்த்தா திட்டுவிழும்." என புன்னகையுடன் கூறினான்.

"ம்ஹூம்... உங்கள புகழ்ந்தது தப்பா போச்சு. புகழ்ச்சி வாப்பாஸ்!" என்றாள் தனு.

"எஸ்.... புகழ்ச்சி வாப்பஸ்!" என உதட்டை சுழித்தாள் ஸ்ரீ.

"அட பக்கிகளா!!! உங்களலாம் திருத்தவே முடியாது. எதாவது பஞ்சாயத்துன்னு வருவீங்கல்ல அப்போ பார்த்துக்குறேன் உங்கள."

"அப்படிலாம் சொல்லக் கூடாது. எங்க குலதெய்வமும் நீங்கதான் காவல் தெய்வமும் நீங்கதான்" என கூறி இருவரும் ராமின் இரு தோள்களிலும் சாய்ந்துக் கொண்டு சிரித்தனர்.

அத்தியாயம் 8

"போதும் போதும் போய் உட்காந்து படிங்க ஓடுங்க" என்றதும் இருவரும் உதட்டை சுழித்துக் கொண்டு அமர புன்னகையுடன் அங்கிருந்து நகரந்தான்.

சரியாய் ஐந்திற்க்கு ஜெய்வீர் லப்ரெரியினுள் நுழைய இருவருக்கும் பயத்தில் வயிறு கலங்கியது.

'முருகா ஞானபண்டிதா அண்ணா கேக்குற கேள்விக்கெல்லாம் பதில் சொல்லிடனும்ப்பா. திட்டு வாங்க கூடாது. அப்படி சொல்லிட்டேன்னா ஸ்ரீய காவடி தூக்க வைக்குறேன்ப்பா.' என தனுவும்

'அப்பா முருகா நான் அண்ணாகிட்ட திட்டு வாங்காம கரைக்ட்டா ஆன்சர் பண்ணிடனும். அப்படி பண்ணிட்டா தனுவ தீ மிதிக்க வைக்குறேன்ப்பா.' என ஸ்ரீயும் வேண்டிக் கொண்டனர்.

ஜெய்வீர் இருவரையும் கடந்து நீள் வட்ட மேஜையின் முனையிலுள்ள நாற்கலியில் அமரவும் எழுந்து நின்றவர்வர்களை ஒற்றை கை அசைப்பினில் அமர கூறினான்.

அமர்ந்ததும் அவரவர் புத்தகத்தில் பயத்துடன் முகத்தை பதிக்க இருவரையும் கூர்மையான பார்வையுடன் பார்த்துக் கொண்டிருந்தான் ஜெய்வீர்.

'யார முதல்ல கேட்க போறாங்கன்னு தெரிலயே!!' என்ற பயத்துடன் இருவரும் புத்தகத்தை பார்த்துக் கொண்டிருந்தனர்.

இருவரையும் பார்த்திருந்தவன் தன் ஃபோனை மேஜையின் மீது வைத்துவிட்டு எழுந்து புக் செல்ப்களினுள் நுழைந்திட இருவரும் நிமிர்ந்து

அத்தியாயம் 8

பார்த்துக் கொண்டு ஜெய்வீரின் ஃபோனை எட்டி பார்க்க அதற்குள் ஜெய்வீர் ஓர் புத்தகத்தை எடுத்துக் கொண்டு வெளியில் வர சட்டென புத்தகத்தில் முகத்தை பதித்தனர்.

இதனை கண்டவன் அமைதியாய் அமர்ந்து புத்தகத்தினை புரட்ட துவங்கினான். தனு ஓர கண்ணால் என்ன புத்தகம் என பார்க்க முயல

"தன்விக்கா என்ன படிச்சுட்டு இருக்க?" என கேட்டான்.

'செத்தா' என நினைத்தபடி சிரிப்பினை அடக்கிக் கொண்டு தனுவை பார்த்தாள் ஸ்ரீ.
"நெட்வொர்க்கிங், அண்ணா." என்றாள்.

"ம்ம்..." என்றவன் "தனுஸ்ரீ நீ?" என கேட்க

"நானும் அதாண்ணா படிக்கிறேன்." என்றாள்.

"சரி மார்னிங் என்ன படிச்சீங்க?" என்றதும் இருவருக்கும் பயம் சற்று அதிகமானது.

"அது... அண்ணா.." என ஸ்ரீ இழுக்க

"ஜாவா.. ஜாவா.. அண்ணா" என தனு கூறவும்

'அடிப்பாவி எனக்கு அது சுத்தமா தெரியாதேடி அத போய் சொல்ற?' என்றபடி தனுவை பார்த்தாள் ஸ்ரீ.

"ஓ... ஜாவா..வா" என்றவன் "what is C?" என கேட்க இருவரும் ஏககாலத்தில் தன் விழிகளை விரித்தனர்.

'ஆத்தாடி!! அது சங்க காலத்துலல படிச்சதுல்ல!!' என தனு நினைக்க

அத்தியாயம் 8

'அய்யோ இப்போ படிச்சுட்டு இருக்க ஜாவாவ பத்தி கேட்டாலே ஒன்னும் தெரியாது. ஆதிகாலத்துல படிச்ச C எப்படி நியாபகம் இருக்கும்?' என நினைத்தாள் ஸ்ரீ.
"What is C?" என மீண்டும் கேட்டான்.

" C is a..." என தனு ஸ்ரீயை பார்க்க

"C is a.." என ஸ்ரீயும் தனுவை பார்த்தாள்.

"C is a..." என இருவரையும் பார்க்க

"C is programming language." என தனு கூறிட

"Yes, C is a computer programming language." என்றாள் ஸ்ரீ.

"அதுதான் தெரியுமே, C is a computer programming languageன்னு அப்றம் என்ன வரும்?" என்று தன் நெற்றியை தேய்த்தபடி கேட்டான்.

"It is a.." என ஸ்ரீ தனுவை பார்க்க

"It is a.." என தனு ஸ்ரீயை பார்க்க இம்முறை அமைதியாக இருவரையும் பார்த்துக் கொண்டிருந்தான்.

"அண்ணா" என இருவரும் தயக்கமாக பார்த்தனர்.

"ம்ம்.." என்று புருவத்தை உயர்த்தினான்.
"அதுக்கு மேல தெரிலண்ணா." என்றனர்.

"குட்" என கூறவும் இருவரும் புரியாமல் பார்த்துக் கொண்டனர்.

அத்தியாயம் 8

"ஒரு விசியம் தெரிலன்னா டைம் வேஸ்ட் பண்ணாம தெரிலன்னு சொல்றதுல தப்பு இல்ல. ஆனா," என கூறி நிறுத்திட இருவரும் கைகளை பிசைந்தபடி பார்த்திருந்தனர்.

"ஆனா, கடைசி வரைக்கும் தெரிஞ்சுக்காம இருக்குறதுதான் தப்பு." என்றதும்

"தெரிஞ்சுக்குறோம் அண்ணா." என இருவரும் கூறினர்.

"ஸவுன்ட்ஸ் குட்" என்றவன் "அதே மாதிரி இனி காலேஜ் கட் பண்றதா இன்பர்மேஷன் வந்துச்சுன்னா என்னோட பனிஷ்மென்ட் சிவியரா இருக்கும்." என்றவனின் குரலில் கோபம் தெரிய

"இல்லண்ணா அண்ணாக்கு..." என ஸ்ரீ கூற

"ஸ்டாப்பிட் இடியட்ஸ்!! என்ன பாசமா? உங்களோட எமோஷன்ஸ உங்களாலயே கன்ட்ரோல் பண்ண முடியலன்னா, அடுத்தவங்க ஈசியா கன்ட்ரோல் பண்ண ஆரம்பிச்சுருவாங்க. ஒரு பொண்ணா இத நீங்க கண்டிப்பா தெரிஞ்சுக்க வேண்டிய ஒன்னு. நௌ போத் ஆஃப் யூ கெட் அவுட்." என கோபத்தில் கூற

"தங்க் க்யூ அண்ணா." என இருவரும் அடித்து பிடித்துக் கொண்டு ஓடினர்.

இருவரும் சென்றதும் ஜெய்வீர் புத்தகத்தில் ஆழ்ந்தான்.

அத்தியாயம் 8

இருவரும் வேகமாய் ஓடி வந்தவர்கள் ராமின் அறை கதவினை தள்ள அது அவர்களுக்காகவே காத்திருந்ததுப் போல் திறந்துக் கொண்டது.

"என்ன திட்டு வாங்குனீங்களா?" என ராம் சிரித்தபடி கேட்க இருவரும் கண்களை சுருக்கி முறைத்தனர்.

"சரி... சரி... என்ன ஆச்சு?" என கேட்கவும் இருவரும் நடந்ததை கூற ராம் யோசனையில் ஆழ்ந்தான்.

"ராம் அண்ணா என்ன யோசிக்கிறீங்க?" என ஸ்ரீ கேட்க

"ம்ம்... ஜெய் அண்ணா சொன்னததான் யோசீப்பாங்க." என்றாள் தனு.

"தனும்மா ஸ்ரீம்மா.. ஜெய் சொன்ன விசியம் எவ்ளோ பெரிய விசியம் தெரியுமா? எவ்ளோ பெரிய விசியத்த எவ்ளோ சின்னதா சொல்லிருக்காங்க." என மெச்சுதலாய் கூறினான்.

"அண்ணா என்ன திருவள்ளுவரா?" என தனு நக்கலாய் கேட்க

"அதானே பில்டப் பண்ணாம என்னன்னு சொல்லுங்க." என்றாள் ஸ்ரீ.

இருவரின் தலையிலும் கொட்டியவன் "மண்டூஸ், எமொஷன்ஸ கட்டுபடுத்த தெரிஞ்சவங்களுக்கு.." என கூற துவங்க

"அண்ணா ஒரு நிமிசம்." என ஸ்ரீ தனுவை பார்த்தாள்.

"என்ன, இப்போ கிளாஸ் எடுக்க போறீங்களா? வேண்டாம் நாங்க ஆல்ரெடி டயர்ட்டா இருக்கோம்.

அத்தியாயம் 8

சோ அண்ணா சொன்னத இன்னோரு நாள் விளக்கி சொல்லுங்க சரியா?" என சோம்பல் முறித்தபடி கூறினாள் தனு.

"உங்களலாம் என்ன சொல்றதுன்னே தெரில மண்டூஸ். ஜெய் எவ்வளவோ ப்ரீஸியஸான(precious) அட்வைஸ்லாம் சொல்லிருக்காங்க. உங்களுக்கு அந்த அட்வைஸோட மதிப்பு தெரியமாட்டேங்குது. அதான் இப்படி நடந்துக்குறீங்க" என கூறிட இருவரும் அரை தூக்கத்தில் கேட்டுக் கொண்டிருந்தனர்.

மணி ஆறினை தொட வலக்கம் போல் அனைவரையும் பார்த்தார் ஜெயசீலன் ராமின் அறையின் முன் தனுவும் ஸ்ரீயும் நிற்க்க கண்டவரின் புருவம் லெசாய் முடிச்சிட்டு பின் விரிந்தது. பின் கீழே சென்று தன் தந்தையை வணங்கிவிட்டு வெளியே செல்ல எத்தனிக்கவும் உடல் முழுவதும் வியர்வை வழிந்திட டீ-சர்ட்டும் காதினில் ஹெட்செட்டுமாய் ஜெய்வீர் உள்ளே நுழையவும் சரியாய் இருந்தது.

ஜெயசீலனை தொடர்ந்து அனைவரையும் பார்த்தவன் தன் வாட்ச்சினை பார்த்து ஹெட்செட்டின் ஒரு புறத்தை அகற்றிவிட்டு "குட் மார்னிங்." என்றதும்

"குட் மார்னிங்." என்றனர்.

பின் சிறு தலையசைப்புடன் அங்கிருந்து நகர்ந்தவனை ஜிம்மிற்க்குள் நுழையும் வரை அனைவரின் கண்களும் அகலாமல் பார்த்துக் கொண்டிருக்க ஜிம்மிற்க்குள் நுழைய சென்றவன் திரும்பி பார்க்காமல் "டைம் வேஸ்ட் பண்ணாம

கிளம்புங்க." என கூறிட அனைவரும் கடகடவென அவரவர் வேலைலயை பார்க்க துவங்கினர்.

"எப்பா!! எப்படிதான் ஜெய் அண்ணா திரும்பி பார்க்காமலே கண்டு பிடிக்கிறாங்களோ?" என மெதுவாய் கேட்டாள் ஸ்ரீ.

"ஆமா அண்ணா எனக்கும் அந்த சந்தேகம் பல வருசமா இருக்கு. எப்படி அண்ணாவால பார்க்காமலே கேட்காமலே எல்லாத்தையும் கரைக்ட்டா அனலைஸ் பண்ண முடியுது?" என தனு ராமிடம் கேட்டாள்.
"அது தெரிஞ்சாதான் நாம இன்நேரம் அறிவாளி ஆகிருப்போமே." என தோள்களை குலுக்கினான்.

"அதுவும் கரைக்ட்டுதான்" என்றனர் இருவரும்.

****

"எருமமாடுங்களா எழுந்திரிங்கடி!!!" என ரோஸையும் திவிஷாவையும் எழுப்பிக் கொண்டிருந்தாள் லியா.

"ம்ம்ம்..." என ரோஸ் புரண்டு படுக்க திவிஷாவோ எந்தவித அசைவுமின்றி தலை முதல் கால் வரை முழுவதுமாய் போர்த்திக் கொண்டு தூங்கிக் கொண்டிருந்தாள்.

"தடிமாடுங்க, எழுந்திரிக்குதுங்களா பாரு!!" என்றவள் "ஏய் எழுந்திரிங்கடி சமைக்கனும்டி இல்லாட்டி மானத்த வாங்கிருவான்ங்கடி" என கெஞ்சவும் ரோஸ் ஒற்றை கண்ணை மட்டும் திறந்து பார்த்திட திவிஷாவோ கடமையே கண் என தூங்கிக் கொண்டிருந்தாள்.

அத்தியாயம் 8

"வைப்ரேஸன் லேட் ஆச்சுன்னா வைப்ரேஸன் ஆக கூடாது சொல்லிட்டேன்" என மிரட்டிட

"வருகிறேன் வருகிறேன்" என சோம்பல் முறித்தபடி எழுந்தவள் இரு உள்ளங்கைகளையும் தேய்த்து முகத்தில் வைத்து எடுத்துவிட்டு "குட் மார்னிங்" என கூறிட
"குட் மார்னிங்.." என்றபடி உள்ளே வந்தனர் நம் குரங்குகள்.

ரோஸும் லியாவும் மூவரையும் பார்த்திட மூவரும் காபி கப்புடன் நின்றிருந்தனர்.

"ஓ மை டியர் மன்க்கீஸ்!!! எவ்ளோ பாசம் மூனுபேருக்கும்?!" என லியா வியந்திட மூவரும் புரியாமல் பார்த்துக் கொண்டனர்.

"ச்ச... நான் கூட என்னமோன்னு நினைச்சேன். கடைசில இவ்ளோ பாசமாடா குரங்குகளா உங்களுக்கு?!!" என வியந்தாள் ரோஸ்.

"இப்போ நாம என்ன பண்ணிட்டோம்னு இந்த லூசுங்க நம்பல புகழுதுங்க?" என ஜில்லு கேட்க

"குட் மார்னிங் சொன்னோம்ல அதுக்குதான் புகழுதுங்க போல." என சரோ கூறிட

"அதுக்காகவா இப்படி புகழுதுங்க?? ச்ச.. இது தெரிஞ்சுருந்தா நாம டெய்லியும் மார்னிங் சொல்லிருக்கலாமே. சரி, இன்னோர் தடவ சொல்லுவோம்." என தேவா கூறவும்

மூவரும் அனைத்து பற்களையும் கடாட்டியபடி "குட் மார்னிங்." என்றனர்.

அத்தியாயம் 8

"குட் மார்னிங்.. குட் மார்னிங் டியர் மன்க்கீஸ்" என்றிட தேவா திவிஷாவின் அருகில் அமர்ந்திட சரோவும் ஜில்லுவும் ரோஸையும் லியாவையும் பார்த்தபடி நின்றிருந்தனர்.

"சரி கொடுங்க" என லியா ஆவலாய் கை நீட்ட

"என்னத்த கொடுக்கனும்?" என்றபடி சரோ காபியை ஒரு சிப் அருந்திட

"அதானே என்னாத்தடி கேக்குற?" என்றபடி ஜில்லுவும் காபியை அருந்தினான்.

"டேய்!! அப்போ காபி எங்களுக்கு இல்லையா?" என லியா ஏமாற்றமாக கேட்க

"உங்களுக்கா, உங்களுக்கு எதுக்குடி நாங்க காபி தரனும்?" என அருந்திக் கொண்டிருந்த காபியை பெட்டின் மீது வைத்தான் தேவா.

"அடபாவிங்களா!! நாங்க கூட நீங்க பாசமா எங்களுக்காக கொண்டு வந்தீங்கன்னு நினைச்சோம்டா!!" என அதிர்ச்சியுடன் கூறினாள் ரோஸ்.

"டேய் அப்போ புகழ்ந்தது காபிக்காகடா குட் மார்னிங் சொன்னதுக்காக இல்லடா." என ஜில்லு சிரித்திட

"ஃபன்னி கேர்ள்ஸ்" என சரோ சிரிக்கவும் இருவரும் முறைத்தபடி பார்த்திட

"அந்த நினைப்பெல்லாம் நினைச்சாடி நீங்க புகழ்ந்தீங்க? அதெல்லாம் கனவுல கூட நடக்காது. போங்க போய் பொலப்ப பாருங்க போங்க" என கூறி

அத்தியாயம் 8

சிரித்தபடி தன் காபி கப்பை பார்த்த தேவா அதிர்ந்துதான் போனான்.

"எங்கடா கப்புல இருந்த காபிய காணோம்?!" என தேவா கேட்டிட

"ம்ம்.. இருக்குற கோபத்துல எதையாவது தூக்கி அடிச்சுடுவோம் பார்த்துக்க" என ரோஸ் கூற

"குரங்கு பயலே குடிச்சுபுட்டு வெறும் கப்ப வச்சா அங்க எப்படிடா காபி இருக்கும் குரங்கு?" என கடுப்பானாள் லியா.

"ஏய் நான் எங்கடி குடிச்சேன்? ஒரு சிப்தான்டி குடிச்சேன்." என பாவமாய் பார்த்தவன் அருகில் படுத்திருந்த திவிஷாவை பார்க்க 'ச்ச.. ச்ச.. இவ குடிச்சுருக்கமாட்டா. நாமதான் விவரமா அவ கால் பக்கம்தான உட்கார்ந்தோம்' என நினைத்தான்.

"மலகரடியாதான் இருக்கும்." என்றாள் லியா.

"அடியே அவனே விவரமா பார்த்துதான் உட்காந்தான் அப்றம் எப்படி..டி மலகரடி குடிச்சுருப்பா? அவளே பாவம் அமைதியா தூங்குறா அவள போய்.." என்றான் ஜில்லு.

ரோஸும் லியாவும் ஒருவரையொருவர் பார்த்துக் கொண்டு "உங்க விவரத்த கண்டு நாங்க வியக்கோம். முதல்ல மூஞ்சி எது கால் எதுன்னு பார்த்துட்டு பேசுங்கடா குரங்குகளா." என சரோவின் தலையில் கொட்டினாள் ரோஸ்.

சரோ சந்தேகத்துடன் திவிஷாவின் தலையணையின் அருகில் சென்று போர்வையை விளக்கியவன் தலையில் அடித்துக் கொண்டு "டேய்

கரடியோட கால்தான்டா இந்த பக்கம் இருக்கு." என்று தேவாவை பார்க்க தேவா போர்வையை விலக்க அங்கு திவிஷாவோ அனைத்து பற்களையும் காட்டியபடி படுத்திருந்தாள்.

"ஏன்டி கரடி, என்னடி இது??? இப்படி தலைகீழா படுத்துருக்க?" என சரோ கேட்க

"எல்லாத்தையும் வூசுதனமா பண்ணுவன்னா இதையுமாடி பண்ணுவ?" என ஜில்லு கேட்க அனைத்து பற்களையும் காட்டியபடி கண்களை சிமிட்டினாள்.

"மலகரடி ஏன்டி என் காபிய குடிச்ச?!!" என பொய் கோபத்துடன் கேட்க

"நீ ஏன்டா என் மூக்குக்கு நேரா காபிய வச்ச? காபி வாசம் வேற என்ன ரொம்ப டிஸ்டர்ப் பண்ணுச்சு, அதான் நம்பல டிஸ்டர்ப் பண்ற எதுவும் இருக்க கூடாதுன்னு குடிச்சுட்டேன். நானா ஒன்னும் குடிக்கலயே நீயாதான கொண்டு வந்து வச்ச" என தோள்களை குலுக்கினாள்.

"நீ தலைகீழா படுத்துருப்பன்னு எனக்கு எப்படி..டி தெரியும்? உன்னையா யாருடி இப்படி படுக்க சொன்னா?" என கேட்க

"டேய் அவ எப்பவும் இப்படிதான்டா தூங்குவா. பயபுள்ள ஆல் ரவுன்டர்" என லியா கூற மூவரும் புரியாமல் பார்க்கவும்

"என்ன புரியலயா? தூக்கத்துல ரவுன்டடிப்பா ஒரு இடத்துல படுத்துருக்கமாட்டா. உங்க நல்ல நேரம் இன்னைக்கு நேரா படுத்துருக்கா இல்லாட்டி எந்த

கோணத்துல படுத்துருப்பான்னு எங்களுக்கே தெரியாது" என்றாள் ரோஸ்.

"நீங்க எப்படி..டி இத்தன வருசமா இந்த கரடி கூட தூங்குறீங்க?" என ஜில்லு கேட்க

"ம்ம்... கூட படுத்துருக்கதும் அப்படியே இருந்தா ஒன்னும் தெரிஞ்சுக்காது ஜில்லு தம்பி. இந்த இரண்டு எருமையும் என்னைய மாதிரிதான். சில சமயம் கால நேர கழுத்த பார்த்தே போடுவாளுங்க தெரியுமா?" என ரெங்கநாதர் போல் படுத்துக் கொண்டு கூறினாள்.

"அடி பாவிகளா!!! நீங்களுமா?!! உங்கள கட்டிக்க போறவன் ரொம்ப பாவம்டி!!" என சரோ கவலையுடன் கூற

"ஆமா.. ஆமா.. ரொம்ப பாவம் கட்டிக்க போறவன்" என சோகமாய் கூறினான் தேவா.

"சரி.. சரி.. சீக்கிரம் கிளம்புங்க. டைம் ஆகிடுச்சு. ஏய் கரடி சீக்கிரம் எழுந்திரி ப்ரேக் ஃபர்ஸ்ட் ரெடி பண்ணனும்" என துரிதபடுத்தினாள் ரோஸ்.

"ஆரம்பிச்சுட்டா..டா வைப்ரேஸன்" என்றபடி கிளம்ப தயாராகினர் அனைவரும்.

****

"ஹனிம்மா ஜாக்ரதையா இரு. எந்த வேலையும் செய்யாத, லன்ச்ச கரைக்ட் டைம்க்கு சாப்பிடு, மறக்காம ஜூஸ் குடி, நான் கால் பண்ணுவேன். எதாவது வேணும்னா கால் பண்ணு. வேற என்ன..? எதுவாவது மறந்துட்டேனா?" என சோபாவில்

அமர்ந்து தன்னை முறைத்துக் கொண்டிருக்கும் தன்னவளின் முன் நின்று கேட்டான் விலோகித்.

"ம்ம்.. ஆமா.." என முறைப்புடன் கூறவும்

"என்ன ஹனிம்மா.. மறந்துட்டேன்?" என ஹரியின் முன் மண்டியிட்டான்.
"நீங்க சாப்பிட மறந்துட்டீங்க லோகித்" என முறைத்தாள்.

"பரவால்ல ஹனிம்மா டைம் ஆகிடுச்சு நான் பார்த்துக்குறேன்." என எழ முயல

விலோகித் அணிந்திருந்த டையை பிடித்து இழுத்தவள் "ஆனா நான் பார்க்கமாட்டேனே? கேடி உங்கள பத்தி தெரியாதா? ஒழுங்கா சாப்பிட்டு போங்க." என்றிட கெஞ்சும் பார்வை பார்த்தவன் வாட்ச்சை காட்டினான்.

"இந்த டக்கால்டி வேலையெல்லாம் வேணாம் சீனியர். ஒழுங்க வாங்க வந்து சாப்ட்டுட்டு போங்க. நான் எழுந்திரிக்குறதுகுள்ள உங்கள யாரு சமையல் செய்ய சொன்னா? இதுல மார்னிங்கும் லன்ச்சுக்கும் சேர்த்து சமைச்சு வைக்க சொன்னேனா? என்னைய எழுப்பிருந்தா நான் செய்யமாட்டேன்?" என கூறியபடி அழைத்துச் சென்றவள் தட்டில் உணவை வைத்து உணவை ஊட்டிவிட

"இல்ல ஹனிம்மா இப்போ நீ நல்லா ரெஸ்ட் எடுக்கனும் அதிகமா எந்த வேலையும் செய்ய கூடாதுல்ல அதான் செஞ்சேன். டுடே ஃப்ர்ஸ்ட் நாள்ல, அதான் எப்பொழுதும் போல வொர்க் போற டைம்க்கு எழுந்தனால டைம் பத்தல. நாளைலேந்து சீக்கிரம் வேலையெல்லாம் செஞ்சு முடிச்சுடுவேன்."

என உணவை வாங்கியபடி ஹரியின் கன்னம் கிள்ளினான்.

ஹரியோ முறைத்தபடி "லோகித் கேட்கமாட்டீங்க?" என கேட்க
"சரி.. சரி.. ஹனிம்மா போதும் டைம் ஆச்சு. நான் கிளம்புறேன்" என அவசரஅவசரமாய் கிளம்பியவன் கதவு வரை சென்று திரும்பி பார்த்திட 'என்ன?' என புருவம் உயர்த்தினாள்.

"இல்ல.. மிஷின்ல துணி போட்டுருந்தேன் துணிய அப்றம் காய போட்டுக்கலாம்னு வெளிய எடுத்து வச்சேன். அத மட்டும் பொறுமையா காய போடு ஹனிம்மா." என கண்களை சுருக்கியவனை

"அடபாவி!!" என்றதும்

வேக எட்டுகளுடன் ஹரியை தன் கை வளைவிற்க்குள் நிற்க வைத்தவன் "இன்னோர் தடவ சொல்லு ஹனிம்மா." என கண்கள் மின்ன கேட்க

"என்னது?" என கேட்கவும்

"அதான் என்னைய டா சொன்னியே." என ஹரியின் நெற்றியோடு முட்டினான்.

"இப்போ உங்களுக்கு டைம் ஆகலயா சீனியர்?"

"சொல்லமாட்டியே. சரி போ நீ சொல்லலன்னா என்ன இப்போ என்னைய...டா சொன்ன உதட்டுக்கு சின்ன கிப்ட் கொடுத்துட்டு போறேன்." என்றுவிட்டு சிறிய இதழ் ஒற்றுதழுடன் கிளம்பிட ஹரியோ தன் காதல் கணவனின் செயல்கள் அனைத்திலும் பூரித்து நின்றிருந்தாள்.

அத்தியாயம் 8

****

"என்னங்க... என்ன ஆச்சு? ஏன் இன்னைக்கு எழுந்ததுலெந்து ஒரு மாதிரியாவே இருக்கீங்க?" என சோர்வான முகத்துடன் கிளம்பிக் கொண்டிருந்த பார்த்திபனிடம் கேட்டார் லதா.

"இல்லம்மா... ஒன்னுல்ல நான் நல்லாதான் இருக்கேன்." என தன் முகத்தை சீராக்கியபடி கூறினார்.

"இத்தன வருசமா உங்கள பார்த்துட்டு வறேனே எனக்கு தெரியாதா உங்கள பத்தி?"

"ஒன்னுல்லம்மா, எனக்கென்ன இங்க பாரு நல்லாதான இருக்கேன்." என புன்னகைத்தார்.

"என்னம்மோ போங்க, நீங்க சொல்றீங்கன்னு நானும் நம்புறேன்னு நினைக்காதிங்க." என்றபடி தங்களின் அறையிலிருந்து வெளியேறினார்.

லாதா வெளியேறியதும் கதவை சாற்றியவர் நெஞ்சை பிடித்தபடி கட்டிலில் அமர்ந்து தன் ஆபீஸ் பேகை எடுத்து அதிலிருந்த சில மாத்திரைகளை போட்டார். பின் சிறிது நேரம் கழித்து தன்னை சமன்படுத்திவிட்டு வெளியே வந்தார் பார்த்திபன்.

"என்னப்பா இன்னைக்கு கொஞ்சம் லேட்டு போல?" என டைனிங் டேபுளில் அமர்ந்தபடி கேட்டான் சிவேஷ்.

"ஆமா சிவா. அவரு எழுந்ததுலெந்தே சரியேயில்ல, கேட்டாலும் சிரிச்சே சமாளிக்குறாரு." என உணவினை எடுத்து வைத்தபடி கூறினார் லதா.

அத்தியாயம் 8

"என்ன ஆச்சுப்பா? உடம்புக்கு எதுவும் பண்ணுதா? சொல்லுங்கப்பா?" என பதட்டத்துடன் கேட்டான் சிவேஷ்.

"இல்லப்பா. லதும்மா!! சும்மா இருக்கமாட்டியா? பாரு சிவா எப்படி பயந்துட்டான்னு லைட்டா தலவலிப்பா அவ்ளோதான் மத்தபடி வேற எதுவும் இல்ல." என மெலிதாய் புன்னகைத்தார்.

"தலவலியா? அப்போ வாங்க ஹாஸ்பிட்டல் போலாம். இன்னைக்கு லீவு போடுங்கப்பா."

"லீவா?? அட என்னப்பா நீ. ஒன்னும் இல்லப்பா இது சாதரண தலவலிதான் நீ பயப்படாத."

"ஆமா, இவரு லீவுன்னு போட்டாருன்னா கிழக்குல உதிக்குற சூரியன் மேற்க்குல உதிச்சுடும். பெத்த பொண்ணு கல்யாணத்தப்பவே வேலையிருக்குன்னு பாதிலயே ஓடுனவரு, இந்த தலவலிக்கெல்லாமா லீவு போட போறாரு." சலித்தபடி சாப்பாட்டை பரிமாறினார் லதா.

"என் வேலை அப்படிம்மா. நான் ஒன்னுல்ல இரண்டுல்ல எத்தன விதமான கணக்கு வழக்குங்கல பார்த்துக்குறேன்? ஒரு சின்ன தப்புனாலும் நான்தான் பொறுப்பு ஏத்துகனும். நம்பல நம்பி இவ்ளோ பெரிய பொறுப்ப கொடுத்துருக்காங்க எப்படிம்மா அசால்ட்டா இருக்க முடியும்? ஹரிம்மா கல்யாணத்தப்போ போனாலும் கரைக்ட்டா தாலி கட்டுற டைம்ல வந்தேன்ல?" என பொறுமையாய் கேட்டார்.

"ஆமா நான் தெரியாமதான்..ப்பா கேட்குறேன். இவ்ளோ பெரிய பிஸ்னஸ்லாம் பண்றவங்க எதுக்காக உங்கள மட்டும் கணக்கு வழக்கு பார்க்க

வச்சுருக்காங்க? இவங்க பார்க்குற பல பிஸ்னஸ்க்கு எப்படிப்பா நீங்க ஒத்த ஆளா இருந்து கஸ்ட்டபடுறீங்க? ஹெல்ப்புக்கு ஒரு அஸிஸ்டன்ட் கேட்க வேண்டியதுதானே?" என்று அக்கரையுடன் கேட்டான்.

சிவேஷ் கூறியதும் ஜெய்வீர் கூறியது நினைவு வர இருவரிடமும் கூறியதும் லதா ஜோசியர் கூறியதை நினைத்தபடி நின்றிருந்தார்.

"அப்போ கரடி இங்க வந்துடுவாளா?" என மகிழச்சியுடன் கேட்டவன் "ஆனா அதுல ஒரு சிக்கலிருக்கு." என நிறுத்தினான்.

"என்னப்பா சிக்கல் இருக்கு?" என புரியாமல் கேட்டார்.

"அதான்ப்பா கரடியே அவ பிரண்ட்ஸோடதான் வேலை பார்ப்பேன்னு செலைக்ட்டான இன்டர்வியூலல்லாம் வேணாம்னு சொல்லிட்டு வந்தா. இப்போ எப்படி அவள மட்டும் தனியா இங்க கூட்டிட்டு வந்து வேல பார்க்க வைப்பீங்க?"

"ம்ம்... ஆமால" என்றபடி யோசனையுடன் நின்றிருந்த லதாவை பார்த்தவர் "லது" என அழைத்தார்.

"ஆங்... என்னங்க?"

"திவிம்மாவ எப்படி இங்க வொர்க் பண்ண கூட்டிட்டு வரது? ஜெய்வீர் சாரே நேரடியா வர சொல்லிருக்காரு அவர் சொன்னத நாம மறுக்க முடியாது."

"நீங்க முதல்ல சாப்பிடுங்க அப்றமே பேசிக்கலாம்."

அத்தியாயம் 8

"ம்ம்.." என உண்ண ஆரம்பித்தவர் "திவிம்மா எனக்காகன்னா வருவா." என்றிட

"பார்ப்போம்." என சிவேஷும் உண்டிட லாதா சாமியாரின் வார்த்தைகளிலேயே உலண்டுக் கொண்டிருந்தார்.

****

சென்னையில்...

'கரடி என்ன முடிவு பண்ணிருக்க?' என க்ரூப்பில் தேவா கேட்க

'எத பத்தி?' என பதிலளித்தாள்.

'விளங்கிடும்' என்றான் ஜில்லு.

'அடேய் உங்களுக்கு இப்போதான் நேரமாடா?' என கேட்டாள் ரோஸ்.

'வந்துட்டாடா வைப்ரேஸன்' என்றான் சரோ.

'டேய் வைப்ரேஸன் வரது இருக்கட்டும் பௌச்சு வாயன் வந்துட போறான்டா' என்றாள் லியா.

'யாரு உன் ஆளா?' என மூன்று குரங்குகளும் ஒரே நேரத்தில் பதிலனுப்ப ரோஸும் திவியும் சிரித்தனர்.

லியா இருவரையும் முறைத்தவள் 'குரங்குகளா... பன்னிங்களா.. மாடுங்களா... போங்கடா' என அனுப்பிவிட்டு ஃபோனை வைத்துவிட்டு வேலையை பார்த்தாள்.

'அடுத்த வாரம் சன்டே கிளம்பி அதுக்கு அடுத்த சன்டே திரும்பி வந்த்துடலாம் ஓகேவா?' என திவி கேட்க
'சூப்பரு!!!!' என அனைவரும் அனுப்பிட பின் அவரவர்கள் வேலையில் மூழ்கினர்.

பின் மதியம் சாப்பிடும் போது அரட்டைகளும் வேலை செய்துக் கொண்டிருக்கும் போது சில வாட்சப் சேட்களும் செய்துக் கொண்டு அன்றைய நாள் கழிந்திட இரவு வீட்டிற்க்கு வந்ததும் சிறிது நேரம் ஒய்வெடுத்தவர்கள் தங்களது அரட்டைகளை தொடர்ந்திட இன்றைய இரவு உணவு குரங்குகள் என்பதால் குரங்குகள் மூவரும் கிட்சனுள் நுழைய திவிஷாவும் உடன் நுழைந்தாள்.

"ஏய் கரடி இப்பவே சொல்லிட்டேன் உள்ள வந்து உன் கரடி வேலைய காட்டுன உனக்கு நைட் டிஃபன் கட் சொல்லிட்டேன்" என்றான் ஜில்லு.

"அப்படிலாம் சொல்லக் கூடாது. நான் நல்ல பிள்ளையா உங்க மூனுபேருக்கும் ஹெல்ப் பண்ணுவேனாம், நீங்க மூனுபேரும் சூப்பரா சமைப்பீங்களாம்." என அனைத்து பற்களையும் காட்டிட

"தெய்வ மலகரடியே நீ இங்கருந்து போறதே பெரிய ஹெல்ப்தான்." என மூவரும் கும்பிட்டனர்.

"டேய்!! அவள்க இரண்டுபேரும் ஃபோன் பேசிட்டு இருக்காள்கடா எனக்கு தனியா இருக்க போர் அடிக்குதுன்னு வந்தா இப்படி பண்றீங்க?"

"ஃபோனா...? ஓ... பேம்லி டைம்மா ரைட்டு..." என தலையாட்டினான் தேவா.

அத்தியாயம் 8

"ஆமா, அடுத்த வாரம் ஊருக்கு போறத பத்தி வீட்ல சொல்லிட்டு இருககாள்க" என்றதும் சரோ திவிஷாவின் தலையில் கொட்டினான் "மம்மி..." என சினுங்கியவள் "நான்தான் எதுவுமே பண்ணலயேடா, அப்றம் எதுக்குடா கொட்டுன சரோ மாடே?" என்று பாவமாய் துவங்கி கோபமாய் முடிக்க

"லூசு கரடி அடுத்த வாரத்துக்கு என்னமோ இன்னும் அடுத்த மாசம் டைம் இருக்க மாதிரி பில்டப் பண்ணீட்டு இருக்க, இருக்கது இன்னும் மூனே நாள்தான் அதுக்கு இவ்ளோ பில்டப்பா?" என கேட்டுவிட்டு இம்முறை சற்று வேகமாகவே மீண்டும் கொட்டினான்.

"போடா பக்கி!!" என்றுவிட்டு கிட்சன் மேடையில் அமர்ந்தாள்.

"ச்சை, நானும் இவ பாஷைய மறந்துட்டு இன்னும் நாள் இருக்குன்னு நினைச்சுட்டு இருக்கேன்." என ஜில்லு தன் தலையில் அடித்துக் கொள்ள

"இத்தன வருசமா என் கூட குப்பை கொட்டியும் திருந்துதுதா பாரு குரங்கு." என்று மேடையில் அமர்ந்தபடியே ஜில்லுவை உதைக்க இதை எதிர் பாராதவன் காய்களை வெட்டிக் கொண்டிருந்த தேவாவின் மீது சாய்ந்திட ஜில்லுவின் தாக்கத்தால் வெட்டிய காய்கள் அனைத்தும் தரையில் விழுந்தது. மூவரும் ஒருசேர "அடியே!!! கரடி!!!!" என கத்த

"ஹி..ஹி... வந்த வேலை சுபமாக முடிந்துவிட்டது. நான் சென்று வருகிறேன் டாட்டா" என்று கூறி ஒரே ஓட்டமாக ஓடிட மூவரும் பாவமாக பார்த்துக் கொண்டனர்.

****

அத்தியாயம் 8

'சாப்பிட்டியா?' என விமலா மாதவிடம் சைகையால் கேட்க மாதவ் அமைதியுடன் பார்த்திருந்தான்.

விமலா தன் மகனின் விருப்பமறிந்து உணவினை எடுத்து ஊட்ட மாதவ் வாசலை நோக்கி கை காட்டினான்.

புன்னகையுடன் தலையசைத்தவர் எழுந்து மாதவை பார்க்க மாதவ் மற்றோரு தட்டில் உணவுடன் எழுந்தான். பின் இருவரும் வீட்டின் முன் அமைந்திருந்த புல்வெளியில் அமர்ந்துக் கொண்டனர்.

விமலா மாதவை நோக்கி உணவினை ஊட்டிட ஜெய்வீர் வேகமாய் வந்து அவ்வுணவினை பெற்றுக் கொண்டு "அதெப்படி எனக்கு முதல்ல தராம அவனுக்கு தரலாம்?" என சைகையும் வாய் மொழியுமாய் பொய் கோபத்தோடு விமலாவிடம் கேட்க

"எரும!! எரும!! மனுசனாடா நீ? ஒருதடவயாவது நான் முதல்ல வாங்கலாம்னா விடுறானா பாரு!!" என மாதவ் ஜெய்வீரை அடித்தான்.

'எத்தன தடவ சொல்லிருக்கேன் இப்படி அடிக்க கூடாதுன்னு?' என்று விமலா மாதவை மிரட்டினார்.

"அவன் எப்போ பார்த்தாலும் இப்படியே பண்றான். அதான் அடிச்சேன் எப்போதும் அடி வாங்குறதுதானே" என கூறியவன் "ஏன்டா உனக்கு வலிச்சுது?" என ஜெய்வீரிடம் கேட்க

அத்தியாயம் 8

"ஆமா வலிச்சுது" என்றவன் "வலிக்குதும்மா" என பாவமாய் கூறியதும் விமலா மாதவை கோபமாய் பார்க்க

"டேய் மனசாட்சி தொட்டு சொல்லு. நான் அடிச்சது உனக்கு வலிச்சது? சின்ன வயசுலருந்து இந்த பொய்ய நீயும் ஓயாம மெயின்டேன் பண்ணிட்டுருக்க அம்மாவும் நம்பி என்னைய முறச்சுட்டு இருக்காங்க" என்று பாவமாய் கேட்டான் மாதவ்.

"வலிச்சுதே!!" என நக்கலாய் கூறியவன் பாவமாய் விமலாவை பார்க்க விமலா மாதவை முறைத்துக் கொண்டிருந்தார்.

"அவன் நடிக்கிறான்ம்மா, நம்பாத எனக்கு ஊட்டிவிடும்மா பசிக்குது" என்று பாவமாய் கூறியவனை கண்டு விமலாவும் ஜெய்வீரும் சிரிக்க "இரண்டுபேருக்கும் இதே வேலையா போச்சுல்ல போங்க நான் தனியாவே சாப்பிட்டுக்குறேன்" என எழ போனவனை இருவரும் அமர வைத்தனர். பின் விமலா இருவருக்கும் ஊட்டிவிட இருவரும் விமலாவிற்க்கு ஊட்டிவிட்டனர்.

இந்நிகழ்ச்சி இவர்களின் சிறு வயதிலிருந்தே தினமும் இரவு நடக்கும் நிகழ்வு. மூவரின் மகிழ்ச்சியான தருணமும் இதுவே. முக்கியமாக கூற வேண்டுமெனில் விமலாவிற்க்கு மகிழ்ச்சியான தருணம். ஆனால், ஒரு கட்டத்திற்க்குமேல் மிகவும் குறைவாக நடக்கும் நிகழ்வாக மாறிப் போனது. காரணம் இருவரின் படிப்பு, வேலையே.

இங்கு மூவரும் மகிழ்ச்சியோடு உண்டுக் கொண்டிருக்க அரண்மனையில் அகிலாண்டேஸ்வரி

அத்தியாயம் 8

தங்களின் அறையினில் தன் மகனின் ஃபோட்டாவை வைத்துக் கொண்டு அமர்ந்திருந்தார்.

தன் வேலைகள் அனைத்தையும் முடித்துவிட்டு வந்த ஜெயமோகன் "அகிலா" என்றிட கண்களில் குளமென தேங்கிய விழிநீரோடு ஏறிட்டார் அகிலாண்டேஸ்வரி.

"என்னம்மா, என்ன ஆச்சு, ஏன் அழற?!" என பதட்டோத்தோடு கேட்டவர் அப்பொழுதுதான் கவனித்தார் ஜெய்வீரின் ஃபோட்டோவை.

"என் பையன் எப்பவும் சின்ன குழந்தையாவே இருந்துருக்கலாம்ங்க. அப்படி இருந்திருந்தா எப்பவும் என் மடியிலேயே வச்சுட்டு பார்த்து பார்த்து ரசிச்சுட்டு என் கூடவே வச்சுருந்துருப்பேன். இப்படி தூரமா நின்னு ரசிச்சுட்டு பாசமா பேச கூட பயந்துட்டு இருந்துருக்கமாட்டேன். இப்படி, அன்பா அணைக்க கூட முடியாம தவிச்சுட்டு இருந்துருக்கமாட்டேன். எனக்கும் என் பையனுக்கும் இடையில ஏதோ கண்ணுக்கு தெரியாத சுவர் எங்கள பிரிச்சுருக்காது." என்று ஏக்கமும் தவிப்புமாய் கண்ணீருடன் கூறியவர் ஜெயமோகனின் தோளில் சாய்ந்துக் கொண்டு அழ துவங்கினார்.

ஜெயமோகனின் கண்களிலும் கண்ணீர் திரையிட தனக்குள் அடக்கியவர் "அகிலாம்மா.. அழாதம்மா, தம்பி என்னைக்கிருந்தாலும் நம்ப பையன்தான். நீ ஏன் அவங்களுக்கும் உனக்கும் இடையில சுவர் பிரிச்சுருக்குன்னெல்லாம் பேசிட்டுருக்க. இதோ பாரும்மா, நம்ப பையன்கிட்ட நாம விலகியிருக்கது ஏதோ ஒரு கண்ணுக்கு தெரியாத சுவர்னால இல்ல, மரியாதையால."

அத்தியாயம் 8

"என்னோட வேதனை உங்களுக்கு புரியலங்க. அது ஒரு தாயோட இடத்துலருந்து பார்த்தாதான் உங்களுக்கு புரியும்." என வேதனையுடன் கூறிவிட்டு படுத்துக் கொண்டார்.

'ஒரு தாயோட வேதனை பற்றி நான் புரிஞ்சுக்காம இல்ல அகிலா. ஒரு தகப்பனோட வேதனைய மறச்சுட்டு என்னால உனக்கு ஆறுதல் சொல்ல முடியல.' என நினைத்துக் கொண்டார்ன

மூவரும் உணவுண்ட பிறகு விமலா வீட்டினுள் சென்றிட மாதவும் ஜெய்வீரும் வெள்ளை நிற நாற்காலிகளில் அமர்ந்து பேசிக் கொண்டிருந்தனர்.

"சரி பச்சக்கிளி டைம் ஆச்சு, போய் தூங்குற வழிய பாரு"
"இல்லடா இன்னும் டைம் இருக்கு. கொஞ்ச நேரம் கழிச்சு போறேன்"

"டேய் நல்லவனே நீ இப்போ போலனா அம்மா உனக்காக தூங்காம முழிச்சுட்டுருப்பாங்க, ஒழுங்கா போ, ஆல்ரெடி அவங்களே வேல பார்த்து டையர்டா இருப்பாங்க கிளம்பு." என்றான் கட்டளையாக

அரை மனதுடன் தலையசைத்துவிட்டு சென்றவனை புன்னகையுடன் பார்த்திருந்தவன் மாதவின் உருவம் மறைந்ததும் உதட்டிலிருந்த புன்னகை மறைந்து நான்கு வீடுகளையும் வெறுமையுடன் வெறிக்க துவங்கினான்.

"தம்பி" என ஜெயசீலனின் அழைப்பில் துள்ளளுடன் எழுந்தான்.

"வா சீலு!! போலாமா?"

அத்தியாயம் 8

"போலாம் தம்பி"

ஜெய்வீர் ஜெயசீலனின் தோளில் கை போட்டுக் கொண்டு அவர்களின் ஸ்பெஷல் வீட்டிற்க்குள் சென்றனர்.

சில ஃபைல்களை சோபாவில் அமர்ந்திருந்த ஜெயசீலனிடம் நீட்டியவன் எதிர் சோபாவில் அமர்ந்துக் கொண்டு பேச துவங்கினான்.

"நாம தைரியமாக அவன்ங்கள நம்பலாம் சீலு. அவன்ங்க அப்படி இப்படின்னு மத்த இடத்துல பண்ணாலும் நம்பகிட்ட வாலாட்ட முடியாது. அப்படி வாலாட்டனும்னு யோசிச்சான்ங்கான கூட எனக்கு தெரிய வந்துரும். சோ நீ அதபத்திலாம் எதுவும் யோசிக்காத நான் பாத்துக்குறேன். ஆசர்மத்துல ஒருத்தர் புதுசா ஜாயின்ட் பண்ணிருக்காங்க எனக்கு அவங்க மேல ஒரு சின்ன டவுட் இருக்கு. அத நான் நாளைக்கு க்ளியர் பண்ணிடுவேன். அண்ட் நெக்ஸ்ட் எஸ்டேட்ல எல்லாமே நல்லாதான் போய்ட்டு இருக்கு சூப்பர்வைசர்க்கு நானே பர்மனென்ட் லீவ் கொடுத்துட்டேன். புது சூப்பர்வைசர் நாளைலெந்து வொர்க்க்கு வந்துருவாரு. பேக்ட்ரீஸ் பத்தி நீ எதுவும் கேட்கனும்னு அவசியம் இல்ல, என் பார்வைலெந்து எதுவும் தப்பாது. அப்றம் காலேஜ்ல ஹாஸ்டல்ஸ்லதான் கொஞ்சம் வொர்க் இருக்கும். அத என்னான்னு நாளைக்கு நான் போய் பார்த்துட்டு வந்து உனக்கு சொல்றேன்." என முடிக்கவும் ஜெயசீலன் அனைத்து ஃபைல்களையும் பார்த்து முடிக்கவும் சரியாக இருந்தது.

"ம்ம்.. சரி தம்பி நீங்க சொன்னா அதுல மாற்று கருத்து சொல்றத்துக்கு எதுவும் இருக்காது."

அத்தியாயம் 8

"அடுத்து என்ன கேட்க வருவன்னும் தெரியும் சீலு. இப்போதைக்கு ஊருக்கு போகல, இங்க கொஞ்சம் எனக்கு வேலையிருக்கு. அது முடிஞ்சதும்தான் எதுவாயிருந்தாலும் அதுக்கு இடையில ஒரு இரண்டு நாள் இல்ல மூனு நாள் போற வேலையிருக்கும்னு நினைக்குறேன், பார்த்துட்டு சொல்றேன். அதுவர இங்கையும் ஊட்டிக்கும் மாறி மாறிதான் இருப்பேன்." என்றவனை எப்போதும் போல் வியப்புடனே பார்த்தார் ஜெயசீலன்.

"சரி, நான் உங்க ஐயா மாதிரிதான், என்னைய பார்க்கும் போதெல்லாம் அவர பார்க்குற மாதிரியேதான் இருக்கும்." என்றபடி ஜெயசீலனின் அருகில் அமர்ந்திட

"இல்ல தம்பி, மாதிரிலாம் இல்ல, எங்க ஐயாதான் நீங்க." என்றவரின் குரல் தழுதழுத்தது.

"இங்க பாரு சீலு!!" என குரல் உயர்த்த

தன் அழுகையை உள் வாங்கிக் கொண்டு "சொல்லுங்க தம்பி" என்றார் குறுஞ்சிரிப்புடன்.

****

"ஹனி உன்கிட்ட முக்கியமான ஒன்னு சொல்லனும்னு நினைச்சுட்டே இருந்தேன், மறந்தே போய்ட்டேன்." என பரபரப்புடன் கூறினான் விலோகித்.

"என்னப்பா சொல்லுங்க." என ஆர்வத்துடன் கேட்டாள் ஹரிணி.

"அது, எனக்கு சூப்பர்வைசரா ப்ரோமோஷன் கிடைச்சுருக்கு ஹனி!!" என மகிழ்ச்சியோடு கூற

அத்தியாயம் 8

"வாவ்!!! சூப்பர் சீனியர்!!!" என மகிழ்ச்சியோடு அணைத்தவள் சிறு கோபத்தோடு "எவ்ளோ முக்கியமான விசியம் இதப்போய் மறந்துருக்கீங்க?" என்று முறைத்தாள்.

"சாரி ஹனி!! வந்ததும் சொல்லனும்னு இருந்தேன் உனக்கு வேற உடம்பு சரியில்லாம போச்சுல்ல, அதான் பதட்டத்துல அப்படியே மறந்துட்டேன்."

"சரியான மக்குப்பா நீங்க. இதுலாம் இந்த டைம்ல சகஜம்ப்பா, அதபத்திலாம் கவலபடாதிங்க. குறிப்பிட்ட மாசத்துக்கப்றம் வாமிட்டிங்கெல்லாம் குறஞ்சுரும்."

"இருந்தாலும் நீ படுற கஷ்டத்த பார்க்க முடியல ஹனி, லீவ் கேட்கலாம்னு போனா ப்ரோமோஷன் லெட்டர தூக்கி கொடுத்துட்டாங்க, ஒரு பக்கம் சந்தோசம், ஒரு பக்கம் கவலை, நாளைலெந்து சூப்பர்வைசர்." என்று சோகமானவனை

"அட இதுல என்ன கவலையிருக்கு, உங்க திறமைக்கு கிடைச்ச ப்ரோமோஷன்தானேப்பா?" என கன்னம் ஏந்தினாள் ஹரிணி.

கைகளை பற்றிக் கொண்டவன் "ஆமா ஹனி. ஆனா, சூப்ர்வைசர்ன்னா வொர்க் முடிய டைம் எடுக்கும். அதுவும் பேக்ட்ரீல சொல்லவே வேண்டாம். லீவ் எடுக்க கூடாது. அதிகம் பர்மிஷன் கேட்க கூடாது. இப்படி நிறைய ரூல்ஸ் இருக்கு ஹனி. இதுல என்ன ஒன்னுன்னா என்னைய ப்ரோமோட் பண்ணதே ஜெயசீலன் சார்தான். இதுல எனக்கு எவ்ளோ சந்தோசம் இருக்கோஅதே அளவுக்கு கவலையும் இருக்கு." என்றான்.

அத்தியாயம் 8

"நீங்க என்கிட்ட அடிவாங்க போறீங்க லோகித்!! எவ்ளோ பெரிய விசியம் நடந்துருக்கு அதுக்கு சந்தோசபடாம கலவலபட்டுட்டு இருக்கீங்க? ஒன்னுல்லப்பா இப்போ என்ன, எப்போதும் வரதவிட ஒரு மணிநேரம் இல்ல, இரண்டு மணிநேரம் லேட்டா வருவீங்க அவ்ளோதானே, இதுனால ஒன்னும் இல்ல, ஜெயசீலன் சாரே உங்கள டேரைக்ட்டா ப்ரோமோட் பண்ணீருக்கார்ன்னா கண்டிப்பா காரணமிருக்கும். நீங்க அதமட்டும் கவனத்துல வச்சுட்டு சூப்பரா வொர்க் பண்ணுங்க. புரியுதா?" என்று கேட்க 'சரி' என தலையசைத்தான்.

"ம்ப்ச்.. என்னப்பா? நான் தனியா இருப்பேனெல்லாம் ஃபீல் பண்ண வேண்டாம். நான் அம்மாகிட்ட மார்னிங் பேசுறேன். அம்மா எதாவது வழி சொல்லுவாங்க ஓகேவா? இப்போ வாங்க தூங்கலாமா சூப்பர்வைசர்?" என கேட்டவளைபுன்னகையுடன் அணைத்துக் கொண்டவன்

"இப்படியே தூங்கலாம் ஹனி மேடம்" என்றான்.

அத்தியாயம் *9*

மறுநாள் காலையில் ஜெயசீலன் முதல் தனு மற்றும் ஸ்ரீ வரை அனைவரும் அவரவர் பணிக்கு சென்றிட ஜெய்வீர் மூன்றாம் தளத்தின் மூன்றாவது அறையினுள் தன் அடுத்தகட்ட பணிகளை சுவற்றில் மாட்டபட்டிருந்த வெள்ளை நிற பலகையில் சிற்சிறு குறிப்புகளாய் எழுதிக் கொண்டிருந்தவனின் இதழ்கள் "பச்சக்கிளி!!!" என குரோத புன்னகையுடன் கூறியது.

'டைமாகிடுச்சு நான் கிளம்புறேன்.' என மாதவ் தன் தாயிடம் கூறினான்.

'தம்பி இன்னும் வரலயே நீ எங்க அதுகுள்ள போற?'

'மீட்டிங்யிருக்குன்னு சொன்னான்ம்மா சீக்கிரம் வந்துடுவான்.' என்றுவிட்டு பதிலை எதிர் பார்க்காமல் அரண்மனையை நோக்கி சென்றான்.

வாசலில் தயங்கியபடி நின்றவன் உள்ளே பார்க்கவும் அகிலாண்டேஸ்வரி ஹாலிற்க்கு வரவும் சரியாயிருந்தது.

"வாப்பா மாதவா." என முகமுழுவதும் புன்னகையுடன் அழைக்க குறுநகையுடன் உள்ளே சென்றான்.

"அம்மா ஜெய்..." என்றிட மூன்றாம் தளத்தினை புன்னகையோடு காட்டினார்.

"சரிம்மா." என்றவன் வெளியே செல்ல எத்தனிக்க

"ஒரு நிமிசம்ப்பா மாதவா. இந்த தடவ தம்பி எவ்ளோ நாள் இங்க இருப்பாங்க?"

"ஜெய் பத்திதான் தெரியுமேம்மா. அவனா சொன்னாதான் எனக்கே தெரியும்." என்றுவிட்டு வெளியேறினான்.

"என்னக்கா..?" என சிவசங்கரி கேட்டார்.

"தம்பி பத்தி கேட்டேன் சங்கரி."

"அவன்கிட்ட கேட்டாலும் தம்பி பத்தி எதுவும் தெரிய போறதில்லன்னு தெரிஞ்சும் நீங்க எப்போதும் கேட்க்குறீங்களேக்கா?" என ஆறுதலாய் கை பற்றினார்.

சிறு புன்னகையுடன் "சரி வா. நாம அடுத்த வேலைய பார்ப்போம்." என்று கூறியவரின் கண்கள் மூன்றாம் தளத்தினை கண்டு மீண்டது.

****

"எப்படியாவது வீட்டுக்கு போறதுக்குள்ள அவள இன்னோர் தடவ பார்க்கனும்டா." என சிவேஷ் கூற விஷ்வா அமைதியாக அமர்ந்திருந்தான்.

"உன்கிட்டதானே சொல்லிட்டுருக்கேன்." என்று ஓரடி கொடுக்க

"கொல்ல போறேன் பாரு. சாகடிக்காதடா. அடுத்த மூனு ஹாரும் உன் சின்ன மச்சானோட கிளாஸூ. தப்பிக்க முடியாது. மனுசன டார்ச்சர் பண்ணாம மூடிட்டு உட்காரு." என கூற சிவேஷ் பாவமாய் முகத்தை வைத்துக் கொண்டான்.

"என்னதான் குட்டிகரணம் அடிச்சாலும் எங்கையும் நகர முடியாது. அதுனால கன்ராவியா ரியாக்ஸன்

கொடுக்குறதவிட்டுட்டு, அங்க ஒரு மனுசன் நடத்துறேன்ங்குற பேர்ல கொன்னுட்டுருக்கான் பாரு அவனயாவது கவனி."

"கொஞ்னூன்டு.. கூடவாடா வாய்ப்பு இல்ல?"

"டேய் சாகடிக்காதடா, நான் பாவம்." என அழுதேவிட்டான் விஷ்வா.

"சரி விடு. நீயும் பார்க்க பாவமாதான் இருக்க. நான் வீட்டுக்குப் போய் எப்படியாவது பார்க்க ட்ரை பண்றேன்." என சிரிக்க விஷ்வா முறைத்தான்.

****

"எல்லாத்தையும் பேக் பண்ணி ரெடியா வைங்க. ஈவ்னிங் நாம கிளம்பனும்." என திவிஷா கூற அனைவரும் புரியாமல் பார்த்தனர்.

"இன்னைக்கே எதுக்கு கரடி?" என ஜில்லு கேட்க

"கொஞ்சம் முன்னாடியே போய் அக்காக்கு ஷாக் கொடுக்கலாம்னுதான்." என மகிழ்ச்சியோடு கூறினாள்.

"வாவ்!!! அப்போ ஊட்டிக்கு போக போறோமா?" என குதித்தாள் ரோஸ்.

"செம்ம சூப்பர் போ!!" என லியா கூற

"எங்கள் அறிவு மலகரடியே இன்னைக்குதான்டி உன் உருப்புடாத மூளைய வச்சு நல்ல முடிவு எடுத்துருக்க." என புகழ்ந்தான் தேவா.

"நன்றிகள்.. நன்றிகள்.."

அத்தியாயம் 9

"கரடி உன் நன்றிய கொஞ்சம் ஓரமா வை. முதல்ல நாம கேட்டவொடனே லீவ் கொடுக்கனும். அப்றம்தான் பேக்கிங்க பத்திலாம் யோசிக்கனும்." என சரோ கூறியதும்

"அதான் கிடச்சுருச்சே" என்று அசட்டையாய் தோள்களை குலுக்கினாள்.

"எப்படி?!!" என அனைவரும் கேட்டனர்.

"நான்தான் மெயில் அனுப்புனேன்."

"எது!!" என ஜில்லு அதிர்ந்தான்.

"ஆமா, எல்லாரோட மெயில்லேந்தும் நானே மெயில் பண்ணிட்டேன்." என்று கண்சிமிட்டியவளை

பொய்யாய் முறைத்தவர்கள் "கரடி!!!" என்று கத்தினர்.

"ஹீ..ஹீ..ஹீ.. நோ கோபம் உங்க செல்ல கரடி பாவம்ல. வாங்க ஆபிஸ் போகலாம் டைமாச்சுல்ல." என பேச்சை மாற்றினாள்.

"வந்து தொலையும். வாரும்." என்றபடி அனைவரும் கிளம்பினர்.

****

"பச்சக்கிளி போலாம்." என்று தன் வெள்ளை ஆடிக் காரிடம் நின்ற மாதவிடம் கூறினான் ஜெய்வீர். "என்ன சார் இன்னைக்கு ரொம்ப குஷியோ?"

அத்தியாயம் 9

"அப்படியா தெரியுது? சரி இந்தா கீ. நீ வொய்டிய எடுத்துட்டுவா. நான் பிளாக்கிய எடுத்துட்டு வறேன்." என்று கூறவும் மாதவ் அதிர்ந்தபடி பார்த்தான்.

"என்னடா பார்க்குற?"

"ஜெய்.. நீயா பேசுற? உன்னோட கார யார் ஓட்டுனாலும் பிடிக்காதேடா?" அதிர்ச்சி மாறாமல் கேட்டான்.

"ஆமா பிடிக்காதுதான். ஆனா இப்போ இது என் கார் இல்லயே பச்சக்கிளி, உன் காராச்சே." என கண்சிமிட்டி கூறியவனை ஏக அதிர்ச்சியுடன் ஏறிட்டான்.

மாதவ் வாய் திறக்கும் முன்பே காரினுள் தள்ளியவன் "நேரா ஊட்டிக்கு போறோம்." என்றுவிட்டு தன் காரினுள் ஏறி கொண்டான்.

'இவன் இன்னும் பச்சக்கிளின்னு கூப்பிடும் போதே நினைச்சேன் ஏதோ ஒன்னு நடக்க போகுதுன்னு. எதுக்காக இப்போ இதெல்லாம் பண்றான். கேட்டாலும் சொல்லமாட்டான். என்ன பண்ண காத்துருக்கானோ தெரியலயே.' என்ற குழப்பத்துடன் ஜெய்வீரை பின் தொடர்ந்தான் மாதவ்.

ஊட்டி வந்தடைந்ததும் ஜெய்வீரின் கார் வேறொரு பாதையில் பயணித்திட மேலும் குழப்பமடைந்தான் மாதவ்.

'என்ன ஆபிஸ் பக்கம் போகாம வேற எங்கையோ போய்ட்டுருக்கான்?' என ஜெய்வீருக்கு ஃபோன் செய்ய

'மூடிட்டு பின்னாடியே வா.' என மெசேஜ் பதிலாக வந்தது.

"இவன.." என்று பின் தொடர்ந்தான்.

சிறிது நேர பயணத்திறக்கு பிறகு மூன்றடுக்கு பில்டிங்கின் முன் ஜெய்வீர் காரை நிறுத்த மாதவ் சிறிது இடைவெளிவிட்டு நிறுத்தினான்.

"வா பச்சக்கிளி." என மாதவின் கார் கதவினை திறந்துவிட

"ஜெய்.." என்றவனை

"சீக்கிரம் வாட இப்போதான் ஜெய்.. நெய்ன்னு.." என்று கடகடவென உள்ளிழுத்து சென்றான்.

பில்டிங் நுழைவு வாயிலின் முன்பு திரையிட்டியிருக்க இருவரின் நண்பர்களான அப்துல், மீரா நின்றிருக்க இவர்களுடன் விமலாவும் மேலும் புதிய நபர்களும் புன்னகையுடன் நின்றிருந்தனர்.
"ஜெய்.. என்னடா நடக்குது?!!" என அதிர்ச்சியோடு கேட்க

"போக போக உனக்கே தெரியும்." என்றவன் "விமலாம்மா வாங்க." என இருவரையும் ஒன்றாய் நிற்க வைத்து "ம்ம்.. ஓப்பன் பண்ணுங்க." என்று புன்னகையுடன் தள்ளி நின்றான்.

விமலா ஜெய்வீரையும் அருகில் நிறுத்திக் கொள்ள மாதவ் புரியாமல் பார்த்திருந்தான்.

"என்னடா லுக்குவிடுற? ஓப்பன் பண்ணுடா."

அத்தியாயம் 9

"ஜெய்.."

"டைம்மாச்சுடா.." என்றதும் மூவரும் திரையை விலக்கியதும் தங்க நிறத்தில் MVJ Pvt.ltd என பெரிய எழுத்துக்களால் பொறிக்கபட்டிருந்ததை கண்ட மாதவின் கண்கள் விரிந்திட

அனைவரும் "வெல்கம் MD சார்!!" என்று மாதவை நோக்கி கத்தினர்.

"ஜெய்...ஜெய்.. இது.." என வார்த்தைகள் தடுமாறிட கண்களில் நீர் திரையிட்டது.

"உன்னோட கனவு என்னான்னு எனக்கு தெரியும் பச்சக்கிளி." அணைத்தான் ஜெய்வீர்.
"ஆனா இது.."

"ஷ்.... நீ ஒன்னும் பேசாத நான் பேசி முடிச்சுறேன். இது எதுவுமே என்னோட காசுல்ல. நீ உழைச்ச காசுதான். நாம சேர்ந்து பண்ண பிராஜெக்ட்ஸ்ல உன்னோட பங்குலதான் உருவாக்கிருக்கேன். புரியுதா?" என்றிட அமைதியாகயிருந்தான் மாதவ்.

"உள்ள வாங்க MD சார்." என்று அழைத்து சென்றிடஅனைவரும் பின் தொடர்ந்தனர்.

விமலாம்மாவை MD நாற்காலியில் அமர வைத்த ஜெய்வீர் மாதவை பார்த்திட மாதவ் ஓடிச் சென்று அணைத்துக் கொண்டான்.

"ஜெய்...நான்..உனக்கு.."

"நீ ஒன்னும் சொல்ல வேண்டாம். போய் ஆபிஸ சுத்தி பார்த்துட்டு வா." என்றிட மாதவ் தன் தாயின் காலினை வணங்கிவிட்டு சென்றான்.

மாதவ் சென்றதும் மற்றவர்களை பார்த்தவன் "வெல்... ஏற்கனவே உங்களுக்கு எல்லாத்தையும் சொல்லிட்டேன். இன்னும் சொல்ல வேண்டியதுயிருக்குன்னா உங்களுக்கு கொடுத்த வேலைய உண்மையா நேர்மையா பண்ணுங்க முக்கியமா லவ்வோட பண்ணுங்க." என்றிட

"கண்டிப்பா சார்." என்றனர்.

"ஓகே. எல்லாரும் போய் வொர்க் பண்ண ஸ்டார்ட் பண்ணலாம்." என்றதும் அப்துல் மீராவை தவிர அனைவரும் சென்றனர்.

விமலாம்மாவோ கூச்சத்துடன் அமர்ந்திருந்தவர் எழ முயற்ச்சிக்க "நீங்க எதுக்கு எழறீங்க? உட்காருங்க." என்றான்.

'போதும்ப்பா.'

"ம்மா..!" என்றிட அமைதியாய் அமர்ந்தார்.

"ஜெய்.. எப்பொலெந்து ஸ்டார்ட் பண்ண?" என அப்துல் கேட்க

"டேய் லூசு நீ கேட்டா மட்டும் அவன் எல்லாத்தையும் சொல்லிடுவான் பாரு." என இடித்தாள் மீரா.

"மீரான்னா மீராதான்."

"ஹலோ ஜெய் பாஸ் போதும் உங்க ஐஸ். எனக்கு என்னடா வேலை?"

"நீங்கதான் மேடம் MD சாரோட PA."

அத்தியாயம் 9

"அவனுக்கு நான் PAவா? நல்ல நாள்லயே நானும் அவனும் அடிச்சுக்குவோம் இதுல PAன்னா சுத்தம்."

"உங்க சண்டைய பத்தி எங்களுக்கு தெரியாதா?"

"அப்துல்.. வாய மூடுடா அம்மா வேற இருக்காங்க."

"அம்மாதானே இருக்காங்க. அம்மாவும் தெரிஞ்சுக்கட்டும்."

"ஜெய் நீயுமா? சும்மாயிருடா நான் இன்னும் அவன்கிட்ட சொல்லல்ல."

"அவன்கிட்ட சொல்றத்துக்கு பதிலா அம்மாகிட்டையே சொல்லிடலாம். அவன் அம்மா பேச்ச தட்டாத பிள்ளை."

"அப்படிங்குற?"

"அப்படித்தான்."

மூவரையும் கவனித்துக் கொண்டிருந்த விமலாவின் முன் மண்டியிட்டவள் "ம்மா, நான் மாதவ்வ நான் ரொம்ப லவ் பண்றேன். எனக்கு அவன்கிட்ட சொல்ல பயம். அவன் என்னைய வேண்டாம்னு சொல்லிட்டான்னா என்னால தாங்கிக்க முடியாது. அதுனாலதான் இவ்ளோ நாள் சொல்லாமயிருந்தேன். ஆனா இதுக்குமேல வெயிட் பண்ண முடியாது. எங்க வீட்ல மாப்பிள்ளை பார்க்க ஆரம்பிச்சுட்டாங்க. என்னைய உங்க மகளா ஏத்துப்பீங்களா?" என கேட்க

'நீதான்டா என் மருமக. ஜெய் தம்பி உன்னைய பத்தி ஏற்கனவே சொல்லிட்டாங்க.' என புன்னகையுடன் கூற மீரா வேகமாய் ஜெய்வீரை பார்த்தாள்.

அத்தியாயம் 9

"என்னடி ராட்சசி லுக்குவிடுற? அம்மாகிட்ட மட்டும்தான் சொன்னேன். இன்னும் அவன்கிட்டலாம் சொல்லல்ல." என்று புன்னகைத்தான்.

"உன்னைய.." என ஜெய்வீரை அடிக்க முயல மாதவ் உள்ளே நுழைந்தான்.

"உன் வேலைய ஆரம்பிச்சுட்டியா? ஒருநாளாவது அடக்க ஒடுக்கமா இருக்கியாடி?"

"முடியாது."

"உன்னைய கட்டிக்க போறவன நினைச்சா எனக்கு பாவமா இருக்கு. எவன் வந்து சிக்க போறானோ தெரியல."

"நீ எதுக்கு கவலபடுற கண்ணாடிய பார்த்தா உனக்கே தெரிஞ்சுற போகுது." என முணுமுணுத்தாள்.

"என்ன சொன்ன?"

"நீ ரொம்ப நல்லவன்னு சொன்னேன்."

"போதும்.. போதும்.. உங்க சண்டை. ஜெய் எனக்கு என்ன வேலைடா?"

"நீதான் மச்சா Manager."

"அப்போ இவளுக்கு." என மாதவ் கேட்க

"அவ உன்னோட PAடா."

"அடப்பாவி உனக்கு என்னடா பாவம் பண்ணேன்?!!"

அத்தியாயம் 9

"என்ஜாய் மாச்சா." என்றுவிட்டு ஜெய் மற்றும் அப்துல் இருவரும் வெளியே சென்றனர்.

"என்னடி மொறைக்குற?"

"நான் அப்படிதான்டா பண்ணுவேன்."

"அம்மா இருக்காங்கடி."
"என் மாமியார் அதுலாம் ஒன்னும் சொல்லமாட்டாங்க. என்ன மாமியார்?" என கேட்க புன்னகைத்தார் விமலா.

"ஆமா ஒன்னும் சொல்லமாட்டாங்க." என்றவன் "எது மாமியாரா?!!" என அதிர்ச்சியடைய அதற்க்குள் மீரா வெளியே சென்றிருந்தாள்.

'அவ லூசும்மா தப்பா எடுத்துக்காதிங்க.' சங்கோஜமாய் கூறினான்.

'அவ உண்மையதான் சொன்னா. நீ என்ன நினைக்குற?' என கேட்க அமைதியாக நின்றான்.

'ஜெய் தம்பி ஏற்கனவே சொல்லிட்டாங்கப்பா. உனக்கும் பிடிக்கும்னு, எனக்கும் பிடிச்சுருக்கு.' என்றதும் தன் தாயை அணைத்துக் கொண்டவன் 'தங்ஸ்ம்மா' என்றான்.

'மீராட்ட சொல்லு.' என்றதும் தயங்கி நிற்க மீரா கூறியதை கூறிட மாதவ் மகிழ்ச்சியாக தலையசைத்துச் சென்றான்.

"என்ன மேடம் சொன்னீங்களா இல்லையா?" என ஜெய்வீர் கேட்க

"சொல்லியாச்சு...சொல்லியாச்சு."

அத்தியாயம் 9

"இனி அவன்பாடு திண்டாட்டம்தான்." என்றான் அப்துல்.

"போடா எரும." என அப்துலை அடிக்க

"சும்மாவே இருக்கமாட்டியாடி நீ?" என்றபடி வந்தான் மாதவ்.

"முடியாது."

"கொழுப்பா?"

"ஆமா."

"வேண்டாம்."

"வேணும்."

"வேண்டாம்."

"வேணும்."

"சரி அப்போ எனக்கும் வேணும்."

"என்னது?!!" என அதிர்ச்சியுடன் கேட்க ஜெய்வீரும் அப்துலும் சிரிக்க "உன்னோட லவ்தான் வேணும். கொடுப்பியா?" என புன்னகையுடன் கேட்டான் மாதவ்.

"டேய் விளையாடாத." என்றிட

"இரண்டுபேருமே விளையாடலாம்." என்றான்.

"வேண்டாம்."

"ஆனா எனக்கு வேணுமே." என கைகளை விரிக்க ஆனந்த கண்ணீருடன் தஞ்சம் புகுந்தாள் மீரா.

"டேய் நாங்களும் இருக்கோம்டா"

"கண்ண மூடிக்கோங்கடா." என்றான்.

"எல்லாம் நேரம்." என இருவரும் கண்களை மூடிக் கொண்டனர்.

****

"ஹனி சாப்டியா?" என விலோகித் கேட்க

"சாப்ட்டேன் லோகித். வொர்க் பண்ணாம என்கிட்ட என்ன பேச்சு?" என குரலில் கோபமிருந்தாலும் புன்னகைத்தபடி கேட்டாள்.

"இல்ல ஹனி.."

"லோகித் முதல்ல வொர்க்க பாருங்க. அப்றமே. வீடுக்கு வந்து என்கிட்ட பேசலாம். ட்யூட்டி ஃபர்ஸ்ட் ஹனி நெக்ஸ்ட்"

"எப்பவும் எனக்கு ஹனிதான் ஃபர்ஸ்ட்."

"அடி வாங்க போறீங்க."

"தாராலமா கொடுக்கலாமே."

"அட போய் வேலைய பாருங்க சீனியர்."

அத்தியாயம் 9

"போறேன் ஹனிம்மா. ஏதாவதுன்னா கால் பண்ணு." என்றுவிட்டு கட் செய்ய ஹரிணியோ விலோகித்தை நினைத்து சிரித்துக் கொண்டாள்.

****

"எல்லாத்தையும் பேக் பண்ணீட்டிங்கல்ல, கிளம்பலாமா?" என திவிஷா கேட்க
"எல்லாம் ரெடி. கிளம்பலாம்." என்றனர்.

"இப்பவே சொல்லிட்டேன் அங்க போய் என் மானத்த வாங்காம நல்ல பிள்ளைங்களா நடந்துக்கனும். புரியுதா?"

"புரியல!!!!" என்று கத்தினர்.

"நான் உங்க செல்ல கரடில்ல?"

"இல்ல!!!"

"நான் பாவம்ல்ல?"

"இல்ல!!"

"சரி நாம யாரும் போக வேண்டாம்."

"நாங்க போறோம்!!"

"வந்து தொலைங்க போலாம். எல்லாம் விதி." என்றிட அனைவரும் சிரித்தபடி ஊட்டிக்கு பயணம் செய்ய துவங்கினர்.

****

அவரவர்கள் வேலையில் ஈடுபட்டுக் கொண்டிருக்க மாதவும் ஜெய்வீரும் தனித்துவிடபட்டிருந்தனர்.

அத்தியாயம் 9

"பச்சக்கிளி உனக்கு எல்லாம் ஓகேதானே?"

"என்னடா கேள்வி? என்னோட ஆபிஸ் எப்படியிருக்கனும்னு நினைச்சேன்னோ அப்படியே எனக்கு கொடுத்துருக்க. அம்மாவ முதல்ல உட்கார வைக்கனும்னு நினைச்சேன் அதையும் பண்ணிக் கொடுத்துட்ட. எனக்கு என்ன சொல்றதுன்னே தெரிலடா." என மகிழ்ச்சியில் கண் கலங்கினான்.

"அடடடா.. என்ன பச்சக்கிளி நீ அசிங்கமா அழுதுட்டுருக்க? போதும் வா நாம வெளிய போலாம்."

"எங்கடா? டேய் ஒரு நிமிசம். ஆமா எதுக்கு இன்னும் பச்சக்கிளின்னு சொல்லிட்டுருக்க?"

"சும்மாதான் பச்சக்கிளி. முதல்ல வா." என இழுத்துச் சென்றான்.

ஜெய்வீரின் கார் முன்னே செல்ல யோசைனையுடன் பின்னே தொடர்ந்தான் மாதவ்.

சிறிது நேர பயணத்திற்க்கு பிறகு ஜெய்வீரின் கார் ஓர் இரும்பு கேட்டின் முன் நிற்க்க கதவுகள் காவலர்களால் திறக்கபட்டது. நொடிகள் பயணத்தில் கார் அழகிய வெள்ளை நிற ஓரடுக்கு வீட்டின் முன் நின்றது.

"வா பச்சக்கிளி." என கார் கதவை திறந்துவிட

"டேய் வேண்டாம்."

"அட வாங்க சார்." என இழுத்தான்.

அத்தியாயம் 9

"ஜெய்.." என்றிட பின்னால் மற்றோரு காரின் சத்தம் கேட்டு திரும்பினான். அதிலிருந்து கண்கள் இரண்டையும் கட்டியவாரு விமலாவை அழைத்து வந்தனர் மீராவும் அப்துலும்.

"மச்சா.." கண்கள் கலங்க கூறியவனை கண்டுக் கொள்ளாமல் "அம்மாவ கூட்டிட்டு வாடா." என்றான்.

வாசலின் முன் ஐவரும் நிற்க விமலாவின் கண்களின் திரையை விலக்கினான் மாதவ்.

ஜெய்வீர் மாதவின் கையில் சாவியை கொடுக்க மாதவ் அமைதியாய் பார்த்தான். விமலாவோ புரியாமல் பார்த்துக் கொண்டிருக்க மற்ற இருவரும் புன்னகையுடன் நின்றிருந்தனர்.

"சாவிய அம்மாகிட்ட கொடுடா."

"ஜெய்.."

"பக்கி கொடுடா." என்றதும் விமலாவிடம் கொடுத்தவன் திறக்க கூற புரியாமல் திறந்தார் விமலா.

உள்ளே விசாலமான ஹாலும் வலபக்கம் கிட்சனும் இட பக்கம் இரு அறைகளும் இரு பிரிவுள்ள மாடிபடிகளும் அதன் நடுவே மாதவும் விமலாவும் புன்னகையுடன் நிற்க்கும் பெரிய புகைபடமும் மாடியில் நான்கு அறைகளுடனும் அழகான கட்டமைப்புடனும் அதனுடே பொருட்கள் அனைத்தும் அழகாய் வைக்கபட்டிருந்தது.

விமலாவுடன் அப்துலும் மீராவும் ஆச்சர்யத்தில் கண்கள் விரித்திட மாதவ் கண்ணீருடன் ஜெய்வீரை

பார்க்க ஜெய்வீரின் கண்களோ விமலாம்மாவின் அசைவுகளை ரசித்தபடி நின்றிருந்தான்.

"ஜெய்.. இது.." என்று மாதவ் கேட்க

"என்னடோட கிப்ட்டா." என்றான் புன்னகையுடன்.

"இல்ல ஜெய்..."

"அடிச்சுபுடுவேன். எதாவது சொன்னீன்னா."

"இல்லடா..."

"நீ எதுவும் சொல்ல வேண்டாம். போய் வீட்ட பாரு. நான் எல்லா திங்ஸையும் அரேன்ஜ் பண்ணிட்டேன் இன்னைலேந்து இங்கையே தங்கலாம். சரியா?" என்றவன் பதிலை எதிர்பாராமல் விமலாவிடம் சென்றான்.

"வீடு புடிச்சுருக்காம்மா?" என்றிட கண்ணீருடன் அணைத்துக் கொண்டார் விமலா.

"ம்மா..!" என்றதும் கண்ணீரை துடைத்துக் கொண்டவர் புன்னகைத்தார்.

"நீங்க இனி இங்கையே தங்கலாம். அங்க இனி வேலையில்ல. உங்களுக்கு என்னைய பார்க்கனும்னு தோணுச்சுன்னா கால் பண்ணுங்க." என்று கையில் புது ஃபோனை கொடுத்துவிட்டு புன்னகையுடன் வெளியில் செல்ல மாதவ் ஜெய்வீரை பின் தொடர்ந்தான்.

மற்ற மூவரும் வீட்டை சுற்றி பார்க்க துவங்கினர்.

"ஜெய்!! ஜெய்!!"

அத்தியாயம் 9

"என்னடா?" என்றபடி வாட்ச்சை பார்த்தான்.

"என்னடா இதெல்லாம்?"

"என்னடா?"

"அப்போ இனி நான் தனி நீ தனியா?" என கவலையுடன் கேட்டான்.

"ச்சீ.. லூசு பயலே என்னடா கேள்வி கேட்குற?"

"இப்படி விட்டுட்டு போனா அப்படிதான் தோணுது." என்றான் கண்ணீருடன்.

"மாதவ், உனக்குன்னு ஒரு தனி லைஃப் வேணும்டா. நீ யாருன்னு உணர்றத்துக்காக ஒரு வாய்ப்ப உருவாக்கி தந்துருக்கேன். அதுல சென்டிமென்ட கொண்டுவந்து வேஸ்ட் பண்ணாத. நீ என் பிரண்டுடா அதுக்காக எப்பவும் என்கூடவே வச்சுருக்க நினைச்சா நான் சுயநலவாதியாகிடமாட்டேனா?

உன் கனவ நிறைவேற்றி வைக்கலன்னா நான்னெல்லாம் எதுக்காகடா பிரண்டா இருக்கனும்? நான் எப்பவும் கூடயிருப்பேன். முன்னாடி மாதிரியில்லாம ஒரு சின்ன இடைவெளியோட அவ்ளோதான். அதுவும் கூப்பிட்டவொடனே வந்து நிக்கிற இடைவெளியில." என்று கண்சிமிட்டினான்.

"ஜெய்.." என்று கண்ணீரோடு அணைத்துக் கொள்ள அமைதியாய் அணைத்துக் கொண்டான் ஜெய்வீர்.

"சரி..சரி.. போதும் உன் பாச படம் போய் நட்க்க வேண்டிய வேலைய பாரு."

அத்தியாயம் 9

"ஜெய்.."

"என்னடா?"

"அப்போ இனி என் வேலையல்லாம் உனக்கு யார் செய்வா?"

"நான் அத முடிவெடுக்கமலா இருந்துருப்பேன்னு நினைக்குற?" என புருவம் உயர்த்திட

"சரிடா பார்த்து போய்ட்டுவா." என்று புன்னகைத்தான்.

ஜெய்வீர் கண்ணிலிருந்து மறையும் வரை கண்ணீருடன் நின்றிருக்க ஜெய்வீரோ சைட் மிரர் வழியே மாதவை பார்த்தபடி சென்றான்.

அத்தியாயம் 10

கோயம்பத்தூர் வந்தடைந்த ஜெய்வீர் நேராக மாதவ் தங்கியிருந்த இல்லத்திற்குள் சென்றவன் அங்குள்ள வெறுமையினால் அமைதியாக நின்றான்.

"மாதவ்.." என உதடுகள் மெதுவாய் உச்சரிக்க அவ்வுச்சரிப்பு அவ்வீட்டில் மெலிதாய் எதிரொலித்தது.

மீண்டும் "மாதவ்.." என்றவனின் கண்கள் கலங்கியது.

"தம்பி." என்ற ஜெயசீலனின் அழைப்பில் கண்ணீரை உள்ளிழுத்தவன் உணர்ச்சியற்ற முகத்துடன் திரும்பினான்.

"தம்பி மாதவ்."

"அவன் இனி இங்க வரமாட்டான் சீலு. விமலாம்மாவும் இனி வரமாட்டாங்க."

"அது.." என இழுக்க நடந்தவைகளை கூறினான்.

"உங்களுக்கு நிஜமாவே பெரிய மனசு தம்பி."

"சீலு... இதுலாம் ஒன்னுமேயில்ல நண்பனா என்னோட கடமைய செஞ்சேன் அவ்ளோதான். அது கூட சொல்ல முடியாது. அவனோட உழைப்புக்கு கிடைச்ச பலன். அவ்ளோதான்." என்றவன் "சில ஃபைல்ஸ் எடுக்கதான் வந்தேன். எடுத்துட்டு மறுபடி ஊட்டிக்கு போகனும்." என்றுவிட்டு நகர்ந்தான்.

தன்னறைக்குள் நுழைந்தவன் ஃபைல்களை எடுத்துக் கொண்டு கீழிறங்கவும்

அத்தியாயம் 10

அகிலாண்டேஸ்வரி கிட்சனிலிருந்து வெளிவரவும் சரியாயிருந்தது.

தாயை ஏறிட்டவன் என்ன நினைத்தானோ "நைட் நான் வரமாட்டேன். என்னைய எதிர் பார்க்க வேண்டாம்." என்றுவிட்டு சென்றான்.

ஊட்டியை நோக்கி பயணம் தொடர்ந்தவனின் காரின் வேகமானது குறைந்திருக்க கண்களோ அருகிலுள்ள சீட்டினை நொடிக்கொரு முறை பார்த்தபடி பயணித்தது.

****

வீட்டினை சுற்றி பார்த்துவிட்டு தனது அறைக்குள் நுழைந்த மாடவ் 'உன்னை பிரிஞ்சு எப்படி ஜெய் தனியாயிருப்பேன்? விவரம் தெரிஞ்ச நாள்லேந்து நாம பிரிஞ்சதில்லையேடா, இப்போ திடீர்ன்னு பிரிஞ்சுருக்க சொன்னா எப்படிடா? என்னையவிட உனக்குதான் அதிகம் வலிக்கும் எனக்கது நல்லாவே தெரியும்.

ஆனால், நீ காட்டிக்கமாட்ட மனச கல்லாக்கிக்கிட்டதா நினைச்சுட்டுருக்க. எதுக்காக இதெல்லாம் பண்றன்னுதான் தெரியமாட்டேங்குது. காரணமில்லாம எதையும் செய்யமாட்ட. என்ன காரணமாயிருக்கும்?' என்று ஜெய்வீரை பற்றி யோசித்துக் கொண்டிருந்தவனின் ஃபோன் அலறியது.

"என்னடா பண்ற?" என மாதவ் கேட்க

"ஊட்டிக்கு வந்துட்டுருக்கேன்." என்றான் ஜெய்வீர்.

"இப்போதானே போன?"

அத்தியாயம் 10

"சில ஃபைல்ஸ்ஸ மறந்துட்டேன் அதான் போய் எடுத்துட்டு வந்தேன். ஜோசப் கால் பண்ணான்."

"சீங்கப்பூர் போறோமா?" என மகிழ்ச்சியாய் கேட்டான் மாதவ்.

"போறோம் இல்ல போறேன். ஆனால், இப்போ இல்ல கொஞ்சநாள் கழிச்சு."

"ஏன் நீ மட்டும் போற?"

"இன்னும் என்கூட சுத்திட்டுருந்த மாதவ்ன்னு நினைச்சுட்டுருக்காந்திங்க. உங்களுக்குன்னு கடமைலாம் நிறையயிருக்கு புரியுதா? அதுவர எல்லாத்தையும் நான் பார்த்துக்குறேன்."

"இல்லடா நீ மட்டும் எப்படி.."

"யப்பா.. டேய்.. பாச படம் ரொம்ப ஓட்டாத." என்றவனின் வார்த்தைகளில் நக்கலிருப்பினும் கண்களின் ஓரம் நீர் குடிக் கொண்டது.

"ச்சீ பே.." என்றனின் நிலையும் அதுவே.

"சரி..சரி.. நாளைக்கு காலைல ரெடியாயிரு மீரா வீட்டுக்கு போகனும்."

"எது..!!!"

"ஆமா, நாளைக்கு போறோம்."

"அடேய்!!! அடேய்!!!" என கத்த அதற்குள் கட் செய்திருந்தான் ஜெய்வீர்.

அத்தியாயம் 10

"இவன.." என்று தலையில் அடித்துக் கொண்டான் மாதவ்.

****

"ஹனி.." என்றபடி வீட்டிற்குள் நுழைந்தான் விலோகித்.

"வாங்கப்பா என்ன இவ்ளோ சீக்கிரம் வந்துட்டீங்க?"

"ஹனி.. முக்கியமான விசியமாதான் வந்தேன்டா." என பரபரப்புடன் கூறினான்.

"என்ன.. என்னாச்சுப்பா?"

"ஒன்னுல்ல ஹனி, இன்னைக்குள்ள நாம வீட காலி பண்ணனும்."

"எதுக்குப்பா?!"

"ஜெயசீலன் சார்கிட்டருந்து ஆடர் வந்துருக்கு. ஜெய்வீர் சாரோட வீட்டுக்கு போகனும்னு."

"என்ன திடீர்ன்னு?"

"அது ஃபேக்ட்டரி நம்ம வீட்லருந்து தூரம். அதுல்லாம நீ இப்படியிருக்கது அவருக்கு தெரிஞ்சுருக்கு. ஜெய்வீர் சார் வீட்லருந்து போனா ஃபேக்ட்டரி ரொம்பவுமே பக்கம். அதான், ஜேன்ஜ் பண்ண சொல்லிட்டாங்க."

"சரிப்பா, அதுக்குன்னு ஏன் இன்னைக்கே?"
"தெரில ஹனிம்மா. சீக்கிரம்! திங்ஸ்லாம் கொண்டு போக ஆளுங்கலாம் வந்துடுவாங்க. சோ வா பேக் பண்ணலாம்." என துரிதபடுத்த ஹரிணி யோசனையுடன் செயல்பட்டாள்.

அத்தியாயம் 10

சிறிது நேரத்தில் ஆட்கள் வர அனைத்து பொருட்களும் ஏற்றிச் செல்ல இருவரும் காரில் பின் தொடர்ந்தனர்.

"லோகித், எதுக்குப்பா திடீர்னு?"

"இனி எனக்கு வொர்க் அதிகம் ஹனிம்மா. அதான் இப்பவே சேன்ஜ் பண்ண சொல்லிட்டாங்க. இங்கருக்கது சேஃப்தானே ஹனிம்மா, கோயம்பத்தூர்லயிருக்க மாதிரி இங்கையும் வீட்ட சுத்தி ஆளுங்க இருப்பாங்க."

"ம்ம்.."

"இன்னும் என்ன யோசனை?"

"அம்மாகிட்ட இன்னும் சொல்லல்லப்பா."

"சொல்லிட்டா போச்சு." என்றவன் லதாவிற்க்கு கால் செய்து விசயத்தை கூறினர்.

"அப்பாடா, ரொம்ப சந்தோசம்ப்பா. தம்பியோட இடத்துக்கே அனுப்பிட்டாங்களா?"
"ஆமாம்மா.. ஜெயசீலன் சார்தான் போக சொன்னாரு."

"இனி நீங்க எந்த கவலையும் இல்லாம இருக்கலாம். நான் கூட பயந்துட்டேயிருந்தேன் நீங்க வேலைக்கு போய்ட்டா ஹரி தனியா எப்படி சமாளிப்பான்னு, இனி எந்த கவலையுமில்ல."

"சரிம்மா நீங்க அப்பாகிட்ட சொல்லிடுங்க."

"சரி ஹரிம்மா. போனதும் கால் பண்ணுங்க."

"சரிம்மா.." என கட் செய்தனர்.

****

"என்ன வீட்லருந்து யாரையுமே வெளிய காணோம், எப்படியாவது பாத்தறலாம்னு பார்த்தா முடியாது போலயே." என்று யோசித்தபடி தனது வீட்டின் முன் நடந்துக் கொண்டிருந்தான் சிவேஷ்.

"சிவா.." என லதா உள்ளிருந்து அழைத்தார்.

"என்னம்மா?"

"ஒரு முக்கியமான விசியம்." என்று வெளியே வந்தவர் விசயத்தை கூறினார்.
"சிறப்பான விசியம்தான்." என்றவன் "கரடிகிட்ட சொல்லிட்டீங்களாம்மா?" என கேட்க

"இனிதான்ப்பா சொல்லனும். அப்பாகிட்ட இப்போதான் சொன்னேன். அடுத்து திவிக்குதான்." என்றார்.

"இப்பே கால் பண்ணாதிங்க. ஆபிஸ்ல இருப்பா. நைட் சொல்லிக்கலாம்." என்றதும் லதாவும் சரியென்றார்.

லதா உள்ளே சென்றதும் சிவேஷ் அரண்மனையை பார்க்க ஸ்ரீயும் தனுவும் வெளி வருவது தெரிந்தது.

'செம்ம டைமிங்டா!!' என குதுகலித்தவன் பார்க்காததுப் போல் நடக்க துவங்கினான்.

அங்கோ இருவரும் வேலையாட்களை கவனித்தபடி நடக்க துவங்கினர்.

அத்தியாயம் 10

'என்ன நம்பல கவனிக்கலயோ? சரி கொஞ்சம் பக்கத்துல போய் நடப்போம்.' என்றபடி இருவருக்கும் சற்று இடைவெளியில் நடந்தான்.

"ஹாய் சிவு!!" என்றிட அப்போதுதான் கவனித்தவனாய் "ஹாய்!!" என்றான்.

"இந்த டைம்லாம் வெளியவே வரமாட்டீங்க, இப்போ என்ன புதுசா?"

"அதுவா ஜெய் அண்ணாவோட ஆடர்." என்றவர்கள் தங்களது புதிய பணியை பற்றி கூறினர்.

'பெரிய மச்சான் தெரிஞ்சோ தெரியாமலோ எனக்கு நல்ல காரியம் பண்ணிருக்காரு.' என குதுகலித்துக் கொண்டான்.

"கொஞ்சம் தப்பு நடந்தாலும் செம்ம திட்டு வாங்குவோம். கொஞ்சபேர் இருந்தா கூட பரவால்ல இங்க மூப்பதுபேர்க்கு மேல வேலை செய்றாங்க. எப்படி சமாளிக்க போறோம்னு தெரியல."

"அட, இதுக்கு போய் ஏன் கவலபடுறீங்க, நானும் வேணும்னா ஹெல்ப் பண்ணவா?"

"நிஜமாவா?!!" என்று ஆச்சர்யத்துடன் கேட்டனர்.

"நிஜமாதான். நானும் ஹெல்ப் பண்றேன்."

"அண்ணாக்கு தெரிஞ்சா அவ்ளோதான்."

"தெரியாம ஹெல்ப் பண்றேன்."

அத்தியாயம் 10

"எங்களுக்கு பயமாயிருக்கு சிவு, தெரிஞ்சா எங்களோட சேர்த்து நீயும் மாட்டிப்ப."

"என் லவ்க்காக இதகூட பண்ணமாட்டேனா?" என தனக்குள் கூறினான்.

"புரியல."

"என் பிரண்ட்ஸ்காக இதகூட பண்ணமாட்டேனா? அதெல்லாம் ஒன்னும் பயப்டாதிங்க."

"ம்ம்..." என அரை மனதுடன் ஒப்புக் கொண்டனர்.

"அட என்னம்மா நீங்க, முதல்ல பயத்தவிடுங்க வேலை என்னன்னு சொல்லுங்க." என்றதும் இருவரும் வேலையை விலக்கினர்.

"இவ்னோதானே நாம மூனுபேரும் சேர்ந்து பண்ணா இதெல்லாம் சப்ப மேட்டரு. வாங்க ஆரம்பிப்போம்." என்றிட மூவரும் வேலையாட்களை கவனிக்க துவங்கினர்.

இருவரும் சிவேஷின் உதவியில் மகிழ்ந்திருக்க சிவேஷோ தன்னவளுடனான நேரத்தில் நெகிழ்ந்திருந்தான்.

****

விலோகித் மற்றும் ஹரிணி இருவருக்கும் ஜெய்வீர் மாளிகையின் பின்புற முதல் வீடு ஒதுக்கப்பட்டிருந்தது. வீட்டில் அனைத்து பொருட்களும் விறுவிறுவென நேர்த்தியாய் அடுக்கபட்டு முடித்ததை வியப்புடன் பார்த்துக் கொண்டிருந்த இருவரையும் கந்தனின் குரல் கலைத்தது.

அத்தியாயம் 10

"பார்த்திபன் சாரோட பொண்ணுதானேம்மா நீங்க?"

"ஆமா அங்கிள்." என்றவள் "இவர் என்னோட ஹஸ்பெண்ட் விலோகித்." என அறிமுகபடுத்தினாள்.

"வணக்கம் தம்பி. என்னோட பேரு கந்தன்." என்றிட புன்னகையுடன் வணக்கம் கூறினான்.

விலோகித் பேச்சை துவங்கும் முன்பே மாளிகையின் முன் பக்கம் காரின் ஹாரன் ஒலி கேட்டதும்

"தம்பி வந்துட்டாங்க." என்று வேகமாய் ஓடினார் கந்தன்.

"ஜெய்வீர் சார் ஊர்லதான் இருக்காங்களா?" என விலோகித் தனக்குத்தானே கேட்டுக் கொண்டு வெளியில் வந்தான்.

"என்னப்பா கோயம்பத்தூர்ல இருக்க மாதிரி இருக்காது போலயே, யாரையுமே காணோம்." என வேலையாட்களை தேடினாள் ஹரிணி.

"இருப்பாங்க ஹனிம்மா. இப்போதானே வந்துருக்கோம் போகப்போகதான் தெரியும்."

"ம்ம்.."

"என்ன யோசனை?"

"ஒன்னுல்லப்பா."

"ஹனிம்மா.." என துவங்கும் முன்பே

அத்தியாயம் 10

"எல்லாம் ஓகேவா விலோகித் சார்?" என்ற ஜெய்வீரின் கம்பீர குரல் கேட்டதும் திடுக்கிட்டு திரும்பிட கந்தனுடன் நின்றிருந்தான்.

"எல்லாம் ஓகேதானே?" என மீண்டும் கேட்க

"ஆல் ஓகே சார்." என்றான் பணிவாக.

"ம்ம்.. எப்படியிருக்கீங்க ஹரிணி?" என கேட்க

"ஃபைன்.. நீங்க?" என தன்மையாய் கேட்டாள் ஹரிணி.

"ஃபைன். நீங்க ரெஸ்ட் எடுங்க." என்றவன் "வேலை செய்றவங்க எல்லாரையும் நாளைலேந்து வேலைக்கு வர சொல்லுங்க." என கந்தனிடம் கட்டளை தெரிவிந்துட்டு நகர்ந்தான்.

****

"டேய் போரடிக்குதுடா." என தனக்கு பின் சீட்டில் தூங்கி கொண்டிருந்த ஜில்லுவை எழுப்பிக் கொண்டிருந்தாள் திவிஷா.

"பேசாமா தூங்குடி பஸ்ஸெ தூங்கிட்டுருக்கு." என கண்களை திறவாமல் கூறினான்.

"சரோ நீயாவது பேசுடா." என ஜில்லுவிற்க்கு பின் சீட்டில் தூங்கிக் கொண்டிருந்த சரோவை எழுப்பிட எந்த அசைவுமில்லாமல் போனது.

"லியா தங்கம்." என ஜில்லுவின் அருகில் உறங்கி கொண்டிருந்தவளை எழுப்ப

அத்தியாயம் 10

"எதக்கொண்டு அடிப்பேன்னே தெரியாது மூடிட்டு போய் தூங்கு."

"மூஞ்சிய பாரு." என்றவள் "தேவா குட்டி." என்றிட கர்சீப்பால் தன் முகத்தை மூடிக் கொண்டான் தேவா. "ச்சை.. மனுசனாடா நீங்கல்லாம். எனக்கு என் ரோஸ் பேபியிருக்காடா." என்று தன்னருகே தூங்கிக் கொண்டிருந்த ரோஸை கூறிட நால்வரும் சிரித்துக் கொண்டனர்.

"ரோஸ் பேபி.."

"அசிங்கமா வாய்ல வந்துடும் பஸ்ன்னு பார்க்குறேன்." என்று கண்களை திறவாமல் கூறிட

"நான் பாவமில்லையா?"

"யாரு நீயா? கொன்னேபுடுவோம். பஸ்லயிருக்க யாரையாவது விட்டு வச்சியாடி நீ? அத்தன பேர்கிட்டையும் வாயடிச்சுட்டு இப்ப போரடிக்கிதாம். உன் பேச்ச கேட்டு ஒருத்தன் பாதிலையே இறங்கி ஓடிட்டான். யாரு பெத்த பிள்ளையோ பாவம், என்ன ஆனான்னு தெரியல." என்று ரோஸ் கூற

"அவனுக்கு நல்ல நேரம், ஓடிட்டான்." என்றான் ஜில்லு.

"நீ மூடு." என்றாள் திவிஷா.

"சரி..சரி.. அமைதியா தூங்குங்க." என்றான் தேவா.

"கரடி போரடிச்சுச்சுன்னா ட்ரைவர் கூட போய் பேசுப் போ." என சரோ கூற
"ஏன்டா உசுரோட ஊர் போய் சேர ஆசயில்லையா?!!" என்று கேட்டனர் மற்ற நால்வரும்.

அத்தியாயம் 10

"அப்போ எல்லாரும் பேசுங்க." என்றாள் திவிஷா.

"அப்போ தூங்கவிடமாட்ட?" என ஐவரும் கேட்க இல்லையென தலையாட்டினாள்.

"நீ சாதாரண கரடியில்லடி!! சரியான தொல்ல கரடி!!" என்றனர்.

பின் கொஞ்ச பேச்சுகளாய் துவங்கி பெரும் அரட்டையாய் மாறிட தூங்கிக் கொண்டிருந்த அனைத்து பயணிகளும் விழித்தவர்கள் "ஆரம்பிச்சுட்டாங்கடா!!" என்று தலையில் கை வைத்துக் கொண்டனர்.

****

ஜெய்வீர் வானத்தை வெறித்தபடி பால்கனியில் ஊஞ்சலில் படுத்துக் கொண்டிருக்க பொழுதும் மெதுவாய் புலர துவங்கியது.

அதையுணர்ந்தவன் 'உன்னோட தூக்கம் என்னைக்கு தொலையுதோ அப்போதான் எனக்கு நிம்மதியான தூக்கம் வரும் பச்சக்கிளி!!!' என்று நினைத்தபடி தன் கண்களை மூடித் திறந்தவன் ஃபிரஷ்ஸாகிவிட்டு ஜாகிங் செல்ல கிளம்பினான்.

****

அவ்விடியற்க் காலையில் ஆறுவரும் ஊட்டியில் கால் பதித்தவர்கள் ஹரினியின் இல்லம் நோக்கி சென்றிட அங்கு பூட்டிய வீடே வரவேற்றது.

"என்ன கரடி வீடு பூட்டிருக்கு?" என சரோ கேட்க

"தெரிலயே." என்றாள் பாவமாக.

"அக்காக்கு கால் பண்ணு." என லியா கூற

"இப்போ போய் எப்படி..டி தூங்கிட்டுருப்பாங்களே." என்றாள்.

"எது!!" என ஜில்லு கூற

"அப்றம் எப்படி நாம போறது?" என கேட்டான் தேவா.

"இருடா யோசிக்குறேன். எங்கையாவது போறதாயிருந்தா எனக்கிட்ட சொல்லிருப்பாங்க. எங்க போயிற்பாங்க?" என்று யோசித்தாள்.

"யாருப்பா நீங்க?" என்ற எதிர் வீட்டு பெண்ணிமணியின் குரல் கேட்க ஆறுவரும் திரும்பினர்.

"இங்க இருந்தவங்க எங்க ஆன்ட்டி?" என திவிஷா கேட்க
"அவங்க காலி பண்ணிட்டாங்கம்மா." என்றதும் அதிர்ச்சியடைந்தனர்.

"எப்போ?!! எங்க?!!" என கேட்டனர்.

"நேத்து மதியம்தான். அது தெரிலம்மா திடீர்ன்னு காலி பண்ணிட்டாங்க. ஆமா, நீங்க யாரு?"

"நாங்க அவங்களோட தம்பி, தங்கச்சிங்க."

"ஓ.." என்றதோடு தன் வேலையை பார்த்தார்.

"என்னடி நடக்குது, நாம ஷாக் கொடுக்கலாம்னு பார்த்தா நாமக்கு ஷாக் கொடுக்குறாங்க?!!" என ஜில்லு கேட்க

"தெரியலயே!!" என்றாள் பாவமாக.

அத்தியாயம் 10

"எனக்கு செம்மையா குளுருதுப்பா. சீக்கிரம் அக்காவ கண்டுபிடிங்க." என நடுங்கியபடி ரோஸ் கூற தன் ஜாக்கெட்டை கொடுத்தான் தேவா.

"சரி சிவாக்கு கால் பண்ணி கேட்குறேன்." என கால் செய்தாள்.

தூக்க கலக்கத்தில் எடுத்தவன் "ஐ லவ்யூ பேபிம்மா. இத உன்கிட்ட பல வருசமா சொல்லனும்னு இருந்தேன் இப்போ சொல்லிட்டேன்." என்றிட

"எது லவ்யூ பேபிமா..வா..!! டேய் பச்சபுள்ளன்னு நினைச்சா இந்த வேலையெல்லாம் பாக்குறீயா நீ? யாருடா அது??" என கேட்க அதிர்ச்சியுடன் எழுந்தான்.

"க..கக்காக்கரடி...."

"கக்கா கரடி இல்லடா, உன் அக்கா கரடி." என்றதும் ஐயவரும் "எது!! கக்கா கரடியா?" என்று சிரித்தனர்.

"அது...அது..."

"சரி சொல்லு யாரு அது?"

"யார்கிட்டையும் சொல்லாதடி.."

"சொல்லமாட்டேன் சொல்லு." என்றவள் "சரி முதல்ல அக்கா எங்கன்னு சொல்லு. அப்றம் உன் விசியத்த கேட்குறேன்." என்றதும் பெருமூச்சுவிட்டவன் செய்தி கூறிட

"அத எங்க போய்டா தேடுறது?" என நொந்துக் கொண்டாள்.

அத்தியாயம் 10

"நீ எதுக்கு தேடுற?"

"இதெல்லாம் கேட்டின்னா உன் விசியத்த சொல்லிவிட்ருவேன்!!"

"வேண்டாம்... தாயே! வேண்டாம்."

"சரி வை நான் பாத்துக்குறேன்." என கட் செய்ய சிவேஷிற்க்கோ தூக்கம் தொலைந்து போக திவிஷாவோ ஜெய்வீரின் மாளிகையை தேடி நண்பர்களுடன் தொடர்ந்தாள்.

பல நேர தேடலுக்கு பின் கண்டறிந்தவர்கள் மாளிகையினுள் நுழைய முற்பட காவலாளிகளால் தடுக்கபட்டனர்.

"யாருப்பா நீங்கலாம்?"

"இதுக்குதான் இந்த மூனு குரங்கையும் முன்னாடிவிடுறதுல்ல. பாரு அங்கிள் நம்பல பார்த்து சந்தேகபடுறாரு." என்றாள் திவிஷா.

"கரடி!!!!" என்றனர் குரங்குகள்.

"யாரும்மா நீங்க, என்ன வேணும்? எதுக்கு வந்துருக்கீங்க?"

"ஐயம் கரடி." என்றிட
"எது?!!" என முழித்தவரை கண்டு ஐவரும் சிரித்தனர்.

"சாரி என் பேரு என்ன? ஹாங்.. திவிஷா அங்கிள். எங்க அக்காவ பார்க்க வந்துருக்கோம். நேத்துதான் வீடு ஷிஃப்ட் பண்ணாங்க."

அத்தியாயம் 10

"ஓ... இவங்கலாம்?"

"குரங்குகள்.. இம்சைகள்." என்றிட ஐவரும் முறைத்தனர்.

"அப்படிலாம் உள்ளவிட முடியாதேம்மா, இருங்க எதுக்கும் சார்கிட்ட கேட்டு சொல்றேன்." என்றதும்

"என் மாமாக்கு நான் வரது தெரியாது அங்கிள்." என விலோகித்தை நினைத்து கூற அவரோ அதிர்ச்சியுடன் பார்த்தார்.

"ப்ளீஸ் அங்கிள் அவர்கிட்ட சொல்றதாயிருந்தா உங்கள பார்க்க விருந்தாளி வந்துருக்காங்கன்னு மட்டும் சொல்லுங்க போதும் ப்ளீஸ்... ப்ளீஸ்..!!!!" என திவிஷாவுடன் மற்றவர்களும் கெஞ்சினர்.

அரை மனதுடன் ஒப்புக் கொண்டவர் ஜெய்வீருக்கு கால் செய்தார்.

"குட் மார்னிங் சார். உங்கள பார்க்க விருந்தாளிங்க வந்துருக்காங்க சார்." என்றார் பயம் கலந்த பதட்டத்துடன்.

"வர சொல்லுங்க." என்று கட் செய்தான்.

கந்தனுக்கு விசியம் தெரியபடுத்தியவன் பின்புறம் அழைத்துவருமாறு கூறிவிட்டு வெள்ளை நாற்காலியில் அமர்ந்தான்.

கந்தனால் அழைத்துவரபட காலடி ஓசையில் திரும்பியவனை கண்டதும் 'இவனா!!!!' என்று திவிஷா அதிர்ந்திட

அத்தியாயம் 10

'வாடி!! பச்சக்கிளி!!!' என்று குரோதமாய் பார்த்தான் ஜெய்வீர்.

அத்தியாயம் 11

திவிஷாவின் அதிர்ச்சியை கவனித்த ஜெய்வீரோ அனைவரையும் தொலைவிலேயே நிற்க்குமாறு கையினை உயர்த்தியவன் கந்தனை அருகில் அழைத்தான்.

"யாருடி இது இவ்ளோ திமிரா?" என லியா கேட்க திவிஷா அமைதியாய் ஜெய்வீரை பார்த்திருந்தாள்.

"கரடி என்ன ஷாக்கடிச்ச மாதிரி நிக்குற என்னாச்சு?" என்று கேட்கவும் மற்றவர்கள் திவிஷாவை பார்த்தனர்.

"ஒன்னுல்ல ஏதோ யோசனைல..." என்று பார்வையை தொடர்ந்தாள்.

ஜெய்வீரிடம் பேசிவிட்டு ஆறுவரையும் நோக்கி வந்துக் கொண்டிருந்தார் கந்தன்.

"கரடி எனக்கென்னமோ இவர்தான் ஓனரா இருக்கனும்னு தோணுது. அதான் அங்கிள் அவ்ளோ மரியாதையா பேசுறாரு." என்று ஜில்லு கூற மற்றவர்களும் அமோதித்தனர்.

"உங்கள தம்பி கூப்பிட்டாங்கம்மா." என திவிஷாவிடம் கூறினார்.

மற்றவர்களை பார்த்தவள் "போய்ட்டு வறேன்." என்று அமைதியாய் செல்ல கந்தன் மற்றவர்களோடு நின்றார்.

மனதில் பல எண்ணங்கள் செல்ல ஜெய்வீரின் முன் அமைதியாய் நின்றாள்.

அத்தியாயம் 11

உணற்ச்சியற்ற முகத்தோடு பார்த்தவன் "இதுவர எல்லாமே தெரியாம நடந்துச்சு. இனி தெரிஞ்சே நடக்கும். ஒவ்வொன்னும்."

ஒவ்வொன்னும் என்பதை அழுத்திக் கூறிவிட்டு எழுந்து செல்ல திவிஷா குழப்பத்துடன் பார்த்தாள்.

ஜெய்வீர் செல்வதை கண்ட கந்தன் பின்னால் செல்ல மற்றவர்கள் திவிஷாவை சூழ்ந்தனர்.

"என்ன கரடி, வீட்டு ஓனர வச்சக் கண்ணு வாங்காம பார்க்குற, என்ன கரைக்ட் பண்ணலாம்னு பார்க்குறீயா?" என சரோ கேட்க முறைப்பை பரிசாக பெற்றான்.

"கோவபடாத தல, என்ன சொன்னாரு ஓனர்?" என்று கேட்டாள் லியா.

"என்னடி திடீர்னு தலன்னு கூப்பிடுற?" என ஜில்லு கேட்க

"உங்க கேள்விய அப்றம் வச்சுக்கோங்க. முதல்ல வாங்க அக்காவ பார்க்க போலாம்." என்றாள் ரோஸ்.

"வைப்ரேஸன்னா... வைப்ரேஸன்தான்டா." என்றான் சரோ.

பின் ஆறுவரும் ஹரிணியின் இல்லத்திற்கு சென்று கதவை தட்ட பாதி தூக்கத்துடன் கதவை திறந்த விலோகித்தை "குட் மார்னிங் மாமா!!!!!" என்ற கத்தலுடன் அதிர்ச்சியடைய வைத்தனர்.

"ஹே....!! வாலுங்களா என்ன சொல்லாம கொல்லாம திடீர் வருகை தந்து ஷாக் கொடுக்குறீங்க?!! முதல்ல

எல்லாரும் உள்ள வாங்க!!" என்று மகிழ்ச்சியுடன் அழைத்தான் விலோகித்.

"வருகிறோம்." என்றபடி உள்ளே நுழைந்தனர்.

"அக்கா எங்க மாமா?"

"தூங்குறாங்க திவிம்மா."

"இன்னும்மா?"

"நைட் வாமிட் பண்ணாங்க தேவ். அதான் ரெஸ்ட் எடுக்கட்டும்னு தூங்க சொன்னேன்."

"அப்போ ஆபீஸ் லீவ்வா?"

"இல்ல லியாம்மா, கிளம்பனும். இனி லீவ்லாம் அதிகம் எடுக்க முடியாது."

"அப்போ மார்னிங் டிஃபன் நாங்க பண்றோம். நீங்க ஆபிஸ் கிளம்புங்க மாமா."

"இல்லப்பா சரோ, நீங்க ரெஸ்ட் எடுங்க. நான் ரெடி பண்றேன்."

"அட என்ன மாமா நீங்க, போங்க போய் ரெடியாகுங்க."

"ரோஸிம்மா வேண்டாம்மா. ட்ராவல் பண்ணிட்டு வந்துருக்கீங்க, எதுக்கு கஷ்டபடுறீங்க? நான் ரெடி பண்றேன். போய் ஃபிரஷாகிட்டு வாங்க."

"அதாதெல்லாம் நாங்க பண்றோம். நீங்க முதல்ல ரெடியாகுங்க. டைம்மாகிடுச்சு பாருங்க." என்று அனுப்பி வைத்தான் ஜில்லு.

அத்தியாயம் 11

ஆறுவரும் இணைந்து காலை உணவை செய்து வைக்கவும் விலோகித் ரெடியாகி வரவும் சரியாக இருந்தது.

சிற்சில அரட்டைகளுடன் சாப்பாடு முடிவடைந்திட விலோகித் கிளம்பி சென்றதும் வீட்டினை சுற்றி பார்க்க துவங்கினர்.
திவிஷா உறங்கிக் கொண்டிருக்கும் ஹரிணியை பார்த்துவிட்டு அமைதியாய் வெளியே வந்தவள் நிமிர்ந்து பார்த்திட அங்கு ஜெய்வீர் தன் அறையின் பால்கனியில் நின்றபடி பார்த்துக் கொண்டிருந்தான்.

ஜெய்வீரின் வார்த்தைகள் நினைவு வர 'என்ன அர்த்தம்? தெரியாம நடந்ததுன்னா, தெரிஞ்சு நடக்கும்னா, என்ன நடக்க போகுது, என்ன நடந்தது?' என்று குழப்பத்துடன் நிற்க

ஜெய்வீரின் பார்வை ஐவரை நோக்கி சென்றது.

****

"தம்பி இன்னைக்கு வருவாங்களாங்க?" என்று கிளம்பிக் கொண்டிருந்த ஜெயமோகனிடம் கேட்டார் அகிலாண்டேஸ்வரி.

"தெரில அகிம்மா."

"நேத்து தம்பி என்கிட்ட சொல்லிட்டு போகும் போது, எனக்கு அப்படி ஒரு சந்தோசம்!!" என மகிழ்ச்சியோடு கூறியவரை கண்ணாடியினூடே ரசித்தார் ஜெயமோகன்.

"என்ன பார்க்குறீங்க? இப்படி தம்பி தினமும் எதாவது என்கிட்ட பேசுனா நல்லாருக்கும்."

அத்தியாயம் 11

"நல்லாதான் இருக்கும்."
"அப்படி இல்லன்னா கூட, தினமும் தம்பிய பார்த்தாலே போதும்."

"அதுவும் கண்டிப்பா நடக்கும்."

"எப்படி? எப்போ?" என ஆர்வத்துடன் கேட்டார்.

"தம்பி நினைச்சா எப்ப வேணும்ன்லும் நடக்கும்."

"புரியலங்க!"

"தம்பிக்கு கல்யாணம்னு நடந்தா இங்கதான இருப்பாங்க?" என்றவர் ஜெயசீலன் கூறியதையும் கூறினார்.

"அதெப்படிங்க எல்லாத்தையும் அப்படியே விட முடியும். இதெல்லாம் வயசுயிருக்கப்பவே நடக்க வேண்டியது. அவங்களுக்கு எப்போ தோணுறது, நாம எப்போ பண்றது?"

"சரியான கேள்விதான். ஆனால், நாம எப்படி முடிவு பண்றது?"

"என்ன இப்படி கேட்க்குறீங்க, நாமதான் முடிவு பண்ணனும். எப்போ பண்ணனும்னு. நான் மாமாகிட்டையும் தம்பிகிட்டையும் பேசுறேன்." என்றிட ஆச்சர்யமாக பார்த்தார் ஜெயமோகன்.

காலை உணவு முடிந்ததும் ஜெயசீலன் எழ அகிலாண்டேஸ்வரி அழைத்தார்.

"மாமா." என்றிட அனைவரும் பார்த்தனர்.

"என்னம்மா?"

அத்தியாயம் 11

"உங்ககிட்ட கொஞ்சம் பேசனும்."

"சொல்லும்மா." என்றதும் ஜெயமோகனை பார்த்தார் அகிலாண்டேஸ்வரி.

"என்ன விசியம்?"

"இல்லப்பா தம்பி விசியமா.." என இழுக்க அனைவரும் ஜெயமோகனை பார்த்தனர்.

"என்னம்மா சொல்லு."

"இல்ல மாமா.. தம்பிக்கு கல்யாண வயசும் வந்துடுச்சு, நாம அமைதியா இருக்கது நல்லால்ல மாமா, அதான்.."

"விசியத்துக்கு வாம்மா."

"தம்பிக்கு கல்யாணம் பண்ணலாம்னு.."

"முடிவு பண்ணிட்டீங்களா?"

"இல்லப்பா, உங்ககிட்ட கேட்டுட்டு.."

"தம்பிக்கு இதுல.."

"மாமா, எப்ப பண்ணனும்னு நாமதான முடிவு பண்ணனும். அதுக்காகதானே பெரியவங்க இருக்கோம்?"

"நீங்க பார்க்குற பொண்ணு தம்பிக்கு பிடிக்கலன்னா?"

அத்தியாயம் 11

"நாம பார்க்குற பொண்ணு பிடிக்கலன்னா என்ன, தம்பிக்கு எந்த பொண்ண பிடிக்குதோ அந்த பொண்ணையே கல்யாணம் பண்ணி வைக்கலாம்."

"ம்ம்... எல்லா முடிவும் எடுத்துட்டுதான் பேச வந்துருக்கீங்க?"

"அப்படிலாம் இல்லப்பா."

"ம்ம்.. தம்பி எடுக்குற முடிவுதான் இதுல முக்கியம் நாம முடிவு பண்றதுல்ல."

"மாமா.."

"சொல்றேன்."

"சரி மாமா." என்றிட அனைவரும் அவரவர் வேலைக்கு கிளம்பினர்.

ஜெயசீலனின் கார் ஊட்டியை நோக்கி பயணம் செய்திட ஜெயமோகனின் கார் ஆசர்மம் நோக்கி பயணம் செய்தது. ஜெயசங்கரின் கார் கன்ஷ்ட்ரக்ஷன் நோக்கி பயணம் செய்திட ராமின் கார் காலேஜ் நோக்கி பயணம் செய்தது.

"அப்போ ஜெய் அண்ணாக்கு மேரேஜ்ஜா?!!" என ஸ்ரீ குதுகலத்துடன் கேட்க

"தெரியலயே, பீட்டி வேற இப்படி சொல்லிட்டு போயிற்க்காரு." என்றாள் தனு.

"மேரேஜ் மட்டும் ஆச்சு, நமக்கு ஓரே ஜாலிதான்!"

"ஆமா.. வர அண்ணிக் கூட செம்ம ஆட்டம் போடலாம்."

"ராம் அண்ணா என்ன அமைதியா வறீங்க?"

"இல்ல தனும்மா ஜெய் என்ன சொல்றாங்கன்னு தெரிலயே, எனக்கு தெரிஞ்சு ஜெய் இதுக்கு ஓகே சொல்லமாட்டாங்கன்னு நினைக்குறேன். அப்படி சொன்னா நீங்க சொன்ன மாதிரி ஜாலிதான்."

"பார்ப்போம்." என்றனர்.

****

தூக்கத்திலிருந்து விழித்த ஹரிணி மணியை பார்க்க பரபரப்புடன் எழுந்து வெளியே வந்தவள் ஹாலில் அமர்ந்து டிவி பார்த்துக் கொண்டிருந்த வானரங்களை கண்டதும் அதிர்ச்சியும் மகிழ்ச்சியுமாய் அழைத்தாள்.

"ஏய் வாலுங்களா!! எப்ப வந்தீங்க?!!!"

"சர்ப்ரைஸ் கொடுக்க மார்னிங்தான் வந்தோம். கடைசில நீங்க வீட்ட மாத்தி எங்களுக்கு சர்ப்ரைஸ் கொடுத்துட்டீங்க. பல்பு வாங்குனதையும் பொருட்படுத்தாம ஓடோடி வந்துட்டோம்." என்றனர்.

"சாரிப்பா, நானே சொல்லனும்னுருந்தேன்."

"அட, இப்போ எதுக்குக்கா அதெல்லாம் பேசிட்டு."

"இல்ல திவிம்மா.."
"முதல்ல வந்து சாப்பிடுங்க."

"சரி... சரி.. எல்லாரும் எப்படியிருக்கீங்க? நீங்க முதல்ல சாப்டீங்களா?"

அத்தியாயம் 11

"கரடி கூடயிருந்தா எப்படி நல்லாயிருக்கது?" என குரங்குள் கூற முறைத்தாள் திவிஷா.

"சாப்பிட்டோம் அக்கா." என்று ரோஸூம் லியாவும் உணவை பரிமாறிட ஹரிணி வாய் திறக்கும் முன்பே

"மாமாவும் சாப்பிட்டாருக்கா." என திவிஷா கூற புன்னகையுடன் உண்ண துவங்கிட ஹரிணியின் ஃபோன் அலறியது.

"ஹலோ அம்மா." என்றவளிடம் திவிஷா சொல்ல வேண்டாம் என்று செய்கை செய்தாள்.

"என்னம்மா சாப்பிட்டீயா?"

"சாப்பிட்டேன்ம்மா. ஏன் வாய்ஸ் ஒரு மாதிரியிருக்கு?" என கேட்டதும் தன் குரலை சரி செய்தார் லதா.
"நல்லாதான்டா இருக்கு. சரி தம்பி கிளம்பிட்டாரா?" என கேட்க

"கிளம்பிட்டாரும்மா."
"சரிம்மா பார்த்துக்கோ." என்று கட் செய்திட ஹரிணி யோசனையுடன் கட் செய்தாள்.

திவிஷாவின் ஃபோன் அலறிட "சொல்லுங்கம்மா." என்றாள்.

"கிளம்பிட்டீயாடா?"

"கிளம்பிட்டேயிருக்கேன்." என்று சிரித்தாள்.

"தனியாயிருக்கியாடா. இல்லன்னா தனியா வா." என்றதும் திவிஷா வெளியேற ஹரிணி மற்றவர்களுடன் பேசத் துவங்கினாள்.

அத்தியாயம் 11

"சொல்லுங்கம்மா." என்றதும் லதா அழத் துவங்கிட பதட்டமானாள்.

"என்னம்மா என்னாச்சு, ஏன் அழறீங்க?!!"

"திவிம்மா, அப்பாக்கு.. அப்பாக்கு.."

"அப்பாக்கு!! என்ன ஆச்சு? சொல்லுங்க!!"

"அப்பாக்கு திடீர்னு நெஞ்சுவலி வந்துடுச்சுடா. ஹாஸ்பிட்டல் சேர்த்துருக்காங்க. எனக்கு பயமாயிருக்குடா. அக்காக்கு இந்த மாதிரி நேரத்துல இதெல்லாம் சொல்லக் கூடாது. தம்பிக்கு சொல்லலாம்னா ஆபிஸ்லயிருக்கப்போ கால் பண்ணலாமா வேணாமான்னு பயமாயிருக்கு." என கண்ணீரோடு கூறிட திவிஷாவின் கன்னங்களில் கண்ணீரானது தன் தடங்களை பதித்துக் கொண்டிருந்தது.

"அழாதிங்கம்மா. நான்.. நான்.. கிளம்பி வறேன். அழாதிங்க. சிவா எங்கம்மா?"

"டாக்டர் ஏதோ மருந்து வாங்க சொன்னாங்கன்னு போயிற்க்கான்ம்மா."

"நீங்க தைரியமாயிருங்க. நான் கிளம்பி வறேன். அழாதிங்க. அப்பாக்கு எதுவும் ஆகாது. நான் வறேன்." என கட் செய்தவள் தலையில் கை வைத்தபடி கீழே அமர்ந்தாள்.

இவைகளை தன் அறையினில் மார்பின் குறுக்கே கைகளை கட்டியவாறு பார்த்திருந்தான் ஜெய்வீர்.

அத்தியாயம் 11

திவிஷாவை தேடி வெளியில் வந்த ஜில்லு "கரடி" என்று தோளை தொட அணைத்துக் கொண்டு அழத் துவங்கினாள்.
"என்னச்சு கரடி எதுக்கு அழற?!!"
"அப்பாக்கு.." என்று கூறத் துவங்கினாள்.

"முதல்ல மாமாக்கு இன்ஃபார்ம் பண்ணு."

"மாமா ட்ராவல் பண்ணும் போது ஆன்சர் பண்ணமாட்டாங்க. கூட யாராவது போனாதான் ஆனசர் பண்ணுவாங்க. இப்போ முதல்ல நான் ஊருக்கு கிளம்பனும் ஜில்லு. அம்மா பாவம், சிவாவும் சின்ன பையன். இப்போ எல்லாரும் கிளம்புனா அக்காக்கு சந்தேகம் வரும். நான் மட்டும் கிளம்புறேன். அப்றமே நீங்க பொறுமையா வாங்க."

"சரி கரடி, நீ என்னன்னு சொல்லிட்டு கிளம்புவ?"

"ஏதாவது காரணம் சொல்லி கிளம்பனும். எல்லார்கிட்டையும் இப்பவே க்ரூப்ல சொல்லு." என்று வீட்டினுள் செல்ல ஜில்லுவும் சொல்லியிருந்தான்.

பார்வையால் பேசியவர்கள் ஹரிணியை காண கிட்சனுக்கு சென்றிருந்தாள்.

"அக்கா." என்றழைக்க

"சொல்லு திவிம்மா." என வந்தாள்.

"நான் உடனே கிளம்பனும் அக்கா." என்று சோகமாய் கூறினாள்.

"ஏன்டா திடீர்னு?!"

அத்தியாயம் 11

"இப்போதான் டீம் லீடர் கால் பண்ணாரு. முக்கியமான வேலை என் சைட்லருந்துதான் பண்ணனும். உடனே போகனும்."

"என்னடா வந்தவொடனே.. ரொம்ப முக்கியமான வேலையா?"

"ஆமாக்கா."

"ம்ப்ச்.. போய்ட்டு வாடா. கூட யாரையாவது கூட்டிட்டு போறியா?"

"இல்லக்கா.."

"நான் வறேன் கரடி."

"ஆமா, சரோவ கூட்டிட்டு போடா." என்றதும் இருவரும் கிளம்பிட ஹரிணி யோசனையுடனே வழியனுப்பி வைத்தாள்.
திவிஷாவும் சரோவும் பின் வழியே கிளம்பவும் ஜெயசீலனின் கார் முன் வழியே நுழையவும் சரியாகயிருந்தது.

ஜெய்வீர் கிளம்பி கீழே வர ஜெயசீலன் உள் நுழைந்தார்.

"தம்பி கிளம்பலாங்களா?"

"கிளம்பலாம் சீலு. கந்தன் அங்கிள் மதியம் சாப்பாடு வேண்டாம்." என்றவன் "என்ன சீலு என்ன யோசனை?" என்றிட வழக்கம் போல் ஆச்சரியத்துடன் பார்த்தார் ஜெயசீலன்.

"அது தம்பி.."

அத்தியாயம் 11

"ஒரு நிமிசம்." என்றவன் "அங்கிள் எல்லாரும் வந்துட்டா, வேகமா வேலைய பார்க்க சொல்லுங்க."

"சரிங்க தம்பி." என்று வெளியில் சென்றார்.

"இப்போ சொல்லு சீலு. என்ன விசியம்?"

"தம்பி உங்க கல்யாணத்த பத்தி.."

"இப்போ என்ன அவசரம்?" என்றான் பட்டென்று.

"இல்ல தம்பி வயசு.."

"இப்போ எனக்கு என்ன வயசாகிடுச்சு. யாரு இதபத்தி பேச்செடுத்தா. கண்டிப்பா நீ இல்லன்னு தெரியும். யாரு?" என்று நிறுத்தினான்.

"அம்மாதான் தம்பி."
"ம்ம்.. நான் அவங்ககிட்ட பேசுறேன். சரி இப்போ நாம கிளம்பலாம்." என்றிட இருவரும் மாதவின் வீடு நோக்கி புறப்பட்டனர்.

****

"அம்மா உங்களுக்கு எதாவது தெரிஞ்சா சொல்லுங்கம்மா. மீரா அப்பாக்கு தெரியுமா? மீரா கேட்டாலும் சொல்லமாட்டேங்குறா. நீ வான்னு மட்டும்தான் சொல்றா." என்று அழாத குறையாக விமலாவிடம் கேட்டுக் கொண்டிருந்தான் மாதவ்.

'எனக்கும் எதுவும் தெரியாதுப்பா. தம்பி சொன்னாங்க கிளம்புனேன் அவ்ளோதான்.'

"தெரிஞ்சாலும் சொல்லமாட்டீங்களே." என்று அமர ஜெய்வீர் மற்றும் ஜெயசீலனின் கார் வந்து நின்றது.

அத்தியாயம் 11

"வாங்க.. வாங்க.. தாத்... சார். வா ஜெய்." என்று வரவேற்றிட விமலாம்மாவும் உடன் வரவேற்றார். "என்னம்மா வீடு புடிச்சுருக்கா?" என்று கேட்க விமலாவும் மகிழ்ச்சியோடு பதிலளித்தார்.

"ரொம்பவே நல்லாருக்கு வீடு. என்ன மாதவ் கிளம்பலாமா?"

மாதவ் ஜெய்வீரை பார்க்க ஜெய்வீர் கண்டுக் கொள்ளாமல் நின்றிருந்தான்.

'எதவாது சொல்றானா பாரு.' என்று நினைத்தபடி "போலாம் சார்." என்றான்.

பின் நால்வரும் மீராவின் வீட்டிற்க்கு செல்ல அங்கு அவர்களுக்கு முன்பு ஜெயமோகன் தம்பதியரும் ஜெயசங்கர் தம்பதியரும் வந்திருக்க 'இவங்க ஏப்போ வந்தாங்க?' என்று மாதவும் விமலாவும் அதிர்ச்சியோடு பார்த்திட மீராவின் பெற்றோர் ஜோசப் மற்றும் ஹெலனும் வரவேற்றனர்.

"வாங்க மாப்பிள்ளை." என்றிட மாதவ் மேலும் அதிர்ந்தான்.

'அப்போ எல்லாருக்கும் தெரியுமா. டேய்!!' என்று ஜெய்வீரை பார்க்க ஜெய்வீர் அமைதியாய் நின்றிருந்தான்.

"ஹெலன் மீராவ அழச்சுட்டுவாம்மா." என்றிட ஜெயசங்கரி, அகிலாண்டேஸ்வரி மற்றும் ஹெலனுடன் அழகிய பதுமையாய் வந்தாள் மீரா.

மெய் மறந்து பார்த்தவனை இடித்து நினைவிற்க்கு கொண்டு வந்தான் ஜெய்வீர்.

அத்தியாயம் 11

சில சம்பர்தாயா பேச்சுக்களுக்கு பிறகு பெரியவர்களால் திருமணம் முடிவு செய்யப்பட்டதும் விடைபெற்றவர்கள் ஜெய்வீர் தன் தாயை அழைத்துச் செல்ல மற்றவர்கள் அவரவர் காரில் சென்றனர்.

ஜெய்வீர் அமைதியாய் வர அகிலாண்டேஸ்வரி பேச்சை தொடர்ந்தார்.

"தம்பி.."

"இப்போ என்ன அவசரம்னு கல்யாணத்த பத்தி முடிவு பண்ணீற்க்கீங்க?"

"இல்லங்க வயசு.."

"என்ன வயசு? இதோ பாருங்க, எனக்கு எப்போ தோணுதோ அப்போ சொல்றேன். ஒரு வேலை.." என்று யோசித்தவன் "நான் சொல்றேன்." என்றுவிட்டு தன் காரின் வேகத்தை அதிகரித்திட அகிலாண்டேஸ்வரி பயத்தோடு காரை பற்றியபடி அமர்ந்திருந்தார்.

****

"அழாதிங்கம்மா. அப்பாக்கு ஒன்னுல்ல. சிவா டாக்டர் என்ன சொன்னாரு?" என்று திவிஷா கேட்டாள்.

"ஏற்கனவே இண்டு அட்டாக் வந்துருக்கு. ஆனால், அப்பா நம்மகிட்டருந்து மறச்சுருக்காரு. இதுலருந்து தப்பிச்சா கடவுள் செயல்ன்னு சொல்றாங்க. ரொம்ப வீக்காயிருக்காராம். ஏதோ ஒன்னு அவர ரொம்ப பாதிச்சுருக்கு அதான் இப்படியாகிருச்சுன்னு சொல்றாங்க. எனக்கு ரொம்ப பயமாயிருக்கு திவி." என கண்கலங்கியபடி கூறிட

அத்தியாயம் 11

சரோ ஆதராவாய் அணைத்துக் கொண்டு "ஒன்னும் ஆகாது சிவா. அப்பா சீக்கிரம் சரியாகிடும். நீ கவலபடாத." என்றான்.

"நான் ஏற்கனவே கேட்டுருக்கேன். என்னங்க பண்ணுதுன்னு அப்போலாம் ஒன்னுல்லன்னு சொல்லி சமாளிப்பாரு. நான்தான் பொய் சொல்றாருன்னு தெரிஞ்சும் தெரியாத மாதிரியிருந்தேன். கடைசில இப்படியாகும்னு நினைக்கல. எல்லாம் எனக்கு தெரிஞ்சும் தெரியாத மாதிரிவிட்டது என் தப்புதான்." என லதா அழுக

லதாவை ஆதரவாய் அணைத்தவளுக்கு 'இதுவர எல்லாமே தெரியாம நடந்துச்சு. இனி தெரிஞ்சே நடக்கும்.' என்ற ஜெய்வீரின் வார்த்தைகள் நினைவு வந்திட

'இது அவனோட வேலையா? இல்ல இருக்காது. ஒரு சின்ன விசியத்துக்காக யாரும் இப்படி பண்ணமாட்டாங்க.' என தனக்குத்தானே ஆறுதல்படுத்திக் கொண்டிருக்க ஜெய்வீரின் கார் அம்மருத்துவமனையின் முன் நின்றது.

அத்தியாயம் 12

விலோகித் ஆபிஸிற்க்கு வந்ததும் மேஸேஜ்களை பார்த்தவன் ஸ்தம்பித்து நின்றான்.

அதற்க்குள் கிளர்க் ஒருவர் "சார், ஜெயசீலன் சார் இன்னைக்கு உங்களுக்கு லீவ் கொடுத்துருக்காங்க." என்றதும். விறுவிறுவென தன் காரை நோக்கி சென்றான்.

****

மருத்துவமனைக்குள் நுழைந்த ஜெய்வீர் ச்சீஃப் டாக்டரை காணச் சென்றான்.

"எஸ்க்கீயூஸ் மி டாக்டர்."

"எஸ்.. ஹலோ ஜெய்வீர்! நீங்களே வந்துட்டீங்க?!"

"ஹலோ டாக்டர். அலோ பண்ணிட்டிங்களா?"

"நோ ஜெய்வீர். உங்க ஆடர்க்காகதான் வெயிட் பண்ணிட்டுருந்தேன். நீங்களே வந்துட்டீங்க."

"குட். ஒருத்தர் மட்டும். யாருன்னு புரியுதா?"

"புரியுது ஜெய்வீர்." என்றுவிட்டு பார்த்திபன் அறையை நோக்கி சென்றார் டாக்டர்.

அறையின் முன்பு திவிஷாவுடன் லதா, சிவேஷ் மற்றும் சரோ அமர்ந்திருந்தவர்கள் டாக்டரை கண்டதும் எழுத்து நின்றனர்.

"டாக்டர்... அப்பாக்கு.."

"நீங்க பேஷன்ட்க்கு..."

அத்தியாயம் 12

"நான் அவரோட பொண்ணு டாக்டர்."

"அவருக்கு எதுவும்மில்ல. ஆனால் அவரோட இதயம்தான் பலவீனமாயிருக்கு. ஏதோ ஒன்னு அவர பாதிச்சுருக்கு. அதுனாலதான், அவருக்கு இப்படி... உங்கப்பாக்கு ஒன்னுல்லம்மா. பயப்டாதிங்க. உங்கப்பா பிழைக்கனும்னா எல்லாம் உங்க கைலதான் இருக்கு.

நீங்க யாரும் அவர டிஸ்டர்ப் பண்ண வேண்டாம். அவருக்கு எந்த ஒரு அதிர்ச்சியையும், கஷ்டத்தையும் தர விசியத்த சொல்லாதிங்க. முஞ்சளவு நிம்மதி, சந்தோசத்த கொடுங்க. முக்கியமா அவர் முன்னாடி அழாதிங்க. இல்லான்னா அவரோட நிலமை ரொம்ப மோசமாகிடும்." என்றிட லதா அழ துவங்கிட தன் தாயை பற்றிக் கொண்ட சிவேஷின் கண்களிலும் கண்ணீர் நிற்க திவிஷா அழுகையை கட்டுபடுத்திக் கொண்டு நின்றாள்.

"டாக்டர் நாங்க அப்பாவ பார்க்கலாமா?"

"நீங்க..?"

"என்னோட பிரண்ட் டாக்டர்."

"யாராவது ஒருத்தர் பார்க்கலாம்." என்றதும் லதா முன் வர "வேண்டாம்மா. நீங்க இப்போ போனா, இன்னும் அழுவீங்க. உங்க பொண்ணு போய் பார்க்கட்டுமே. தம்பியும் எமோஸ்னலா இருக்காப்பல." என்றிட 'சரி'யென ஒப்புக் கொண்டதும் டாக்டருடன் திவிஷா அறையினுள் சென்றாள்.

அத்தியாயம் 12

இவையனைத்தையும் ஜெய்வீர் கவனித்துக் கொண்டிருந்தான்.

உடல் தளர்ந்து முற்றிலும் துவண்டு கிடந்த பார்த்திபனைக் கண்டதும் அழுகை கட்டுப்படுத்திக் கொண்டு அருகில் சென்றவளை சற்று ஆச்சர்யத்துடனே கவனித்தார் டாக்டர்.

"மிஸ்டர் பார்த்திபன். இனி நீங்க அதிகமா வேலையெதுவும் செய்ய கூடாது. எவ்ளோ ரெஸ்ட்ல இருக்க முடியுமோ அவ்வளோ ரெஸ்ட்ல இருக்கது உங்களுக்குதான் நல்லது. உங்க குடும்பம் உங்க மேல ரொம்பவே பாசம் வச்சுருக்காங்க. அவங்கள விட்டுட்டு போகுற நிலைமைய கொண்டு வந்துடாதிங்க. உங்க ஹெல்த்த பார்த்துக்கோங்க." என்றார் டாக்டர்.
"அ..ப்பா.." என மெல்லிய அழைப்பில் திவிஷாவை பார்த்தார்.

"ஓகேதானே..?" என்றிட மெதுவாய் தலையசைத்தார்.

"உங்களுக்கு ஒன்னுல்லப்பா. நீங்க நல்லாதான் இருக்கீங்க. டாக்டங்களுக்கு வேலையில்லாமா வொயர் கனைக்ஷன கொடுத்து வச்சுருக்காங்க. பயப்டாதீங்க. நான் இருக்கேன் சரியா. சீக்கிரம் எழுந்து வாங்க. வெளிய அம்மா, பெரிய ட்ராமாவே போட்டுட்டுயிருக்காங்க. வந்து என்னன்னு கேளுங்க." என்றிட பார்த்திபன் குறுநகையுடன் கைகளை பற்றினார்.

"நா...ன்.. நல்..லா..யிருக்கேன். இனி நீதா..ன் அம்மா.. தம்பிய... பார்த்து..க்கனும். பார்த்து..க்குவ எனக்..கு நம்..பிக்கையிருக்..கு. இதோ..ட நா..ன் போக போற..தில்ல. இருப்..பேன். ஆனால், முன்னாடி மாதிரி

முடி..யாது." என்றதும் கலங்கிய கண்களை லாவகமாக துடைத்துக் கொண்டு புன்னகைத்தாள்.

"ரொம்ப கஷ்டபட வேண்டாம் பார்த்திபன்." என்றதும்

"ஒரு நிமிசம் டாக்டர். ஆமா வயசாகிடுச்சு. ஆனால், தங்கம் தங்கம்தான். சரி, முதல்ல சரியாகிட்டு வீட்டுக்கு வாங்க. அங்க போய் பேசிக்கலாம்." என்று தன் தந்தைக்கு ஆறுதல் கூறிவிட்டு வெளியேறியவளின் மனம் கனத்தது. பார்த்திபன் தன் கண்களை மூடிக் கொண்டார்.

****

ஹரிணி தன் ஃபோனையே பார்த்துக் கொண்டிருக்க நால்வருவரும் கவனித்தனர்.

"என்னக்கா மாமா இன்னும் கால் பண்ணலயேன்னு கவலையோ?"

முறைத்தவள் "இல்ல ஜில்லு." என்றாள்.

"எங்களுக்கும் தெரியும்."

"அப்படியா ரோஸிம்மா? உங்களுக்கு ஏதும் அனுபவமோ?" என்றதும் ரோஸியின் கண்கள் கள்ளதனமாய் தேவாவை வருடிட தேவாவும் அவ்வாறே.

"அவளுக்கா.. அவ அதுக்குலாம் சரிபட்டு வரமாட்டாக்கா."

"அப்படிலாம் சொல்ல முடியாது லியா." என்று சந்தேகமாய் பார்த்தாள் ஹரிணி.

அத்தியாயம் 12

"அய்யோ அக்கா முதல்ல நீங்க போய் ரெஸ்ட் எடுங்க. அப்றம் பேசலாம்."

"ஏன் தேவா பேச்ச மாத்துற?"

"அக்கா நீங்க மாத்திரை போட்டீங்களா? வாங்க போடுங்க."
"நீங்க நடத்துங்க. நான் ஏதுவும் பார்க்கல." என்றுவிட்டு தன்னறைக்குள் புன்னகையுடன் செல்ல இருவரும் லியாவையும் ஜில்லுவையும் பதட்டத்துடன் காண அங்கு இருவரும் சாதாரணமாகயிருந்தனர்.

"திவிக்கு கால் பண்ணலாமா தேவா?"

"பண்ணலாம் லியா."

"நான் பண்றேன்."

"வெளிய போய் பண்ணலாம் ஜில்லு."

"வைப்ரேஸன்னா சும்மாவா!"

"மூடிட்டு போடா வெளிய." என்றதும் நால்வரும் வெளியே சென்றனர்.

****

ஜெய்வீர் மருத்துவனையிலிருந்து கிளம்பிட ஜெயசீலன், ஜெயமோகன் மற்றும் ஜெயசங்கரின் கார்கள் உள்ளே நுழைந்தது.

மூவரும் பார்த்திபனை காணச் சென்றிட மூவரின் வருகை தெரிந்து பார்த்திபன் எழ முயன்றார்.

அத்தியாயம் 12

"வேண்டாம் பார்த்திபன். படுங்க. இப்போ எப்படியிருக்கு?"

"பரவல்ல சார்."

"நீங்க எத பத்தியும் கவலபட வேண்டாம். டாக்டர்கிட்ட பேசிட்டுதான் வறோம். நீங்க இப்போ எந்த வேலையும் செய்ய வேண்டாம். சிவேஷ் படிச்சு முடிக்குற வர உங்க சின்ன பொண்ணுக்கு உங்க வேலைய கொடுத்துடலாம். அதுகப்றம் மத்ததுலாம் பார்த்துக்கலாம்." என ஜெயசீலன் கூறிட

"சார் என் பொண்ணுக்கு.."

"நாங்க இருக்கோம் பார்த்திபன். நீங்க கவலபடாதிங்க." என்றார் ஜெயமோகன்.

"ஆமா பார்த்திபன் நாங்க பார்த்துக்குறோம். நீங்க ரெஸ்ட் எடுங்க." என ஜெயசங்கர் கூறியதும் ஜெயசீலன் திரும்பிட "பீல் கட்டியாச்சுப்பா." என்றார்.

"சரி பார்த்திபன் நாங்க வறோம். உங்க பொண்ண ஒன் வீக்குள்ள ஜாயின் பண்ண சொல்லுங்க." என்றுவிட்டு நகர்ந்திட மற்ற இருவரும் தொடர்ந்தனர்.

மூவரும் சென்றதும் குடும்பத்தினர் உள் நுழைந்தனர்.

"அப்பா.."

"திவிம்மா.."

"சொல்லுங்கப்பா."

அத்தியாயம் 12

"எனக்காக ஒன்னு செய்வீயாடா?"

"செய்றேன்ப்பா."

அமைதியாக மனைவியையும் மகனையும் பார்த்தவர் "ஒரு வாரத்துல என்னோட வேலைய நீ பார்க்க ஆரம்பிக்கனும்டா. தம்பி படிச்சு முடிக்குற வரைக்கும் அதுகப்றம் அவன் பார்த்துப்பான். எனக்காகடா." என்றிட அமைதியாய் நின்றாள்.

"திவிம்மா.."

"சரிப்பா." என்றதும் மூவருடன் சரோவும் அதிர்ச்சியோடு பார்த்தனர்.

"அப்பா.." என்றழைப்போடு வந்தான் விலோகித்.

"வாங்க தம்பி."

"உங்களுக்கு ஒன்னுல்லல்ல..ப்பா."

"இல்லப்பா. ஹரிம்மாக்கு ஏதுவும் சொல்லல்லயே."

"இல்லப்பா."

"இப்போதான் நிம்மதியாயிருக்கு." பின் விசாரிப்புடன் சிறிது சகஜநிலைக்கு திரும்ப திவிஷா வெளியே செல்ல சரோவும் சென்றான்.

"கரடி.." என்றதும் கண்ணீருடன் அணைத்துக் கொண்டாள்.

"அழாதடி ஒன்னுல்ல. நீ எடுத்த முடிவு சரிதான். முடியாதுன்னு சொல்லிருந்தாதான் தப்பு."

அத்தியாயம் 12

"சரிதான். ஆனா..,"

"ஏய் என்ன இப்போ. ஒன்னுள்ள நீ முன்னாடி போய் ஜாயின் பண்ணு நாங்க அப்படியே பின்னாடி வந்து ஜாயின் பண்றோம். அவ்ளோதான் இதுக்கு போய் அழுதுட்டு." என்றிட திவிஷாவின் ஃபோன் அலறியது.

"என்ன கரடி அப்பா இப்போ ஓகேவா? என்னாச்சு?" என்றதும் அமைதியாகயிருக்க சரோ அனைத்தையும் கூறினான்.

நால்வரும் சிறிது அமைதிக்கு பின்னர் சரோ கூறியதையே கூறினர். பின் சிறு உரையாடலுடன் கட் செய்திட சிவேஷ் அருகில் வந்தான்.

"நீ கஷ்டபட வேண்டாம் கரடி. நான் வேலை பார்க்குறேன்." என்றிட

"எனக்கு கஷ்டம்லாம் இல்ல சிவா. நீ நல்லா படி அப்றம் வேலை பார்க்கலாம்." என கூறியவளின் கண்கள் கூறியது வலியை.

"இல்ல.."

"டேய் எனக்கு கஷ்டம்லாம் இல்ல. நீ ஒழுங்கா படிக்குற வேலைய மட்டும் பாரு போதும்." என்றதும் சிவேஷ் புரிந்துக் கொண்டு சிரித்திட சரோவும் இணைந்துக் கொண்டான்.

****

ஹாலில் ஜெய்வீரும் ஜெயசீலனும் பேசிக் கொண்டிருந்தனர்.

"சரி சீலு. நான் இனி பார்த்துக்குறேன்."

அத்தியாயம் 12

"தம்பி.."

"அவங்க விசியம் எதுலையும் நீ தலையிட கூடாது. இனி எல்லாத்தையும் நான் பார்த்துக்குறேன்."

"இல்லங்க.."

"நான் சொன்னா சொன்னதுதான்."

"சரிங்க." என்றுவிட்டு அமைதியாய் தன்னறைக்கு சென்றார் ஜெயசீலன்.

பெண்கள் இருவருக்கும் புரியாமலிருக்க கணவர்களிடம் கேட்டுக் கொள்ளலாம் என்று அமைதியாகினர்.

ஜெய்வீர் வேலையாட்களை கவனிக்க சென்றவனின் மனம் அடுத்தடுத்து திட்டங்கள் ஓடிக் கொண்டிருக்க ராமின் கார் வந்தது.

ஸ்ரீயும் தனுவும் அமைதியாய் உள்ளே செல்ல ராமை அழைத்தான்.

"எனக்கு ஒரு ஐந்து நிமிசம் தர முடியுமா ஜெய்ராம்?"

"தாராலமா ஜெய்." என்றதும் இருவரும் பின்புறம் சென்றனர்.
சிறு அமைதிக்கு பின்னர் "இன்னும் ஒரு வாரத்துல உன்னோட வொர்க்ல ஜாயின் பண்ற." என்றதும் அதிர்ந்தான் ராம்.

"இதுக்கு மேல டைம் கொடுக்க முடியாது. காலம் முழுக்க உன்னால இப்படியே இருக்க முடியாதுல்ல?" என்றுவிட்டு செல்ல

அத்தியாயம் 12

'ஜெய்க்கு தெரியுமா? எதுவர தெரியும்? எல்லாமே தெரியுமா?' என்று குழம்பி போனான் ராம்.

ஜெய்வீர் தங்கைகளை அழைத்து வருமாறு தாய்மார்களிடம் கூற மறு நிமிடம் இருவரும் பீதியுடன் ஹாலில் ஆஜாராகியிருந்தனர்.

"வொர்க் முடிச்சாச்சா?"

"முடிச்சுட்டோம் அண்ணா."

"யார் முடிச்சா?"

"இரண்டுபேரும் அண்ணா."

"இது மாதிரி எந்தெந்த வேலைய ஒன்னாவே செய்வீங்க?" என்றதும் இருவரும் முழித்தனர்.

"எல்லா விசியத்துலையும் எல்லாராலையும் ஒன்னாயிருக்க முடியாது. புரியுதா?"

"அண்ணா."

"உதாரணத்துக்கு அப்பாங்கள எடுத்துக்கோங்க. வேற எடுத்துக்காட்டே தேவையில்ல." என்று எழுந்து சென்றவனை வழக்கம்போல் குழப்பத்துடன் பார்த்தனர்.

தன்னறைக்கு வந்திட ஃபோன் அலறியதும் பார்த்தவனின் உதடுகள் புன்னகையில் விரிந்தது.

"ஜெய் என்ன பண்ற?"

"ஏன் சார்க்கு சொல்லியே ஆகனுமா?"

அத்தியாயம் 12

"டேய்!!"

"சரிடா.. வெட்டிதான் இருக்கேன்."

"யாரு நீயா...? அமைதியா உட்காந்திருந்தாலும் ஏதாவது பிளான் பண்ணிட்டுருப்ப. நீ வெட்டியா இருக்கியா?"

"டேய் உன்னைய கொல்ல போறேன். நிமிசத்துக்கு ஒருதடவ கால் பண்ணி என்ன பண்ற.. என்ன பண்றன்னு கேட்டுட்டுருக்க. பாரு உன் ஆளு என் மேல செம்ம கோவத்துலருக்க போறா."

"அதெல்லாம் அவ ஒன்னும் சொல்லமாட்டா. அவளுக்குதான் நம்மல பத்தி தெரியுமே."

"அதுவும் சரிதான்."

"சாப்டியாடா?"

"ஆச்சுப்பா."

"அடுத்து என்ன?"

"நெக்ஸ்ட்...."

"எப்படியும் சொல்லமாட்ட. சரி பார்த்து பண்ணு ரீச்சாகிட்டு கால் பண்ணு."

"சரிடா." என்று கட் செய்தவன் இதுவரை தான் எழுதிக் கொண்டிருந்த வெள்ளை பலகையை பார்த்து சிரித்தான்.

****

"தம்பி கிளம்புப்பா. ஹரி தனியாயிருப்பா."

"இல்லம்மா திவிம்மா பிரண்ட்ஸ் இருக்காங்க." என்றதும் ஆச்சர்யமாக பார்த்தார் லதா.

பின் விலோகித் கூற முழித்தாள் திவிஷா.

"பண்றதெல்லாம் திருட்டு வேலை!!"

"இல்ல மம்மி அதுக்கு பேர் சர்ப்ரைஸ்."

"சாரோ!!!"

"ஈ... சாரி மம்மி."

"சரிம்மா நாளைக்கு மார்னிங் அப்பாவ டிச்சார்ஜ் பண்ணலாம் சொல்லிட்டாங்க. நீங்க பார்த்துக்கோங்க மார்னிங் வந்து பார்க்குறேன்."

"சரி தம்பி. சிவா மாமாவ விட்டுட்டு வா."

"சரிம்மா."

அனைவரிடமும் விடைபெற்றதும் பார்க்கிங்கிற்க்கு வந்தனர் சிவேஷும் விலோகித்தும்.

"சிவா பார்த்துக்கோ." என்று அணைத்துவிட்டு செல்ல சிவேஷ் அவ்வார்த்தையில் பல அர்த்தங்கள் இருப்பதாய் உணர்ந்தான்.

****

"அக்கா சாப்டுங்க."

அத்தியாயம் 12

"மாமா வரட்டும் லியாம்மா."

"வந்துடுவாங்கக்கா நீங்க சாப்பிடுங்க."

"வேண்டாம் ரோஸிம்மா."

"மாமாதான் கொஞ்ச நேரத்துல வந்துடுவேன்னு சொன்னாங்கல்லக்கா, சாப்பிடுங்க."

"அவர் வரட்டும் ஜில்லு."
"சரிக்கா மாமா வந்தப்றமே சாப்பிடுங்க."

"தங்ஸ் தேவா."

"ஆனா எங்களுக்காக கொஞ்சம் கம்பெனி கொடுங்க." என்றதும் பொய்யாய் முறைத்தாள்.

"அப்போ ஜூஸாவது குடிங்க."

"ஜில்லு..!!"

"ப்ளீஸ்!!" என்று நால்வரும் கெஞ்சவும் குடித்தாள்.

சிறிது நேரம் கழித்து விலோகித் வந்ததும் "இப்போ ரொமென்ஷும் நடக்கலாம். சண்டையும் நடக்கலாம். அதுனால வாங்கடா இடத்த காலி பண்ணலாம்." என்று நால்வரும் நகர்ந்திட ஹிரிணி அமைதியாய் நின்றிருந்தாள்.

"ஹனிம்மா.." என அருகில் வந்தவனை இறுக அணைத்துக் கொண்டவள்

"எதுவும் பேச வேண்டாம். அப்பாக்கு எப்படியிருக்கு?" என்று கண்ணீருடன் கேட்க அதிர்ச்சியோடு நின்றான் விலோகித்.

****

லதாவையும் சிவேஷையும் வீட்டிற்க்கு அனுப்பிவிட்டு சரோவும் திவிஷாவும் மருத்துவனையில் இருந்தனர்.

சரோ நன்றாக தூங்க பார்த்திபனும் மருந்தின் வீரியத்திய் தூங்கிக் கொண்டிருந்தார். திவிஷாவிற்க்கோ தூக்கம் எட்டாக் கனியாய் போனது.

பொறுத்து பார்த்தவள் எழுந்து வெளியில் செல்ல ஆள் நடமாட்டம் அதிகமில்லமலிருந்தது. பின் மாடிக்கு சென்று வானத்தை வெறித்தபடி நின்றவளுக்கு ஏதோ தோன்றவே பின்னால் திரும்பியவளின் கண்கள் விரிந்தது.

அத்தியாயம் 13

"ஹனிம்மா உனக்கு எப்படி தெரியும்?!" என்று அதிர்ச்சி மாறாமல் கேட்டான் விலோகித்.

"பசங்க ஃபோன்ல பேசுனது காதுல விழுந்துச்சு."

"ஹனிம்மா.."

"புரியுது லோகித் எதுக்காக சொல்லலன்னு."

"இந்த புரிதல்தான் ஹனிம்மா உன்னகிட்ட எனக்கு ரொம்ப பிடிச்சது."

"ஐஸ் வச்சது போதும். பதில் சொல்லுங்க."

"அப்பா நல்லா இருக்காரு ஹனிம்மா." என்றதும் முறைத்திட உண்மையை கூறினான்.

"அப்பாவ பார்க்க போலாமா?"

"வேண்டாம் லோகித். எனக்கு தெரியாததாவே இருக்கட்டும். இல்லாட்டி என்ன நினைச்சு கஷ்டபடுவாங்க. இப்போ எனக்கு ஆறுதல் தேவையில்ல. திவிம்மாக்குதான்." என்றதும் தன்னவளின் எண்ணம் புரிந்தவனாய் "புரியுது." என்றான்.

****

தேவா, ஜில்லு, ரோஸ் மற்றும் லியாவின் கைகளில் ரெங்கநாதர் போல் தூங்கிக் கொண்டிருந்த சரோவை அதிர்ச்சியுடன் பார்த்தாள் திவிஷா.

அத்தியாயம் 13

"கரடி இங்க என்ன பண்ணிட்டுருக்க?"

"சேய் ஜில்லு முதல்ல இந்த எருமைய
எழுப்பிவிடுங்கடா."

"ஆமா லியா முடியல. கையே வலிக்குது."

"கத்தாதிங்கடி." என்று தேவா எழுப்பிட நால்வரையும் அதிர்ந்து பார்த்தான் சரோ.

"எப்போட வந்தீங்க?! எங்கடா இருக்கோம்?!"

"இவன் ஒருத்தன் கோமாலருந்து எழுந்த மாதிரி கேட்டுட்டுருக்கான்." என்று லியா கைவிட மற்றவர்களும் கைவிட்டனர்.

"அம்மா!! எருமைங்களா!!"
"ஷூ... கரடி இங்க என்ன பண்ற?"

"அதனே நீ எப்போடி இங்க வந்த. ஆமா, நாம எங்க இருக்கோம்?"

"சரோ நாயே ஹாஸ்பிட்டல் மாடில இருக்கோம்."

"அப்படியா.. எது மாடில இருக்கோமா?! ஏன்டி மலகரடி தனியா எதுக்குடி வந்த. எழுப்பிருந்தா நானும் வந்துருப்பேன்ல?"

"இல்ல சரோ.."

"சரி.. முதல்ல வாங்க கீழ போய் பேசலாம்."

"ரோஸ் சொன்னா சரியாதான் இருக்கும் வாங்க போலாம்."

அத்தியாயம் 13

"டேய் சரோ நீயெல்லாம் மனுசனே இல்ல தெரியுமா?"

"நான் உங்க கூட சேர்ந்தப்பவே தெரிஞ்சுக்கிட்டேன்டி லியா." என்றதும் அனைவரிடமும் கொட்டுகளை பெற்றுக் கொண்டான்.

பின் அனைவரும் கேட்டினிற்க்கு வந்தமர்ந்தனர். "முதல்ல எப்படி எல்லாரும் வந்தீங்க, அக்காவ எப்படி சமாளிச்சீங்க?"

"மாமாதான் கரடி அனுப்பி வச்சாரு?"

"புரியலடி ரோஸூ."

"உனக்கு எங்க ஹெல்ப் உடனே தேவைபடுதாம். தனியா சமாளிக்க முடியலயாம். அதுனால எங்கள கிளம்பி வர சொன்னதா அக்காட்ட சொல்லிட்டு கிளம்ப சொன்னாரு. நாங்களும் சொல்லிட்டு, ஓடி..... வந்துட்டோம்." என்றதும் திவிஷா யோகிக்க துவங்கினாள்.

"கரடி யோசிச்சு ஒன்னும் கிழிக்க வேண்டாம். சொல்லு, எதுக்கு தனியா போன?"

"இல்ல தேவா தூக்கம் வரல."

"செருப்பாலே அடிப்பேன் பொய் சொன்னன்னா?"

"இல்லடி லியா.."

அத்தியாயம் 13

"தூக்கம் வரலன்னா எப்பவும் போல பாட்டு கேட்க வேண்டியதுதானே?"
"ரோஸ் இருடி. சரி கரடி. நாங்க சொல்றத கேளு."

"ஜில்லு நீங்க என்ன சொல்லுவீங்கன்னு தெரியும்."

"தெரியுதுல்ல பின்ன என்ன?"

"சரோ.."

"கரடி.. நாமா ஒன்னா இருக்கனும் அதானே, ஒரு இண்டு நாள் எல்லாரும் வீட்ல இருப்போம். அப்றம் நீ பேப்பர் போட்டுட்டு வீட்டுக்கு வா. நாங்க உன்னைய புது வேலைல சேர்த்துவிட்டுட்டு சென்னை போறோம். அப்றம் ஒவ்வொருத்தரா இங்க வந்து ஜாயின் பண்ணிப்போம். அவ்ளோதான்." என்று தேவா கூறிட கலங்கிய கண்களுடன் பார்த்தவளை அனைவரும் சென்று அணைத்துக் கொண்டனர்.

இவையனைத்தையும் பார்த்துக் கொண்டிருந்த ஜெய்வீரோ "என்னோட சந்தோசம் திரும்ப கிடைக்க போற நாள் வந்துருச்சு பச்சகிளி!" என்று குரோதத்துடன் கூறினான்.

****

"ஜெய்க்கு எதுவர தெரியும், எல்லாமே தெரியுமோ, எப்படி தெரியும், அய்யோ கடவுளே!! நான் என்ன பண்றது?" என தன்னறையில் புலம்பிக் கொண்டிருந்தான் ராம்.
'சிவு எதுனால வரல?'

'எனக்கு என்னடி தெரியும் நானும் உன்கூடதான இருக்கேன்?'

'ஆமால.. சரி அவன்கிட்டவே கேட்கட்டா?'

அத்தியாயம் 13

'சரி கேளு.'

'இல்ல வேண்டாம் நாளைக்கு காலேஜ்ல கேட்டுக்கலாம்.'

'சரி கேட்கலாம்.'

'இப்போவே கேட்கட்டுமா?'

'சாகடிச்சுடுவேன்!! சாகடிக்காதடி!!'

'சரி.. சரி.. நாளைக்கே கேட்டுக்கலாம். நீ தூங்கு. குட் நைட்.'

'சிறப்பு! குட் நைட் தூங்கு.'

என்று தனுவும் ஶ்ரீயும் ச்சேட் செய்துமுடித்தனர். இருவரில் ஒருவள் நன்றாக தூங்க செல்ல மற்றோருவளுக்கோ தூக்கம் எட்டா கனியாய் போனது.

****

"சிவா எழுந்திரிப்பா ஹாஸ்பிட்டல் போனும். திவி பசி தாங்கமாட்டாப்பா."

"வறேன்ம்மா." என்று எழுந்தவன் "அப்போ நீங்க அப்பாக்கு பசிக்கும்னு போகல?" என்றதும்

"எல்லாருக்கும்தான் சிவா."

"சமாளிப்பு.." என்றபடி தயாராக சென்றான்.

"போலமாம்மா?"

அத்தியாயம் 13

"போலம் சிவா. சீக்கிரம் வா."

"கரடிக்கு சாப்பாடு போட அவ்ளோ அவசரமா?" என்றபடி பைக்கை ஸ்டார்ட் செய்தான்.

"எல்லாருக்குதான் சிவா."

"நீங்க நடத்துங்க." என்றபடி கிளம்பினர்.

சிவேஷின் பைக் ராமின் காரை தாண்டி செல்ல ஸ்ரீயும் தனுவும் ஒருவரையொருவர் பார்த்துக் கொண்டனர். இதை ராம் கவனிக்காமலில்லை.

****

அரண்மனையில் பெரியவர்கள் ஹாலில் அமர்ந்துக் கொண்டு ஜெய்வீரின் வருகைக்காக காத்திருக்க இரு தாய்மார்களும் வேலையாட்களை வெளியனுப்பிவிட்டு வந்து நின்றனர்.

"அக்கா எதுக்காகன்னு தெரியுமா?"

"தெரில சங்கரி. தம்பி வந்தாதான் தெரியும்."

"அதுசரி. நமக்கு தெரிஞ்சுருந்தாதான் ஆச்சர்யபடனும்." என்னும் போதே ஜெய்வீர் படியிறங்கினான்.

அனைவரும் ஒவ்வொரு மனநிலையில் பார்த்தனர்.

"நான் எதுக்காக கூப்பிட்டேன்னா, நீங்க இரண்டுபேரும் உங்க பொருப்புகள எங்ககிட்ட கொடுத்துட்டு ரிலக்ஸாகலம்ன்னு சொல்லதான்." என்றதும் அனைவரும் அதிர்ச்சியடையந்தனர். இதில் ஜெயசீலனும் அடக்கம்.

அத்தியாயம் 13

"ஜெய்ராம் பத்தி கவலபட வேண்டாம். அவன் ஈசியா எடுத்து நடத்துவான். அவன் விலகியிருந்தாலும் எல்லாத்தையும் கவனிச்சுட்டுதான் இருக்கான்.

அப்றம் இன்னும் ஒரு வாரத்துக்குள்ள எல்லத்தையும் முடிச்சுட்டு நீங்க சிங்கப்பூர் கிளம்புங்க. மாதவோட கல்யாணத்தப்போ வந்தா போதும். அதுவர அங்க ரிலாக்ஸா இருக்கலாம்.

ராம் ஊட்டில இருப்பான். தங்கச்சிங்கள நான் பார்த்துக்குறேன்." என்றவன் ஜெயசீலனை பார்த்தான்.

"நீங்க ஊட்டில ரெஸ்ட் எடுங்க. சரி எல்லா ஃபார்மாலிடிஸையும் இப்போலெந்தே தொடங்குங்க." என்றுவிட்டு வெளியில் வேலையாட்களை கவனிக்க சென்றான்.

ஜெய்வீரை கண்டதும் வேலையாட்கள் பரபரப்புடன் வேலை செய்தனர்.

"ஏன் கை நடுங்குது மிஸ்டர் துரை?" என கேட்க "ஒன்னுல்ல சார்." என்று கூட்டுமாறை இறுக்கி பற்றிக் கொண்டார் அவர்.

"மிஸஸ் கல்யாணி எங்க?" என கேட்க

அனைவரும் தெரியாது என்றதும் சித்தப்பாவை அழைத்தான்.

"அவங்க வந்துருக்காங்க தம்பி."

"இப்போ இல்லையே."

"தெரிலங்க."

"தெரிலயா..? நீங்க.." என துவங்கியவன் வேலையாட்களை பார்த்துவிட்டு பின்புற கேட்டிற்க்கு வேகமாய் நடந்திட ஜெயசங்கரும் பின் தொடந்தார்.

"அவகிட்ட அப்பவே சொன்னேன் சார் வந்துருக்கப்போ போகதடின்னு. பாரு இப்போ என்ன ஆச்சுன்னு." என்று ஒருவர் சொல்ல

"அடிப்பாவி உனக்கு தெரியுமா? அப்போ சார்கிட்ட சொல்ல வேண்டியதுதானே. பொறுமையா பேசு. இல்ல உன் சீட்ட கிழிச்சுருவாரு." என்றார் மற்றோருவர்.

"மிஸ்டர் வேலன் மிஸஸ் கல்யாணி வெளிய போனாங்களா?"

"ஆமா சார்." என மற்றோருவர் பதிலளித்தார்.

"உங்க பேர் வேலனா? நீங்க எதுக்கு பதில் சொல்றீங்க?"

"இல்ல சார் நான் கொஞ்சம் லேட்டா வந்தேன் சார்."

"லேட்டுன்னா லேட்டுன்னு சொல்லுங்க. கொஞ்சம் லேட்டுன்னுலாம் சொல்லாதீங்க."

"சாரி சார்."

"சரி எப்போ போனாங்க?"

அத்தியாயம் 13

"நான் வெளிய போய்டு வரப்போ அவங்க வெளிய போனாங்க சார்."

"என்ட்ரி புக்ல சைன் பண்ணாங்களா?"
"பார்க்கல சார்."

"இனி உங்க இரண்டுபேருக்கும் இங்க வேலையில்ல. இப்பவே கிளம்பலாம்." என்றுவிட்டு நகர இரு வாட்ச்மேன்களும் தலையில் கை வைத்துக் கொண்டமர்ந்தனர்.

"தம்பி.." என்றழைக்க வெள்ளை நாற்கலியில் அமர்ந்தான்.

"மதியம் புது வாட்ச்மேன் வந்துருவாங்க. அண்ட் கல்யாணியோட சேர்த்து இன்னும் இரண்டுபேர வேலையவிட்டு எடுக்கனும்." என்றதும் புரியாமல் பார்த்தவரை

"தெரிஞ்சும் தெரியாதுன்னு சொன்னவங்க. அது தெரிஞ்சும் மறைக்க துணைப் போனவங்க."

"தம்பி பாவம்.."

"நாம ஒன்னும் கடவுள் இல்ல. பாவம் புண்ணியம் பார்க்க. தம்புன்னா தப்புதான். அதுக்கு உண்டான தண்டனை கொடுத்துதான் ஆகனும்."

"சரிங்க."

****

மருத்துவமனையில் சிக்ஸர் க்ரூப் பார்த்திபனுடன் பேசிக் கொண்டிருப்பதை உள்ளே நுழைந்த

லதாவோ ஆச்சர்யத்துடன் பார்க்க சிவேஷோ பதுங்கியபடி பின்னால் சென்றான்.

"எல்லாரும் எப்போப்பா வந்தீங்க, ஒரு வார்த்த கூட சொல்லவே இல்ல?"

"அதுக்குபேர்தான் சர்ப்ரைஸ் மம்மி."

"ஜில்லு!!"
"ஈ... சாரி மம்மி."

"தம்பி!!!!" என்று குரங்குகள் மூன்றும் கத்திக் கொண்டு சிவேஷிடம் ஓடிட

'சிக்கிட்டேன்டா!!' என நொந்துக் கொண்டான் சிவேஷ்.

"யோவ் விடுங்கயா!!"

"அப்படிலாம் சொல்லலாமா? பாசமாதானே கட்டி புடிக்குறோம்."

"யோவ் ஜில்லு மனசாட்சியோட பேசுங்கயா. கட்டி புடிச்சா கூட பரவால்ல. கரும்பு மிஷின்ல போட்டு நசுக்குற மாதிரி."

"நாங்க என்ன பண்றது. நாங்க எல்லாருமே கடை குட்டிங்க. கரடிய தவிர. எங்களுக்கு கிடச்ச தங்க தம்பிய கொஞ்சாம இருப்போமா?"

"யோவ் சரோ நேத்து கூட என்னைய பார்த்தியே அப்போ பாசம் பொங்கலயோ!!"

"அது வேற நிலமை. இது வேற நிலமை."

அத்தியாயம் 13

"சமாளிக்கிற.."
"யோவ் தேவா நீயாவது மனசு வைப்பா. அடுத்து நானு ராட்டினம் வேற சுத்தனும்." என்று பாவமாய் கூறியதும் விடுவித்திட அடுத்து ரோஸும் லியாவும் கைகளை பற்றிக் கொண்டு சுற்றினர்.

பின் ஒரு வழியாய் விடுவிக்கவும் சுற்றில் சாய்ந்தவனை "தம்பி!!" என்றழைத்திட

"ஆமா தொம்பி!! என்னைய கை தாங்கலா உட்கார வைங்கப்பா முடில." என்றதும் உட்கார வைத்தனர்.

இவையனைத்தையும் மற்ற மூவரும் சிரிப்புடன் பார்த்தனர்.

பின் அனைத்து ப்ரோசியூஜர்களையும் முடித்துவிட்டு பார்த்திபனை இல்லத்திற்க்கு அழைத்து வந்தனர்.

அறையினில் திவிஷாவும் பார்த்திபனும் இருக்க மற்றவர்கள் வெளியில் இருந்தனர்.

"எனக்கு உங்கள நினைச்சா பாவமா இருக்குப்பா."

"அதுலாம் ஒன்னுமில்லடா. நான் நல்லாதான் இருக்கேன்."
"அட அதுக்கில்லப்பா!"

"பின்ன என்னடா?"

"அதுவா, இன்ன வரைக்கும் நீங்க வீட்ல அதிகமா இருந்ததேந்தே இல்ல. பாவம் அக்காவும் சிவாவும்தான் அம்மாகிட்ட மாட்டிட்டு கஷ்டபட்டாங்க. இப்ப கூட நான் தப்பிச்சுருவேன். பாவம் இனி உங்க பாடுதான் திண்டாட்டம். உங்க

லதும்மாவோட டார்ச்சர அனுபவிக்க போறீங்க." என்று சரிக்க

"அடிப்பாவி!! நான் டார்ச்சரா?" என்றபடி உள்ளே வந்த லதாவை பார்த்த பார்த்திபன் சிரித்தார்.

"நீங்க எதுக்குங்க சிரிக்கிறீங்க? எதுவும் சொல்லமாட்டீங்களா?"

"அவர் எப்படி சொல்லுவாரு லதா. இனிதானே அவருக்கு தெரியும். இன்னும் இரண்டு நாள் கழிச்சு கேளு ஒரு லிஸ்டோட சொல்லுவாரு?" என்று பழிப்பு காட்டிவிட்டு ஓடினாள்.

"கொழுப்பு கழுதைக்கு." என்று சிரிக்க பார்த்திபனும் சிரித்ரார்.

****

"வந்தச்சா?"

"..."

"சரி நான் சொன்ன மாதிரியே செய்ங்க."

"..."

"சரி" என்று கட் செய்த ஜெய்வீர் அப்துலின் இல்லத்திற்க்கு வந்தவன் அப்துலை அழைக்க வெளியில் வந்தான்.

"உள்ள வாடா ஜெய் ஏன் வெளியவே..?"

"நீ சொல்லிதான் நான் உள்ள வருவேனாடா?"

"அதுசரி, நீ உள்ள வந்தாதான் வீட்டையே இரண்டாக்குவியே."

"தெரியுதுல்ல மூடு. சரி எல்லாம் ரெடிதானே?"

"ரெடிடா."

"எதாவது சொதப்புன!!"

"ஐயா ராசா! கண்டிப்பா சொதப்பமாட்டேன் என்னைய நம்பு."

"நம்புறேன். சரி நான் கிளம்புறேன். ரெடியாயிரு." என்று ஓர் ஃபைலை கொடுத்துவிட்டு சென்றான்.

****

"ஹனிம்மா அப்பாக்கு ஒன்னும் இல்ல. இப்போதான் திவிம்மாவோட மெசேஜ் வந்தது."

"ம்ம்.."

"நிஜமாடா. நம்பு."

".."

"என் செல்ல ஹனிம்மால்ல."

".."

"என் பட்டு ஹனிம்மால்ல."

அத்தியாயம் 13

"சினீயர் சார் என்னை கொஞ்சுனது போதும். முதல்ல வேலைய பாருங்க. இல்ல திட்டு வாங்க போறீங்க."

"இதுதான் என்னோட ஹனிம்மா. சரிம்மா வைக்குறேன். லவ் யூ." என்றுவிட்டு திரும்பியவன் அதிர்ச்சியுடன் பார்த்தான்.

அத்தியாயம் 14

"மாது.."

"ம்ம்.."

"மாது.."

"ம்ம்ம்..."

"டேய் அறிவுகெட்ட முண்டம்!" என்று மீரா கத்திட

"என்னடி பொசுக்குன்னு கத்திட்ட இது ஆபிஸ்டி!" என்று அதிர்ந்தான் மாதவ்.

"பின்ன என்ன கத்திட்டே இருக்கேன் கண்டுக்காம இருக்க?"

"பதில் சொன்னேனே.."

"கிழிச்ச. ஏன்டா இன்னும் கொஞ்ச நாள்ல கல்யாணம் எதாவது ஒரு ரியாக்ஷன் இருக்கா? சரி அதவிடு. லவ் சொல்லி எத்தன நாள் ஆச்சு, அதுக்காவது ஒரு ரியாக்ஷன் கொடுத்தியா, மனுசனாடா நீ? பி.ஏங்குற பேர்ல எப்போ பாரு உன் கூடேதானே சுத்திட்டு இருக்கேன். லவ் மூடோட ஒரு பார்வை பார்த்துருக்கியா? இது சரிபட்டு வராது. அப்பாகிட்ட சொல்லி கல்யாணத்த நிறுத்த சொல்ல வேண்டியதுதான்." என பொறிந்து கொண்டு மாதவை பார்க்க

அவனோ அமைதியாய் பார்த்துக் கொண்டிருக்கவும் மேலும் கடுப்பாகிதான் போனாள் மீரா.

அத்தியாயம் 14

"தடிமாடு!! இப்போவாது எதாவது ரியாக்ஷன் கொடுக்குறானா பாரு, எல்லாம் அந்த தடிமாட சொல்லனும் அதுகூட சேர்ந்து இதுவும் அது மாதிரியே மாறிடுருச்சு. தடிமாடு!! தடிமாடு!!" என்று திட்டியவளை

"அடியே சொர்ணாக்கா இப்போ எதுக்குடி அவன இழுக்குற?" என்று எழுந்தான்.

"இப்போ மட்டும் எங்கருந்து வருது பேச்சுலாம்? தடிமாடு! பே நான் எங்க அப்பா வீட்டுகே போறேன்."

"யம்மா.. நமக்கு இன்னும் கல்யாணம் ஆகல. அதுகப்றம்தான் இந்த டையலாக் சொல்லனும்."

"ஆமால.. இப்போ என்ன சொல்லனும்?"

"ஹூசு அதையும் என்கிட்டே கேளுடி." என்று இழுத்து அணைத்துக் கொண்டான்.
"விடுடா என்னைய நான் கோவமா இருக்கேன்."

"முடியாது."

"விடுடா."

"முடியாது சண்ட கோழி. ஆமா நான் எப்போ உன்னைய பார்க்காம இருந்தேன். அடிக்கடி பார்த்துட்டேதானே இருப்பேன்?"

"எது திருவிழா கடைல பொம்மை திருடுனவன் மாதிரி பார்ப்பியே அத சொல்றீயா?"

"வேணாம்..."

அத்தியாயம் 14

"என்னா வேணாம்? அது ஒரு பார்வைன்னு சொல்லிட்டு திரியுற? லவ் மூடோட பார்க்கனும்னா எப்படி பார்க்கனும் தெரியுமா?"

"எப்படி?"

"அது ஒரு ஃபீல்லோட, ஒருதடவ பார்த்தாலும் வாழ்க்கை முழுக்க நினைச்சு சந்தோசபடுற மாதிரி பார்க்கனும்."

"எது!!"

"மாங்கா!!"

"ரொம்ப அசிங்கபடுத்துறடி."

"கல்யாண்ம் முடியட்டும் உன்னைய போட்டு கும்மி எடுக்குறதுல எப்படி ரொமென்ஸ் வராம இருக்கும்னு பார்க்குறேன்?" என்று சொல்லிக் கொண்டிருக்கும் போதே கதவை தட்டிவிட்டு

"அதெல்லாம் அடி வாங்காம சூப்பரா பண்ணுவான்." என்றபடி உள்ளே நுழைந்தான் ஜெய்வீர்.

"வாடா தடிமாடு உன்னால பாரு." என்று மீரா கூற

"இப்போதானடி வந்துருக்கான் அதுகுள்ளவா?" என பாவமாய் கேட்டான் மாதவ்.

"நான் கேட்பேன் உனக்கென்ன?"

"கொஞ்சம் நிறுத்துங்கப்பா." என்றான் ஜெய்வீர்.

"சொல்லுங்க மிஸ்டர் ஜெய்வீர் உங்களுக்கு என்ன உதவி வேண்டும்?" என்று பணிவோடு கேட்டவளை

"நீங்க வாய மூடுனாலே பெரும் உதவியா இருக்கும்." என்றான் ஜெய்வீர்.

"இந்த அவமானம் உனக்கு தேவையா?" என்று தனக்குதானே கேட்டபடி வெளியேறினாள்.

"பக்கி." என்று இருவரும் புன்னகையுடன் கூறினர்.

****

விலோகித் அதிர்ச்சியுடன் பார்க்க அங்கு ராம் அமைதியாய் நின்றுக் கொண்டிருந்தான். அனைவரும் விலோகித்தின் நிலையே இருந்தனர்.

"ராம் சாரா?! ராம் சாரா?!..." என்ற குரல்கள் ஃபேக்ட்ரி முழுவதும் எதிரொளித்தது.

"வொர்க் டைம்ல என்ன பேச்சு?" என்று தன் அக்மார்க் புன்னகையுடன் கேட்க

"சார் வந்து.." என்று திணறினான் விலோகித்.
"சரி போய் வேலைய கவனிங்க. இனி வொர்க் டைம்ல வேண்டாம்." என புன்னகை மாறாமல் கூறிவிட்டு நகர்ந்தான்.

ராமின் வருகையால் ஃபேக்ட்ரி முழுவதும் மகிழ்ச்சியில் திணறியது.

"எத்தன வருசம் கழிச்சு ராம் சார பார்க்குறோம்?"

அத்தியாயம் 14

"ஆமாப்பா. எத்தன வருசம் கழிச்சு பார்த்தாலும் சாரோட சிரிப்பு மட்டும் மாறவேயில்ல."

"கண்ணு வைக்காதிங்கப்பா. அதுதான் அவருக்கு அழகே."

"நீ மட்டும் என்ன பண்றீயாம்?" என்று ஒருவர் மாற்றி ஒருவர் ராமை பற்றி பேசிக் கொண்டிருந்தனர்.

இவையனைத்ததும் ஜெய்வீரிற்க்கு தெரியபடுத்த புன்னகைத்துக் கொண்டான் ஜெய்வீர்.

****

"அடேய் தம்பி பையா நீ காலேஜ்லாம் போறதில்லையா?"

"ஏங்க ஜில்லு சார்?"
"இல்ல சும்மா கேட்டேன்."

"தம்பி மேல என்ன திடீர் அக்கறை?"

"அதெல்லாம் அப்போலேந்தே இருக்கு நீங்க மூடலாம் சரோ."

"ஆமா தேவா அண்ணா ஏதோ யோசனைல இருக்க மாதிரி இருக்கு."

"அது ஒன்னுல்ல தம்பி அவன் நாசா விஞ்ஞானி அப்பப்போ அப்படி ஆகிடுவான் நீ கண்டுக்காத."

"யோவ் ஜில்லு இரு அண்ணாகிட்டே போட்டு கொடுக்குறேன்."

அத்தியாயம் 14

"யார் யாரோ... தம்பி என்று.."

"யோவ் அது யார் யாரோ நண்பன் என்று.." என தலையில் அடித்துக் கொண்டான் சிவேஷ்.

"ரைட்டுவிடு.."

தூரத்தில் அமர்ந்திருந்த தேவா மூவரை நோக்கி வந்திட பின்னாலே ரவுடிகளும் வந்து சேர்ந்தனர். அனைவரும் வெள்ளை நாற்காலிகளில் அமர்ந்திருந்தனர்.
"கரடி அப்பாகிட்ட கேட்டியா என்ன வொர்க் எப்படி பண்ணனும்னு?"

"இனிதான் தேவா கேட்கனும்."

"இததான் யோசிச்சுட்டு இருந்தியாடா?"

"இல்லடா சரோ."

"சரி.. முதல்ல பிளான் பண்ண ஸ்டார்ட் பண்ணுவோம்."

"இதுக்குதான் வைப்ரேஸன் அக்கா வேணும்னு சொல்றது."

"டேய் போ அங்குட்டு."

"ஜில்லுக்கு பொறுக்காதே.."

"சரி.. சரி.. மூடுங்க. முதல்ல கரடி கூட ஜில்லுவும் சரோவும் சென்னை போய் ஹெல்ப் பண்ணட்டும் நாங்க மூனுபேரும் அம்மாக்கு ஹெல்ப்பா இங்க

இருக்கோம். வேலை முடிஞ்சதும் கரடிய ஜாயின் பண்ணிவிட்டுட்டு நாம கிளம்பலாம்."

"லியா.."

"இரு கரடி இன்னும் முழுசா முடிக்கல. உடனே கிளம்பமாட்டோம். ஒன் வீக் லீவ் சொல்லிருக்கோம்ல, ஒரு இரண்டு நாள் இருந்துட்டுதான் போவோம்."

"ம்ம்..."

"கவலபடாத கரடி கொஞ்சநாள்ல நாங்கலும் உன்கூடவே வந்துடுவோம்."

'இவங்களுக்கு பெரிய மச்சான பத்தி தெரியாது போல அதான் பிளான்லாம் போட்டுட்டு இருக்காங்க.' என்று நினைத்துக் கொண்டான் சிவேஷ்.

****

"ஏங்க தம்பியோட இந்த முடிவ பத்தி என்ன நினைக்குறீங்க?"

"யாருக்கு பிரச்சனை வர போகுதுன்னு நினைக்குறேன் அகிம்மா."

"என்னங்க சொல்றீங்க?!"

"தெரியல ஆனா அப்படிதான் தோணுது. எல்லாரையும் அவங்களவிட்டு விலகிருக்க வைக்குறாங்கன்னா அதுதான் காரணமா இருக்கும்."

"எனக்கு பயமா இருக்குங்க."

"நீ பயப்பட வேண்டியது தம்பிக்காக இருக்க கூடாது. தம்பி யார்கூட பிரச்சனை பண்ண போறாங்களோ அவங்களுக்காதான் இருக்கனும். பாவம் யாரு மாட்டுனான்னு தெரியல. ஆண்டவா நீதான் காப்பாத்தனும்." என்று வேண்டிக் கொண்டார் ஜெயமோகன்.

'தம்பி யாருக்காக இப்படி பண்றாங்க? ஏன்?' என யோசித்தபடி ஹாலில் அமர்ந்திருக்க

"அம்மா!!!!" என்று கத்தியபடி நுழைந்த தனுவும் ஸ்ரீயும் ஜெயசீலனை கண்டதும் பேயறைந்தார் போல் நின்றனர்.

'என்னடி இந்த டைம்ல பீட்டி இருக்காரு?'

'இது தெரியாம கத்திட்டோமே!'

'செத்தோம்.' என்று பார்த்துக் கொண்டனர்.

"ஏன் அப்படியே நிக்குறீங்க? உள்ள வாங்க." என்றழைக்க கடகடவென உள்ளே நுழைந்தவர்கள் லிஃப்டில் சென்று மறைந்தனர்.

"பீட்டியோட கார் வெளியதான் நின்ருக்கு நாமதான் பார்க்காமவிட்டோம்."

"இப்போ யோசிச்சு என்ன பிரோஜனம். அதே மாதிரி அப்பாங்க காரும் நின்னுச்சு பார்த்தியா?"

"ஆமாடி.. வீட்ல ஏதோ நடந்துருக்கு அதான் யாரும் எங்கையும் போகல."

அத்தியாயம் 14

"முதல்ல ராமண்ணாக்கு கால் பண்ணனும் காலேஜ் வந்துட்டு ஆளே காணோம்."

"ஆமா வா முதல்ல அத பண்ணலாம்." என இருவரும் கால் செய்ய அழைப்போ ஏற்கவில்லை என்றே வந்தது.

"அண்ணா ஏதோ முக்கியமான வேலைல இருப்பாங்க போல. நாம அப்றம் ட்ரை பண்ணுவோம்."

"சரி. நாம.."

"என்ன கீழ போகனும் அதானே?"

"ஆமா."

"இழிக்காத. பீட்டி இருந்தா கண்டிப்ப முடியாது."

"நாம அண்ணா கொடுத்த வேலைய பார்க்குறதா சொல்லிக்கலாம்."

"வந்து தொலையும்." என்றபடி இருவரும் கீழே செல்ல ஜெயசீலன் அங்கு இல்லாமலிருந்தார்.

"தப்பிச்சோம்." என வெளியில் ஓடினர்.

பின்னால் சிக்ஸ் க்ரூப்புடன் இணைந்து சிவேஷ் விளையாடிக் கொண்டிருக்க இருவரின் வருகையை கவனித்த திவிஷாவோ

"சிவாக்கு ஒரு ஓ.... போடுங்க!" என்று கத்தினாள்.

"என்ன லூசு மாதிரி பேசுறா?"

அத்தியாயம் 14

"அதெல்லாம் கண்டுகாத சரோ பேசாம ஓ.. போடு."

"என்னங்கடி அநியாயமா இருக்கு."

"தேவா மூடிட்டு போடுடா." என்றதும் அனைவரும்
"ஓ...ஹோ" என்று கத்த
'எதுக்கு இந்த லூசுங்க கத்துதுங்க?' என பாவமாய்
முழித்தான் சிவேஷ்.

"எதுக்காக கத்துறாங்க?"

"எனக்கென்னடி தெரியும்? அவங்க வீட்ல சின்னக்கா
வந்துருக்காங்க போல, அதான் கும்பலா இருக்கு."

"ரொம்ப முக்கியம் இப்போ." என்றபடி இருவரும்
அவர்களை நெருங்கினர்.

"சிவா உன் பிரண்ட்ஸ் வந்துருக்காங்க பாரு." என்று
லியா கூற

"என் பிரண்ட்ஸா?" என்று திரும்பினான்.

"ஹாய் சிவு."

"ஹாய்!!"

"உன்கிட்ட பேசனுமே."

"தாரலமா பேசுங்களேன்."

"சரோ!!"

"இல்லண்ணா.."

அத்தியாயம் 14

"சும்மா சொன்னாங்கம்மா நீங்க போங்க."

"தங்ஸ் அண்ணா." என்று மூவரும் தனியே செல்ல தேவாவை முறைத்தான் சரோ.

****

"ஒரு மாசத்துக்கு அப்துல் இங்க இருக்கமாட்டான்."

"சொன்னான்டா. பாட்டிக்கு ஏதோ உடம்பு சரியில்லயாம் இவன்தான பெரியவன் சோ பார்த்துகனும்னு சொல்லிட்டுருந்தான்."

"உனக்கு.."

"டேய் எனக்கு எந்த பிரச்சனையும் இல்ல. நான் மேனேஜ் பண்ணிப்பேன்."

"பச்சக்கிளி.."
"எதுக்கு ஐஸ் வைக்குற?"
"இல்ல ஒன்னுல்ல."

"நீ எது பண்ணாலும் சரியாதான் இருக்கும் ஜெய். நான் என்னன்னு கேட்கமாட்டேன். ஆனா எப்பவும் சரியாவே நடக்கும்னு சொல்ல முடியாது. எது பண்ணாலும் பார்த்து பண்ணு. நான் உனக்கு சொல்லனும்னு அவசியம் இல்ல." என்றதும் ஜெய்வீர் கைகளை விரித்தான்.

'என்ன இவன் அடிக்கடி கட்டி பிடிக்க கூப்டுறான். சரியில்லயே!!' என்ற யோசனையுடன் அணைத்தான் மாதவ்.

அத்தியாயம் 14

"இவரு பெரிய ஸ்ரோ விஞ்ஞானி யோசிச்சு ராக்கெட்விட போறாரு." என்று தலையில் தட்டினான் ஜெய்வீர்.

"வந்துட்டேன்!" என்றபடி நுழைந்த மீரா இருவரையும் பார்த்தவள்

"ஏன்டா என் கூட ரொமென்ஸ் பண்ணுடானா இந்த தடிமாடுகூட ரொமென்ஸ் பண்ணிட்டு இருக்க." என்று அடிக்க தூரத்த

"ஆமாடி நான் சொல்ல சொல்ல கேட்காம கட்டி பிடிச்சுட்டான் என்னான்னு கேளு." என்று ஏத்திவிட்டான்.
"அடப்பாவி நீ கூப்பிட்டன்னு கட்டி புடிச்சேன் பத்தியா, நெஜமாடி சொர்ணாக்கா அவன்தான் கூப்பிட்டான். ரொமென்ஸ்லாம் பண்ணலடி. என்ன பத்தி தெரியும்ல, டேய் சிரிக்காம சொல்லுடா!" என்று அறை முழுவதும் ஓடியபடி கெஞ்சினான் மாதவ்.

"வாங்கு பச்சக்கிளி!! நான் கிளம்புறேன். அடியே படாத இடத்துல எதும் படாம அடி பார்த்து அடி. அப்றம், இன்னும் இரண்டு நாள் ஊட்டிலதான் இருப்பேன். சேதாரம் எதுவும் இல்லன்னா வந்து பார்த்துட்டு போ." என்று கூறிவிட்டு கிளம்பினான்.

"அடேய்!! அம்மா!!!" என்ற சத்தம் வர ஜெய்வீர் சிரித்தபடி நகர்ந்தான்.

****

இரண்டு நாட்கள் முடிவடைந்திருக்க பார்த்திபனின் உடல்நிலை சற்று முன்னேறியிருந்தது. திவிஷா

அத்தியாயம் 14

சென்னைக்கு செல்ல தயாரிகிக் கொண்டிருக்க மற்றவர்கள் உதவிக் கொண்டிருந்தனர்.

"பார்த்து போய்ட்டு வாங்கப்பா."

"ஓகே மம்மி."

"பத்ரம் பத்ரம்."

"எத்தன தடவ?"

"லியா யார் கூட போறோம் அதுனாலதான்."

"டேய் ஜில்லு!!"

"சொல்லுங்க கரடி."

"நீங்க மூடுங்க."

"டேய் ரீச்சானதும் கால் பண்ணுங்க."

"சரி மச்சா."

"தம்பி!!"

"யோவ் அப்படியே ஓடிருங்க வேண்டாம்!"

"சரோ வாடா லேட்டாச்சு!"

"வறேன்டி!" என்றபடி மூவரும் விடைபெற்று சென்றனர்.

அத்தியாயம் 15

சென்னை வத்தடைந்தவர்கள் கால் செய்ய தூக்கம் கலையாமல் எடுத்தான் தேவா.

"ஹலோ..."

"வந்துட்டோம்டா. குட் மார்னிங்."

"சரி..."

"நாய்க்கு இன்னும் தூக்கம் கலையல போல."

"கரடி உன் சவுன்ட கொஞ்சம் கொடு."

"குட்!!!!! மார்னிங்!!!!! தேவா!!! எரும!!!" என்று கத்த தூக்கம் கலைந்து ஃபோனை எட்டி வைத்தான்.

"மலகரடி!!!"

"எப்படி? ஓகே போய் தூங்கு டாட்டா." என கட் செய்ய

"இனிமே எங்கருந்து தூங்குறது?" என எழுந்துக் கொண்டான்.
வாசலில் லியாவும் ரோஸூம் எதையோ ஆர்வமாய் பார்த்துக் கொண்டிருப்பது போல் தெரிய

"இந்த நேரத்துல அங்க என்ன பண்ணிட்டுருக்குங்க?" என்று மெதுவாய் சென்றான்.

"செம்மையா இருக்காருல்ல?"

"ஆமாடி ஹென்ட்ஸமா இருக்காரு."

"இவரு இங்கயும் இருக்காரு. இவருதான் ஓனரோ?"

அத்தியாயம் 15

"யாரா இருந்தா என்ன, ஆளு செம்ம ஸ்மார்ட்டா இருக்காரு. ஒரு ஹாய் சொல்லி பார்ப்போமா?"

"வேண்டாம் மூடிட்டு இரு."

"நல்லா ஹீரோ கணக்கா இருக்காருடி ஒருதடவ சொல்லி பார்ப்போமே." என்று இருவரும் தூரத்தில் ஜாகிங் செய்து கொண்டிருந்த ஜெய்வீரை பார்த்து பேசிக் கொண்டிருப்பதை கேட்ட தேவாவோ சிறிது காண்டாகிதான் போனான்.

"ம்ஹூக்கும்.."

"யாருடா அது? இந்த நேரத்துல." என்று திரும்பிய லியா வாயை மூடிக் கொண்டாள்.

"லியா.. அவரு அந்த பக்கம் போக போறாருடி சீக்கிரம் ஹாய் சொல்லலாம்டி!!" என கூறியபடி திரும்பிய ரோஸோ அதிர்ந்தாள்.

"தேவா உனக்கு காபி வேணும்ல நான் போய் எடுத்துட்டு வறேன். நீங்க பேசிட்டுருங்க." என்று ஓடினாள் லியா.

'அடிப்பாவி!! லியா!!!'

"எதோ சொல்லிட்டுருந்த மாதிரி இருந்துச்சே.."

"அது.. தேவ்.. அவங்க.. அண்ணா மாதிரி..."

"அண்ணா மாதிரிலாம் இல்ல அண்ணாதான்."

"ஆமா அண்ணாதான்."

அத்தியாயம் 15

"அண்ணாக்கு ஹாய் சொல்லலாமா?"

'மொத்தத்தையும் கேட்டான் போலயே!!'

"சொல்லும்மா!"

"எதுக்கு!!! அதெல்லாம் வேண்டாம். நான் போய் என் தேவ்க்கு காபி எடுத்துட்டு வறேன்." என்று தப்பித்தோம் பிழைத்தோம் என ஓடினாள்.

"கேடி." என்று சிரித்தவன் ஜெய்வீர் சென்ற பாதையை பார்த்துவிட்டு நகர்ந்தான்.

****

"அண்ணா நிஜமாவே காலேஜ் வரமாட்டியா?"

"ஆமாடா தனும்மா."

"நாங்க மட்டும் இங்கதான் இருக்கனுமா?"

"ஆமாடா ஸ்ரீம்மா."

"மூனுநாளா கேட்டுட்டு இருக்கோம் இதையே சொல்லிட்டு இருக்கண்ணா நீ!"

"உண்மையதானடா தனும்மா சொல்ல முடியும்."

"அதுகப்றம் நீங்க இங்க வந்துடுவீங்கல்ல?"

"தெரிலயே ஸ்ரீம்மா ஜெய் சொல்றத பொறுத்துதான்."

"நாங்க வேணும்னா அண்ணாகிட்ட பேசட்டுமா?"

அத்தியாயம் 15

"மூனுநாளா இததான தனும்மா கேட்டுட்டு இருக்கீங்க? ஒன்னுல்லடா. ஒரு மாசம்தான் டக்குனு போய்டும். நான் ஜெய்கிட்ட வீக் என்ட் உங்கள கூட்டிட்டு போறதுக்கு கேட்குறேன். சரியா? இப்போ வாங்க டைமாக போகுது. சீக்கிரம்!" என்று ராம் தங்கைகளை சமாதனபடுத்திவிட்டு எழவும் மணி ஆறாகவும் சரியாக இருந்தது.

****

"குட் மார்னிங் தம்பி!"

"குட் மார்னிங் தேவாண்ணா."

"என்னப்பா சிவாவ நீயே எழுப்பிட்டியா?"

"ஆமா மம்மி."

"அப்பா எழுந்துட்டாராம்மா?"
"எழுந்துட்டாரு சிவா."

"மம்மி மூனுபேரும் ரீச்சாகிட்டாங்க."

"சரிப்பா. வேலையெல்லாம் பார்த்து பண்ண சொல்லு. நான் அக்காக்கு கால் பண்றேன்."

"சரி மம்மி."

"சிவா எனக்கு ஒரு டவுட்டு."

"கேளுங்கஜீ."

"உன் மச்சான் இருக்காருல்ல.."

அத்தியாயம் 15

"யோவ்!! ஏன் கத்துற? பொறுமையா பேசு காதுல விழுந்துட போகுது."

"சரி..சரி.."

"ஆமா, எனக்கு மொத்தம் இரண்டு மச்சானாச்சே. நீங்க யார கேட்க்குறீங்க?"

"ஓ.. இரண்டா? கொடுத்து வச்சவன்டா நீ!!"
"வயித்தெரிச்சல கிளப்பாதையா!! இரண்டும் இரண்டு ரகம்."

"அதுசரி, நான் கேட்க போறது யாருன்னு தெரிலயே, சரி அடையாலம் சொல்றேன் சொல்லு."

"ரைட்டு."

"மூஞ்சில ரியாக்ஸனே காட்டாம.."

"அட அது பெரிய மச்சான்! ஜெய்வீர்!"

"என்னடா டக்குன்னு சொல்லிட்ட?!!"

"இது போதாதா? ஆமா, அவர பத்தி என்ன டவுட்டு?"

"அவருக்கு சிரிக்க தெரியுமாங்குறதுதான் டவுட்டு."

"அது இங்கருக்க எல்லாருக்குமே டவுட்டுதான்."

"அவர் எப்படி?"

"அவரு... மிலிட்ரி ஆபிசர், கணக்கு டீச்சர், மனநல மருத்துவர், கேமரா, போலீஸ்கார், வக்கீல், சிஜடி, சிபிஜ... இப்படி யார்கிட்டலாம் மாட்டுனா நாம்மலால

தப்பிக்க முடியாதோ அவங்கல்லாம் ஒன்னா சேர்த்து வச்ச உருவம்தான் அவரு."

"என்னடா ஓவர் பில்டப் தர?"

"நீங்க இன்ன வரைக்கும் பேசுனதுயில்லல்ல, அதுனால அப்படிதான் சொல்லுவீங்க. பேசிட்டா நீங்களும் சொல்லுவீங்க."

"அப்போ இரண்டாவது மச்சான்?"

"அவர் ரொம்ப ஸ்வீட். சாக்லெட் பாய். குழந்தை மாதிரி சிரிச்சுட்டே இருப்பாரு. அதே சமையம் தப்பு பண்ணா நாசுக்கா சொல்லுவாரு."

"ஒவ்வொரு ரகம்தான் போல."

"ஆமாஜீ...."

"அவர எப்போ பார்க்கலாம்?"

"யார?"

"அதான் குழந்தைய.."
"இப்போ கூட பார்க்கலாம். வெளிய ஜாகிங் பண்ணிட்டுருப்பாங்க சீக்கிரம் போய் பாருங்க. குடும்பத்தையே பார்க்கலாம்." என்றுவிட்டு பாத்ரூமிற்குள் நுழைந்தான்.

தேவா வெளியில் சென்று அனைவரையும் பார்த்தவன் 'பரவால்ல நல்ல குடும்பம்தான் போல, நாம வர வரைக்கும் நம்ம கரடிக்கு எந்த கவலையும் இல்ல.' என நினைத்துக் கொண்டான்.

****

அத்தியாயம் 15

"லோகித் திவிம்மா சென்னை ரீச்சாகிட்டாளா?"

"மூனுபேரும் ரீச்சாகிட்டாங்க ஹனிம்மா."

"எப்போ ஜாயின் பண்ண போறா?"

"இன்னும் டூடேஸ்லன்னு அம்மா சொன்னாங்கம்மா."

"அம்மா ஏன் இன்னும் என்கிட்ட சொல்லாமயிருக்காங்க?"

"சொல்லுவாங்கம்மா நீ கவலபடாத."

"நான் அம்மாவ நினைச்சுதான் கவலபடுறேன். என்கிட்ட சொல்லாம அவங்கதான் கஷ்டபடுவாங்க பாவம்."

"ஹனிம்மா..."

"சரிப்பா... நான் ஃபீல் பண்ணல... நீங்க முதல்ல வந்து சாப்பிடுங்க."

"முதல்ல நீ சாப்பிடு." என்று ஊட்டிவிட ஃபோன் அலறியது.

"சொல்லுங்கம்மா."

"என்னம்மா தம்பி கிளம்பிட்டாரா?"

"கிளம்பிட்டே இருக்கேன்மா!!"

"சரிப்பா.. சரிப்பா.. முக்கியமான விசியம்.."

"சொல்லுங்கம்மா."

அத்தியாயம் 15

"அது திவிம்மா இங்கே வறேன்னு சொல்லிட்டாம்மா."

"அப்படியாம்மா? எப்போ?"
"அது இன்னும் இரண்டுநாள்லம்மா."

"ரொம்ப சந்தோசம்மா!"

"சரிம்மா நான் அப்றம் பேசுறேன். தம்பிய வேலைக்கு அனுப்பிட்டு கூப்பிடு."

"சரிம்மா." என்று கட் செய்தவள் விலோகித்தை பார்த்தாள்.

"பரவல்ல அம்மாக்கு நல்லாவே நடிப்பு வருதுல?"

"ஹனிம்மா.."

"வருத்தமா சொல்லல்லப்பா. நிஜமாதான் சொல்லேறேன். ஆமாவா இல்லாயா?"

"ஆமாதான். ஆனால், என்னோட ஹனி அளவுக்கு இல்ல."

"லோகித்!!!!!!"

"உண்மைதானே ஹனிம்மா? எவ்ளோ நாள் என்கிட்ட ஒன்னுமே தெரியாத மாதிரி நடிச்ச?" என தங்களது கல்லூரி காலத்தை நினைவு கூறவும்

"முதல்ல கிளம்புங்க டைம்மாச்சு!" என்று கிளப்பிவிட புன்னகையுடன் கிளம்பினான்.

****

அத்தியாயம் 15

"சரோ என்னடா இது மூனுநாள்ல ஆபிஸே மாறியிருக்கு?"

"அதான்டி தெரில. என்னவாயிருக்கும்?" என்று இருவரும் யோசித்துக் கொண்டிருக்கையில் ஜில்லு பரபரப்புடன் அருகில் வந்தான்.

"டேய் நம்ம கம்பெனில பல விசியங்கள் மாறியிருக்குடா!!"

"ச்சை!! எரும இத கண்டுபிடிச்சதுக்குதான் இவ்ளோ பில்டப் பண்ணியா?"

"அதான் பார்த்தாலே தெரியுதே.."

"மூதேவிகளா அதுமட்டுமில்ல வாட்ச்மேன்லருந்து மேனேஜர் வரைக்கும் முக்கியமான எல்லாருமே மாறியிருக்காங்க."

"ஏன் இந்த திடீர் மாற்றமாம்?"

"ஏதோ எம்டியோட ஆடராம் சரோ."
"எனக்கு ஒரு ஆசை இருக்குடா."

"என்ன இழவு கரடி?"

"இல்ல நம்ம வேலைக்கு சேர்ந்த நாள்லெந்து இன்ன வரைக்கும் இந்த கம்பெனியோட ஓனர் யாருன்னெ தெரியாம வேல பார்த்துட்டு இருக்கோம். அவர ஒருதடவையாவது பார்க்கனும்டா."

"அந்த தாத்தாவ பார்த்து என்ன பண்ண போற?"

"தாத்தாவா?!"

அத்தியாயம் 15

"பின்ன இவ்ளோ பெரிய கம்பெனி வச்சு நடத்துறவன் வயசு பையனாவா இருப்பான்?"3

"அதுவும் சரிதான். வா வந்த வேலைய பார்க்கலாம்."

"எல்லாம் ரெடிதான."

"ரெடிதான்டா."

"சரி நாங்க வெயிட் பண்றோம். நீ போயிட்டு வா."

"சரி." என்று திவிஷா உள்ளே சென்றிட இருவரும் வெளியில் காத்திருந்தனர்.

"கரடி போயிட்டா நல்லாவே இருக்காதுல்லடா?"

"ஆமாடா."

"நினைச்சாலே கஷ்டமாயிருக்கு."

"கவலபடாத ஜில்லு. நம்மலும் கொஞ்சநாள்ல அங்கையே போய்டலாம்."

"அதான் நானும் அமைதியாயிருக்கேன்." என்று இருவரும் பேசிக் கொண்டிருக்க சிறிது நேரத்தில் திவிஷாவும் வந்து சேர்ந்தாள்.

"என்ன கரடி சொன்னாங்க?"

"எத்தன நாள்ல எல்லாம் முடியுமாம்?"

"அட ஏங்கடா, நாம நினைக்குற அளவுக்கெல்லாம் இல்ல. கையோடே அனுப்பிட்டான்ங்க. எதோ எனக்குன்னெ காத்துருந்த மாதிரி. எல்லாமே ரெடியாயிருந்து டக்குன்னு முடிச்சுட்டான்ங்கடா.

இந்த மாதிரி எந்த கம்பெனிலையும் நடந்து நான் பார்த்ததும் இல்ல கேள்விபட்டதுமில்லடா."
"என்னடி சொல்ற?"

"ஆமா சரோ. எல்லாம் நிமிசத்துல முடிஞ்சுடுச்சுடா."

"ரைட்டு. சரி வா வீட்டுக்கு போய்ட்டு திங்ஸெல்லாம் பேக் பண்ணிட்டு உடனே கிளம்பிடலாம்."

"அதுவும் கரைக்ட்டுதான் வா போலாம்." என்று மூவரும் கிளம்ப ஜெய்வீருக்கு இவையனைத்ததும் தெரியபடுத்த சிரித்துக் கொண்டான்.

****

"அப்பா பார்த்திபன பார்க்க போகனும்னு சொன்னீங்களே போலாமா?"

"நானே அத சொல்லலாம்னு இருந்தேன் மோகன். சங்கரையும் கூப்பிடு போய்ட்டு வரலாம்." என்றிட ஜெயமோகன் ஜெயசங்கரை அழைத்தார்.

பின் மூவரும் பார்த்திபனின் இல்லத்திற்கு சென்றனர்.

"வாங்க சார்."

"வறோம்மா பார்த்திபன் எப்படியிருக்காரு?"
"பரவல்ல சார்."

"இவங்கல்லாம்.."

"இவங்க சின்ன பொண்ணோட பிரண்ட்ஸ். என் பிள்ளைங்கதான்."

அத்தியாயம் 15

"சரிம்மா பார்த்திபன பார்க்கனும்."

"வாங்க சார்." என மூவரையும் அறைக்கு அழைத்துச் செல்ல அங்கு பார்த்திபன் படுத்திருந்தார்.

"என்ன பார்த்திபன் எப்படியிருக்கு?"

"வாங்க சார். நல்லாயிருக்கேன் சார்." என்று எழ முயன்றார்.

"வேண்டாம் படுங்க. நான் இந்த நேரத்துல சொல்ல கூடாது இருந்தாலும் சொல்லுறேன். உங்க சின்ன பொண்ண எவ்ளோ சீக்கிரம். வேலைல ஜாயின் பண்ண சொல்ல முடியுமோ சொல்லுங்க பார்த்திபன்." என்று ஜெயசீலன் கூற ஜெயமோகனும் ஜெயசங்கரும் பார்த்துக் கொண்டனர்.

"சரி சார்."

"சரி உடம்ப பார்த்துக்கோங்க. நாங்க வறோம்." என்றுவிட்டு மூவரும் சென்றனர்.

மூவரும் சென்றதும் பார்த்திபன் சோர்வானார்.

"என்னதான் சொல்லு முதலாளி முதலாளிதான் தொழிலாளி தொழிலாளிதான்."

"புரில லியா."

"இப்போ நடந்தத பார்த்து கூட புரியலையா ரோஸ்?"

"புரியலடி வந்தாங்க, பார்த்துட்டு போனாங்க."

"இல்ல என்னதான் முதலாளிக்காக கஷ்டபட்டு உழைச்சு நல்லபேர் வாங்குனாலும், நாம

அத்தியாயம் 15

ஒருகட்டத்துல உடையும் போது முதலாளிங்க என்னதான் நல்ல வார்த்தை சொன்னாலும், அடுத்தநாள் அவங்களோட வேலையதான் பார்ப்பாங்க.

இது அவங்க தப்பு இல்ல. நம்ம கஷ்டத்த பொறுத்துக்குற அளவுக்கு அவங்களுக்கு நேரமில்ல. நம்ம கஷ்டத்த அவங்களுக்கு புரிய வைக்குற நிலமைல நாம இல்ல."

"புரியுது தேவ். இப்போ எனக்கு ஒன்னு தோணுது!"

"என்னம்மா?"

"இல்ல வேண்டாம் எல்லாரும் ஒன்னா இருக்கப்போ சொல்றேன்."

"வைபப்ரேஸன்!!!!!"

"சொல்லுவேன் கண்டிப்பா!"

****

"ஜெய் ஓகேதானேடா?"

"ஓகேடா. ஆனா வேலை முடியல."

"அதான் தெரியுமே."

"இனிதான் உன் வேலையே கொஞ்சம் சொதப்புனாலும் செத்த!"

"அடேய் உன்கிட்ட இருந்துட்டு அதெல்லாம் நடக்குமா? நான் சொதப்புனாலும் நீ எப்படியாயிருந்தாலும் முடிச்சுடுவ."

அத்தியாயம் 15

"அப்துல்... எதுக்காக உனக்கு இந்த வேலைய கொடுத்தேன்னு கூடிய சீக்கிரம் புரிஞ்சுப்ப."

"அடேய் உன்கூட இருக்கது எப்படி தெரியுமா?"

"சொன்னாதான் தெரியும்."

"எக்ஸாம் எழுத போறவன் என்ன எக்ஸாம்னே தெரியாம போறதும், அங்க போய் க்வஸ்டீனே தெரியாம அட்டண்ட் பன்னிட்டு வரத்துக்கும் சமம்டா."

"ஓரே அட்டம்ப்டல க்ளியர் பன்ன பன்னிரண்டு அரியர் பேச வைக்குது?!!"

"தெரிஞ்சா சரி!!"

"பக்கி வேலைய பாருடா."

****

மூவரும் கோயம்பத்தூர் வந்தடைய இரவாகிட வெள்ளை நாற்காலிகளில் அமர்ந்து பேசிக் கொண்டிருந்தனர்.

"இவ்ளோ சீக்கிரம் வேலை முடியும்னு நினைச்சுக் கூட பார்க்கல கரடி."
"ஆமாடா தேவ்."

"சரி போய் ரெஸ்ட் எடுங்க. காலைல பேசலாம்."

"இல்ல நான் ரெஸ்ட் எடுக்குற நிலமைல இல்ல லியா. நீங்க காலைல நடந்தத சொன்னதுகப்றம் ஒரு முடிவு பண்ணேன்."

அத்தியாயம் 15

"என்ன கரடி?"

"நாளைலேந்தே வேலைக்கு போக ஆரம்பிக்கலாம்னு."

"லூசாடி நீ?"

"அதானே என்ன, ஏதுன்னு வேலையே தெரியாம போறேன்னு சொல்லிட்டுருக்க?"

"அவங்க அப்படிதான் சொல்லிட்டு போவாங்க. அதுக்குன்னு அடுத்தநாளே முன்னாடி போய் நிப்பியா?"

"முதல்ல அனலைஸ் பண்ணிட்டு அப்றம் போலம் கரடி. ஒரு இரண்டுநாள் டைம் எடுத்து அனலைஸ் பண்ணிட்டு ஜாயின் பண்ணு ஈஸியாயிருக்கும்."

"நீங்க சொல்றது எனக்கு புரியாமயில்ல. ஆனால், நான் நாள் எடுக்க ஆரம்பிச்சேன்னா அப்பாவோட நிலமைதான் மோசமாகும். அவங்க சொல்லிட்டு போனதுகப்றம் அப்பா எவ்ளோ வேதனைபட்டுருப்பாருன்னு என்னால புரிஞ்சுக்க முடியும்.

எனக்கு இன்னவரைக்கும் அவரோட வேலைய பத்தி எதுவும் தெரியாது. பக்கத்துலருந்து பார்த்ததும் கிடையாது. எனக்கு தெரிஞ்சதெல்லாம் அம்மா சொல்ற வார்த்தைகள்தான்

'அப்பா எப்பவும் மத்தவங்க குறை சொல்ற அளவுக்கு வேலை செய்யமாட்டாரு. அந்த அளவுக்கு சரியா செய்வாரு. அவரோட வேலைய சின்னதா குறை சொன்னாலும் அவரால தாங்கிக்க முடியாது.'

அத்தியாயம் 15

அப்படிபட்டவர்கிட்ட அவங்க இப்படி சொன்னாங்கன்னா அவரால எப்படி நிம்மதியா இருக்க முடியும்?

நான் அங்க போய் கஷ்டபட்டாலும் பரவல்ல. அவரோட நிம்மதிய பார்க்கும் போதே என் கஷ்டம் போயிடாதா என்ன?"

"கரடி!!" என அனைவரும் அணைத்துக் கொண்டனர்.

"சரி மார்னிங் இன்டர்வியூக்கு போகனும். வாங்க போலாம்." என்று சென்றிட

"எதிர்பார்க்காத ஒன்று." என்று ஜெய்வீர் ப்ளூட்டூத்தை அகற்றி சிரித்தான்.
மறுநாள் காலையில் ஆறுவரும் அரக்கபறக்க கிளம்பிட லதாவும் சிவேஷும் புரியாமல் உதவி செய்துக் கொண்டிருந்தனர்.

"அம்மா நாங்க கிளம்புறோம்!!"

"சரிம்மா பார்த்து போயிட்டு வாங்க."

"எங்க போறாங்கன்னு கேளும்மா!!"

"போறவங்கள எப்படி சிவா கேட்க முடியும்?"

"தாய் குலமே!! போறவங்களதான் கேட்க முடியும்!"

"மம்மி பாய்!!"

"யோவ் எல்லாரும் எங்கயா போறீங்க?" என கேட்டதும் ஆறுவரும் மூக்கு முட்ட முறைத்திட

"எங்கனுதானே கேட்டேன்?" என்று பதுங்கினான்.

"இன்டர்வியூக்கு!"

"எங்க?"
"அய்யோ அது தெரியாதே!"

"எது!! தெரியாதா?!"

"போடா அங்குட்டு." என்று தள்ளிவிட்டவள் பார்த்திபனின் அறையை நோக்கி சென்றாள்.

"கஷ்டம்!!! இதுல முறைப்பு வேற!!" என்றதும் மற்றவர்கள் பற்களை காட்டிட "இந்த வெக்கம்... மானம்..." என்றிழுக்க

"எதுவும் இல்ல." என்றனர்.

"சிவா பெரியவங்கள!!!"

"வாங்க, வாங்க போலாம்!!" என்று இழுத்துச் சென்றாள் திவிஷா.

இரண்டு மணிநேரத்தில் ஊட்டியை வந்தடைந்தவர்கள் ஜெய்வீரின் ஆபிஸிற்குள் நுழையும் முன்பு

"கரடி ஆல் தி பெஸ்ட்!"

"நல்லா பண்ணு."

"பதட்டபடாத."

"எங்கள நினைச்சுக்கோ."

அத்தியாயம் 15

"டேய்!!"

"சரி... கேள்வி கேக்குறவன பயப்பட வச்சுறாத. ஜாக்கிரதை."

"சாகடிக்காதிங்கடா. வெயிட் பண்ணுங்க. வந்துறேன்." என்றுவிட்டு உள்ளே நுழைய

"வாடி பச்சக்கிளி!!!" என்றபடி கேமராவினூடே குரோத புன்னகையுடன் பார்த்துக் கொண்டிருந்தான் ஜெய்வீர்.

அத்தியாயம் 16

"நீங்க எதுவும் பயப்படாதிங்க. திவி நல்லாதான் பண்ணுவா."

"இல்ல லதா. ஜெயசீலன் சாருன்னா கூட பயம் இல்லாம இருப்பேன். இது ஜெய்வீர் சார். திவிகிட்ட சாருன்னு சொன்னேனே தவிர யாருன்னு சொல்லல. அதுகுள்ள கிளம்பிட்டா பாப்பா. அதான் பயமே."

"அதுலாம் திவி சமாளிப்பா. அவளுக்கு தெரியாததா?"

"உனக்கு சார பத்தி தெரியாது லதா."

"அடடடா... சும்மாயிருங்க. முதல்ல மாத்திரைய போட்டு ரெஸ்ட் எடுங்க." என்று மாத்திரை கொடுத்துவிட்டு வந்தவர் பூஜையறைக்குள் நுழைந்துக் கொண்டார்.

"கடவுளே என் பொண்ணு கூடவே இருந்து நீங்கதான் அருள் தரனும்." என வேண்டினார் லதா.

****

"என்ன தவம் செஞ்சுபுட்டேன்... ஆபீஸ் வந்து சேந்துபுட்டேன்...
பாவி நானும் இந்த ஆபிஸில் இருக்க பாவமா....?"
என்று ராஜா தன்னிலை எண்ணி பாடிக் கொண்டிருக்க
"எஸ்கீயூஸ்மி சார்." என்றழைத்தாள் திவிஷா.

"எஸ், ஹவ் கேன் ஐ ஹெல்ப் யூ?" என கேட்டவன் 'நைஸ் கேர்ள்' என்று நினைத்துக் கொண்டான்.

அத்தியாயம் 16

"இன்டர்வியூக்காக வந்துருக்கேன்."

"இங்க அப்படி ஏதுவும் நடக்கலயேம்மா."

"இல்ல இது பர்ஸ்னல் இன்டர்வியூ."

"பர்ஸ்னலா? கால் லெட்டர் எதுவும் இருக்கா?"

"இல்ல சார். சார்கிட்ட பார்த்திபன் சாரோட பொண்ணுன்னு சொன்னாலே போதும்."

"வாவ்.. பார்த்தி சார்க்கு இப்படி ஒரு பொண்ணா?" என்றான் வாயெல்லாம் பல்லாக.

"எஸ் சார். கேன்யூ ப்ளீஸ்..."

"ஓகேம்மா நான் சார்கிட்ட சொல்றேன். நீங்க உட்காருங்க." என்றுவிட்டு எம்டி அறைக்குள் சென்றான்.

"கடவுளே ஈஸியான கேள்வியா கேட்கனும். நான் அசிங்கபட மட்டும் கூடாது. ப்ளீஸ்!!!" என்று வேண்டிக் கொண்டிருந்தாள் திவிஷா.

அறையினுள் லேப்டப்பில் வேலை செய்தபடி கேள்விகளை தொடுத்தான் ஜெய்வீர்.

"என்ன விசியம் மிஸ்டர் ராஜா? எதுக்காக வந்துருக்கீங்க?.

'இவர் எப்படி தெரிஞ்சும் தெரியாத மாதிரி இருக்காரு? கண்டுபிடிக்கவே முடியலயே.'

அத்தியாயம் 16

"என்ன மிஸ்டர் ராஜா என்ன யோசனை, முழிச்சுட்டு நிக்கதான் வந்தீங்களா? டோன்ட் வேஸ்ட் மை டைம்." என்றதும்

"சார் இன்டர்வியூக்காக பார்த்திபன் சாரோட பொண்ணு வந்துருக்காங்க." என்றான்.

"யாரு? யாரு வர சொன்னது? அவங்க இஷ்டத்துக்கு வந்தா நான் இன்டர்வியூ பண்ணனுமா? எனக்கு இப்போ டைம்மில்ல வெயிட் பண்ண சொல்லுங்க."

"ஓகே சார்." என்று விடைபெற்றவன். திவிஷாவிடம் கூறிவிட்டு தன் பணியை தொடர்ந்தான்.

நிமிடங்கள் நேரங்களாக திவிஷாவின் பொறுமை மெல்ல சென்றுக் கொண்டிருக்க அதனை வஞ்ச புன்னகையுடன் ரசித்துக் கொண்டிருந்தான் ஜெய்வீர்.

'ஏன் இன்னும் இந்த பொண்ண கூப்பிடாமயிருக்காரு?'

'கடவுளே என்னோட பொறுமை காத்துல பறந்துடும் போலயே. பேசாம கிளம்பி போய்டலாமா' என்று யோசித்தவள் ராஜாவிடம் சென்றாள்.

"சார் இன்னும் எவ்ளோ நேரம் வெயிட் பண்றது? நான் வந்து மூனு மணிநேரம் ஆச்சு."

"எனக்கென்னமா தெரியும், ஏதோ முக்கியமான வேலைல இருக்கதா சொன்னாரு. முடிஞ்சதும் கூப்பிடுவாரு."

"பொல்லாத வேலை. எங்களுக்கெல்லாம் வேலவெட்டி கிடையாதா? இந்த கிழவனுக்கு

ரொம்பதான் கொழுப்பு." என்று தனக்குள் பேசியபடி அமர்ந்தாள்.

அரைமணிநேரம் கழித்து உள்ளே வர அனுமதித்தான் ஜெய்வீர்.

"எஸ்க்கீயூஸ்மி சார்." என்றபடி உள்ளே செல்ல அங்கு வெற்று நாற்காலியே வரவேற்றது

'என்ன யாரையுமே காணோம்? இந்த கிழம் எங்கையும் போய்டுச்சா?' என நினைத்தபடி சுற்றி பார்த்தவள் மேஜைக்கடியில் எட்டி பார்க்க

"ம்ஹூம்கும்.." என்ற கனைப்பில் வேகமாய் திரும்பிட அறையினுள் இருக்கும் மற்றோரு அறையின் கதவினில் சாய்ந்து கொண்டு மார்பின் குறுக்கே கைகளை கட்டியபடி நின்றிருந்தான் ஜெய்வீர்.

'இவனா?!!!! நான் கிழவன்னுள்ள நினைச்சேன்!!' என்று அதிர்ந்து நோக்கினாள்.

"டேக் யூவர் சீட்." என்றபடி தோரணையாக வந்தவன் மேஜையின் மீது அமர்ந்திட திவிஷாவிற்க்கு வெடவெடத்துதான் போனது.

"வெல்... எப்படியிருக்க பச்சக்கிளி?"

'எது பச்சக்கிளியா?!! நம்மலதான் கேக்குறானா?' என்று சந்தேகமாய் நிமிர்ந்திட

"காது கேட்காதா?" என கேட்டான்.

"கே...ட்..க்கும்.."

"சரி ஃபைல கொடு."

அத்தியாயம் 16

'திமிரு.. திமிரு.. உடம்பு முழுக்க திமிரு..' என்றபடி அமர்ந்திருந்தாள்.

"நீ வந்துருக்கது இன்டர்வியூக்கு கனவு காணுறத்துக்கு இல்ல. அப்படி இருந்தா என் டைம வேஸ்ட் பண்ணாம கிளம்பு." என்றவன் தன் இருக்கையில் அமர

திவிஷாவிற்க்கு கோபம் வரவே எழுந்து கதவு வரைச் சென்றவள் மீண்டும் வந்தமர்ந்தாள்.

"என்ன நினைச்சுட்டுருக்க. எனக்கு வேலையில்லன்னா, இன்டர்வியூல எப்படி நடந்துக்கனும்னு ஒரு பேஸிக்கே தெரியல. கிளம்பு முதல்ல." என்றிட அமைதியாக இருந்தாள்.

"உன்கிட்டதான் சொல்றேன் கிளம்பு."

"ஐயம் ரியலி சாரி சார். அன்னைக்கு நீங்க யாருன்னு.."

"கெட் அவுட்!!!!"

"சார்... ப்ளீஸ்!! நீங்க எனக்காக பார்க்க வேண்டாம். என் அப்பாக்காக.."

"உன் அப்பாக்காகவா? ஆமா நீ என்ன நினைச்சுட்டு வந்த, தயவு தாட்சண்யம் பார்த்துட்டு வேலை கொடுப்பாங்கன்னா?"

"நானும் ஒன்னும்.." என்றவள் "சார் நான் அப்படி சொல்லல." என்றாள்.

அத்தியாயம் 16

"அப்பாவுக்காக பாருங்க. தாத்தாவுக்காக பாருங்கன்னு வத்துட வேண்டியது. கடைசில வேலை தெரியாம முழிச்சுட்டு இருக்க வேண்டியது."

...

"உன்னைய சொல்லி எதுவும் ஆக போறதில்ல. எல்லாம்..." என்றவன் "உன்னை அனுப்புனவங்களுக்காக எல்லாம் அப்படியே வேலைய தூக்கி கொடுத்துட முடியாது. நான் கேட்குற கேள்விக்கெல்லாம் சரியா பதில் சொன்னாதான் வேலை." என்றதும் சரியென தலையசைத்தாள்.

"நல்லாதானே பேசுவ, ஏன் வாய திறந்து பதில் சொல்ல தெரியாதா, தலையாட்டிட்டு இருக்க?"

"சாரி சார். ஓகே சார்."

பின் சில கேள்விகள் கேட்க சரியாய் பதிலும் கூறினாள் திவிஷா.
"உன் அப்போவோட வேலையோட சேர்த்து பர்ஸ்னல் பீஏவாவும் ஹையர் பண்றேன்." என்றதும் அடி வயிற்றில் கிளி பரவியது திவிஷாவிற்க்கு.

"நாளைலேந்து வொர்க் ஜாயின்ட் பண்ற. தப்பு செஞ்சா தண்டனை கடுமையாதான் இருக்கும். நீதான் தப்பே பண்ணமாட்டியே, அப்போ தண்டனை தேவையில்ன்னுதான் நினைக்குறேன்." என்று நக்கலாய் கூற நடுங்கிய கைகளை இறுக்கி பற்றிக் கொண்டாள்.

"சார் அன்றைக்கு.."

அத்தியாயம் 16

"இது உன் அப்பாயின்மென்ட் லெட்டர். கிளம்பு." என்று வெடுக்கென கூறியவன் லெட்டரை மேஜையின் மீது வைத்துவிட்டு லேப்டப்பில் கவனம் செலுத்திட அமைதியாய் வெளியேறினாள்.

'இனிதான் ஆட்டமே ஆரம்பம். இனி எப்படி நிம்மதியாயிருக்கன்னு பார்க்குறேன்டி.' என்று சிரித்துக் கொண்டான்.

வெளியில் வந்தவளின் முகத்தில் எள்ளும் கொள்ளும் வெடித்தது.

'எல்லாம் என் நேரம்டா. உன்கிட்டலாம் பேச்சு வாங்குற அளவுக்கு வந்துட்டேன் பாரு, என் நேரம்.'

"என் கரடி பல டெஸ்ட் நடந்துச்சு போல?"

"தாத்தா வச்சு செஞ்சுட்டாரா?"

"சும்மா பேருக்குதான் இன்டர்வியூன்னு சொல்லிட்டு ஏன்டி இவ்ளோ நேரம்?"

"என்ன தல எதுவுமே பேசமாட்டேங்குற?"

"ரொம்ப பசியோ?"

"பின்ன இருக்காதா? வந்து தொலைங்க எருமைங்களா பசி உசுரு போகுது." என்று முன்னே சென்றாள்.

****

"ஜெய்ராம் உங்கள மாதிரி நல்ல ப்ரவஸர இழக்க மனசே வரல."

அத்தியாயம் 16

"எனக்கும் காலேஜ்விட்டு போக மனசு வரல சார். பட் போக வேண்டிய கட்டாயம்." என ஹெச்சோடியிடம் கூறிவிட்டு பிரியாவிடை கொடுத்துச் சென்றான்.

ராமின் பிரிவு மாணவிகளுக்கு மட்டுமின்றி மாணவர்களுக்கும் சக ஆசிரியர்களுக்கும் பெரும் துயரத்தை கொடுத்தது.

"என்னடா இனி உன் மச்சான் காலேஜ் வரமாட்டேன்னு சொல்லிட்டு கிளம்பிட்டாரு. இனி உனக்கு ரொம்ப குஷியாயிருக்குமே?" என கேட்டான் விஷ்வா.

"ரொம்ப அறிவாளிதனமா பேசுறதா நினைப்போ? முண்டம் காலேஜே அவங்களோடதுடா. கொஞ்சம் எசக்கு பிசக்கா விசியம் தெரிஞ்சாலும் பெரிய மச்சானுக்கு போய்டும். அப்றம் என் கதி அதோகதிதான்."

"ஆமால.. ஒரு சந்தோசத்துல கேட்டேன்டா."

"தெரியுது மூடு."

"இன்னோர் விசியம் தெரியுமா? காலேஜ் ஃபங்ஷன்க்கு உன் பெரிய மச்சான்தான் சீஃப் கெஸ்டாம். அதுனாலயே ஏற்பாடெல்லாம் பலமா போயிட்டுருக்கு."

"இது வேறையா?"

"ஆமாடா. ஒன்னு ஒன்னும் பார்த்து செய்றாங்க."

"பின்ன செய்யமாட்டாங்களா? சின்ன தப்புனாலும் அவ்ளோதான் அவர்கிட்ட யாரு திட்டு வாங்குறது?

உனக்கு சந்தோசமாதான் இருக்கும். உன்னோட ஆசைதான் நிறைவேற போகுதே."

"ஆமாடா அவர நேர்ல பாக்க போறேன். நீ அவர பத்தி சொல்ல சொல்ல அவர் மேல ஒரு இது வந்துருச்சு.."

"டேய் அசிங்கமா பேசாதடா! முதல்ல தள்ளி உட்காருடா அந்த பக்கம்!"

"ச்சீ, அப்படியில்லடா, ஒரு ஆர்வம் அத சொன்னேன். ஈ..."

"அய்ய மூடு..."

****

"கரடி சொல்லுடி என்னாச்சு?"

"ஒன்னும் ஆகல தேவ். வேலை கிடைச்சுருச்சு. அதோட சேர்த்து பிஏ போஸ்டிங்கும்."

"சூப்பர் கரடி!!! ஆனால் மிஸ்ஸாகிருச்சு!"

"என்னடி லியா?"
"தாத்தாவுக்கு பீஏவா இருக்கதுக்கு பதிலா அந்த வீட்டு ஓனர் பார்த்தோம்ல அவருக்கு பீஏவா இருந்தா கூட சூப்பராயிருக்கும்."

"அடிப்பாவி!!"

"பதட்டபடாத சரோ."

"மூதேவி இன்டர்வியூ பண்ணதே அந்த மலமாடுதான். அவனுக்குதான் நான் பீஏ!!! அவன்கூட

மனுசன் இருக்க முடியுமா, அத நினைச்சாதான் பத்திகிட்டு வருது!!" என்று கொந்தளித்தாள் திவிஷா.

"வாவ்!!!!!" என ரோஸூம் லியாவும் கத்தினர்.

"அடச்சீ மூடுங்க!"

"ஏன் கரடி அப்படி சொல்ற?"

"அது இல்ல ஜில்லு. அவன்.."

"அவரு ரொம்ப கரராயிருப்பாருன்னு தம்பி சொன்னான். அதான் பயபடுறான்னு நினைக்குறேன்."

"நம்ம கரடிகிட்ட அதுலாம் நடக்காது. இல்ல கரடி?"
"நீ வேற சரோ.."

"அதுலாம் கரடி சமாளிச்சுப்பா."

"ஒன்னு கவனிச்சியா இவ மலகரடி அவரு மலமாடு நல்லாருக்குல?"

"ரோஸூ... உன்னைய தூக்கி போட்டு மிதிச்சுருவேன்!! மூடிட்டுயிரு!!"

"என் மனச கல்லாக்கிட்டு அவர மலமாடுன்னு சொல்றேன், நீ என்னான்னா இப்படி சொல்ற?"

"அதானே!!"

"என்ன அதானே? நீயும் கூட்டு களவானியாடி லியா?"

அத்தியாயம் 16

"அவரு நல்லாதானே இருக்காரு? ஆனால் என்ன சிரிக்கதான்மாட்டேங்குறாரு. சிரிச்சா செம்மையாயிருப்பாரு."

"அடிப்பாவி!!!"

"சாக்க கொற சரோ!!"
"அட போடா ஜில்லு."

'இவன்ங்க வேற நேரம்காலம் தெரியாம பேசிட்டுயிருக்காங்களே, கடவுளே!!'

"என்ன கரடி, என்னாச்சு?"

"ஒன்னுல்ல தேவா. வேலைய நினைச்சுதான்..."

"அதுல்லாம் ஒன்னுல்ல கரடி நீ சூப்பரா பண்ணுவ. கவலபடாத."

'நான் எங்க பண்ண போறேன். அவன்தான் என்னைய வச்சு செய்ய போறான்னு நினைக்குறேன்.'

"என்ன கரடி யோசனை?"

"ஒன்னுல்ல சரோ." என்றாள்.

****

"என்ன ராம் வேலையெல்லாம் முடிஞ்சுதா?"

"முடிஞ்சுதுப்பா. மோகன் அப்பா எங்க?"
"இதோ வந்துட்டேன் ராம்."

"வாங்க.. வாங்க.. ரொம்ப குஷியோ நாலுபேரும்?"

"நாங்களே உங்களவிட்டுட்டு போறோமேன்னு ஃபீல் பண்றோம்."

"அகிம்மா ஜாலியா என்ஜாய் பண்ற டைம்மபோய் இப்படிலாம் சொல்லலாமா? நீங்களும் அம்மாவும் இந்த சாக்க வச்சு வெளிய போனாதான் உண்டு. இல்லன்னா கூண்டுக் கிளிதான்."

"ராம்!!!!"

"உண்மைய சொன்னேன் அப்பா."

"சரி நீ பேக் பண்ணிட்டியா ராம்?"

"பண்ணிட்டேன்ம்மா."

"சரிப்பா பார்த்து இரு. வேலைலயே மூழ்கிடாத. உடம்ப பார்த்துக்கோ."

"அகிம்மா அம்மாக்கு மேல அட்வைஸ் பண்ணி டார்ச்சர் பண்ண கூடாது. நான் பாவம் இல்லையா?"
"நாங்கதான் பாவம் நீங்க இல்லடா கண்ணா."

"மோகன்ப்பா!!!!"

"ஆமா பீட்டி கிளம்பிட்டாரா?" என்று மெதுவான குரலில் கேட்டான்.

"கிளப்பிட்டேயிருக்காரு."

"பாவம் நம்ம வீட்டு வாலுங்கள நினைச்சா அதவிட கஷ்டமாயிருக்கு."

"தம்பி பார்த்துப்பாங்க சங்கரி."

"அதுக்காக இல்லக்கா. தம்பிக்கிட்ட திட்டு வாங்கிட்டேயிருக்க போறாங்கல்ல அதான். நாம இருந்தா கூட எதாவது சமாளிக்கலாம். நாமலும் இல்லன்னா கஷ்டம்தானேக்கா?"

"தம்பி கூட இருந்தா எல்லாம் சரியாகிடும் நீ வேணா பாரு நாம திரும்பி வரப்ப இரண்டுபேரும் எப்படி இருப்பாங்கன்னு." என்று ஜெயசங்கர் கூறிட

"தம்பி வறேன்னு சொல்லிட்டாங்களா?" என்றபடி வந்தார் ஜெயசீலன்.

"எதுவும் சொல்லலல்லப்பா." என்றார் ஜெயசங்கர்.

"சரிப்பா எல்லாரும் கிளம்பிட்டீங்களா?"

"கிளம்பமாட்டோம் ப்பா."

"ராம் போய் பாப்பங்கள கூட்டிட்டு வந்துடு டைமாச்சு."

"சரி தாத்தா." என கிளம்பிச் சென்றான்.

****

கல்லூரியில் ஸ்ரீயும் தனுவும் ராமின் காரில் அமைதியாய் ஏறினர்.

"என்ன வாலுங்களா அமைதியாவே வறீங்க?"

....

"ஓய் உங்களதான் கேட்குற்ன்." என்றதும் இருவரும் அழ துவங்கிட காரை ஓரமாக நிறுத்தினான்.

அத்தியாயம் 16

"ஏன்டா அழறீங்க?"
"நீங்கதான் எங்களவிட்டு போறீங்களே.."

"நாங்களும் உங்க கூடவே வறோம் அண்ணா.."

"யாருமே இருக்கமாட்டீங்க."

"நாங்க மட்டும் தனியாயிருப்போம்."

"நீங்க மட்டுமா? டேய்!"

"ஜெய் அண்ணாயிருப்பாங்கதான்."

"ஆனால் நீங்க?"

"அச்சோ! என் அழு மூஞ்சி தங்கச்சிங்களா! நான் ஜெய்கிட்ட பர்மிஷன் வாங்கிட்டேன். வீக்கெண்ட் நீங்க என் கூடதான் இருப்பீங்க ஓகேவா?"
"நிஜமா?!!!!"

"நி...ஜமா!!"

"அப்போ ஓகே!!"

"குட். போலாமா?"

"தாராலமா!!" என்றதும் கார் கிளம்பியது.

மூவரும் வந்தடைய பெற்றோர்களும் பீட்டியும் தயாராகயிருந்தனர்.

"கிளம்பிட்டீங்களா?" என்று கண்ணீருடன் கேட்டனர் இளவரசிகள்.

அத்தியாயம் 16

"அழக்கூடாது. நல்ல பிள்ளையா இருக்கனும்."

"திட்டு வாங்கமா வேலையெல்லாம் சரியா செய்ங்க." என தாய்மார்கள் அணைத்தபடி ஆறுதல் கூறினர்.

"எங்களுக்கு கவலையில்ல. தம்பிகிட்டயிருந்தா இரண்டுபேரும் நல்ல பிள்ளையாகிடுவீங்க." என்று தந்தையர்கள் கூற இருவரும் பீட்டிக்கு தெரியாமல் முறைத்தனர்.
வாசலில் கார் சத்தம் கேட்கவே அனைவரும் திரும்பிட ஜெய்வீர் உள்ளே நுழைந்தான்.

"கிளம்பியாச்சா?"

"கிளம்பிட்டோம் தம்பி." என்றனர்.
"ஜெய்ராம் உனக்கு எல்லாம் ரெடியாயிருக்கு நீ முதல்ல கிளம்பு."

"ஓகே ஜெய்." என்றவன் அனைவரிடமும் விடைபெற்று ஊட்டியை நோக்கி தனக்கான பயணத்தை தொடங்கினான்.

"நீங்களும் கிளம்பலாம்." என்றதும் பெற்றோர்களும் விடைபெற்று சென்றிட இளவரசிகள்தான் பாவம் கலங்கி நின்றனர்.

"நீங்க.."

"கிளம்புறேன் தம்பி." என ஜெயசீலன் கூற

"தன்விக்கா, தனுஶ்ரீ இரண்டுபேரும் வெளிய வேலைய கவனிங்க." என்றிட இருவரும் சென்றனர்.

அத்தியாயம் 16

அமைதியாய் சோபவில் அமர்ந்தவன் ஜெயசீலனையும் அமரச் செய்தான்.

"சீலு.."

"எனக்கு எந்த வருத்தமும் இல்ல தம்பி. காரணமில்லாம எதையும் செய்யமாட்டிங்க. என்னைய ஊட்டில தங்க சொல்றது கூட காரணமிருக்கும். நீங்க உடம்ப கவனிச்சுக்கோங்க. நீங்க இருக்கும் போது பாப்பாங்கள பத்தி கவலையில்ல. நான் கிளம்புறேன்." என்றவர் தயங்கி நிற்க அணைத்துக் கொண்டான் ஜெய்வீர்.

பின் ஜெயசீலனும் விடைபெற கண்களை மூடி சோபாவில் அமர்ந்தான் இளவரசிகளோ சத்தம் எழுப்பாமல் தங்களது அறைக்குள் சென்றனர்.

****

"ஹனிம்மா திவிம்மா..."

"இப்போதான் சொன்னா லோகித். ரொம்ப ஹாப்பியாயிருக்கு. அதே சமையம்..."

"ஒன்னுல்லடா திவிம்மா சமாளிச்சுப்பா. என்ன இன்னும் இரண்டோ இல்ல மூனு வருசம்லோதான். அதுகுள்ள சிவா படிப்பு முடிஞ்சதும்...."

"ஆனால் அதுவர கஷ்டபடனும்ல லோகித்? பாவம் அவள். இன்னும் எவ்ளோதான்..."

"ஹனிம்மா!"

அத்தியாயம் 16

"சரிப்பா. நீங்க சீக்கிரம் வீட்டுக்கு வாங்க." என்று கட் செய்தவள் திவிஷாவை நினைத்து கவலை கொண்டிட அங்கு விலோகித்தின் நிலையும் அதுவே.

திவிஷாவோ தன் கவலைகளை உள்ளே பூட்டி வைத்து நண்பர்களுடன் அரட்டை அடித்துக் கொண்டிருந்தாள்.

அத்தியாயம் 17

'பசிக்குது ஸ்ரீ.'

'எனக்கும்.'

'இன்னைக்கு இவ்ளோ சீக்கிரம் பசி வந்துடுச்சு?'

'ராம்மண்ணாயிருந்தா எதாவது தீனி திருடி தருவாங்க. அதுனால நமக்கு பசிக்காது.'

'அதுவும் சரிதான். நம்மலே கலத்துல இறங்கலாமா?'

'அண்ணா இருக்காங்களே.'

'அவங்க மாடில ஆபிஸ் ரூம்லயிருப்பாங்க வா நாம போகலாம்.'

'அப்படிங்குற சரி வா போலாம்.' என்று ச்சேட் செய்தவர்கள் அமைதியாய் வர

"இந்த டைம்ல என்ன பண்றீங்க?" என கிட்ச்சனிலிருந்து ஜெய்வீர் வெளிவர அதிர்ச்சியுடன் நின்றனர்.
'அடிப்பாவி!! இப்படி மாட்டிவிட்டியேடி!!'
'சத்தியமா வேணும்னு பண்ணல ஸ்ரீ!' என்று பாவமாய் பார்த்துக் கொண்டனர்.

"உங்ககிட்டதான் கேட்குறேன்."

"பசி.. அண்ணா." என்றதும் டைனிங் டேபுளை கண்களால் காட்டிட அங்கு இரு டம்ளரில் மாதுளை ஜூஸ் இருப்பதை கண்டவர்கள் ஆச்சர்யத்துடன் ஜெய்வீர் பார்த்தனர்.

அத்தியாயம் 17

"குடிச்சுட்டு போய் படிக்குற வேலைய பாருங்க." என தன் தோளிலிருந்த துண்டால் கைகளை துடைத்தபடி கிட்சனுள் நுழைந்தான்.

"அண்ணா சமைப்பாங்களா?!"

"நானும் உன் கூடதானேடி இருக்கேன் எனக்கும் அதே அதிர்ச்சிதான்."

"அண்ணாவே ஜூஸ் போட்டாங்களா?! அதுவும் நமக்காக!!"

"ஶ்ரீ நீயாவது இவ்ளோ அதிர்ச்சிலையும் மெதுவா பேசுற ஆனால் என்னாலலாம் முடியாதுடி. என்னைய பேச வைக்காத. நான் சந்தோசத்துல கத்தி பேசிடுவேன்." என்று இருவரும் பொறுமையாய் பேசிக் கொள்ள

"ஜூஸ் குடிச்சுட்டு கழுவி வச்சுட்டு போகனும்." என்று ஜெய்வீர் கூற

"சரி அண்ணா." என்றனர்.

குடுத்து முடித்தவர்கள் கிட்சனுள் நுழைய அங்கு ஜெய்வீர் காய்களை கட் செய்துக் கொண்டிருப்பதை கண்டவர்களுக்கு மகிழ்ச்சியில் வாய் முழுவதும் பல்லாகயிருந்தது.

"கழுவியாச்சுன்னா கிளம்புங்க." என திரும்பாமல் கூறிய நொடி சிட்டாக பறந்தனர்.

"அங்க எங்க போற. ரூம்க்கு வாடி." என்று ஶ்ரீயை தன்னறைக்குள் இழுத்துச் சென்றாள்.

அத்தியாயம் 17

"அய்யோ ஸ்ரீ!!!!! எனக்கு எம்புட்டு சந்தோசமா இருக்கு தெரியுமா?!! ஜெய் அண்ணா நமக்காக... நமக்கே நமக்காக ஜூஸ் போட்டுருக்காங்க! டின்னர் செய்றாங்க!! அய்யோ இத நான் எங்க போய் சொல்லுவேன்? கடவுளோ!! யாருகிட்ட சொல்லுவேன்? ஈஸ்வரா!!" என்று தனு வடிவேலு பாணியில் சந்தோசத்தில் கத்திட வாயை பொற்றினாள் ஸ்ரீ.

"ஏன்டி கத்தி தொலையுற?"

"உனக்கு என் சந்தோசம் புரியல ஸ்ரீ. நான் சின்ன வயசுலருந்தே அண்ணாவ தூரயிருந்தேதான் பார்த்துருக்கேன். சின்ன வயசுலருந்தே பல ஆசையிருக்கு. அண்ணாவோட கை பிடிச்சு நடக்கனும், தோள்ல சாஞ்சுக்கனும், நீங்க பாக்கத்துலயிருந்தாலும் தூரமாவே இருக்கீங்க அண்ணா.. ஐ மிஸ் யூ சோ மச்ன்னு கட்டி பிடிச்சு அழனும்,

சின்ன சின்ன சண்டை போடனும், அண்ணா கூட பைக்ல போகனும், கார்ல போகனும், மனசுவிட்டு நிறைய பேசனும், எனக்காக அண்ணா சின்ன சின்ன விசியம் செய்யனும், அண்ணாவோட மடில படுத்து அண்ணா தட்டி கொடுக்க கொடுக்க தூங்கனும்,

அண்ணாகூட சிரிச்சு பேசனும்... இப்படி அளவுக்கு அதிகமான ஆசையிருக்கு ஸ்ரீ. இப்போ அதுல ஒரு சின்ன விசியம் நடக்குறப்போ எவ்ளோ.. எவ்ளோ சந்தோசமாயிருக்கு தெரியுமா? அப்படியே மனசுவிட்டு சந்தோசத்துல கத்தனும் போலயிருக்கு!!" என்று கூறியவளின் கண்களில் கண்ணீர் நிரம்பியிருக்க கண்ணீருடன் பார்த்திருந்தாள் ஸ்ரீ.

அத்தியாயம் 17

"ராமண்ணா நமக்கு எந்த குறையும் வைக்காம சின்ன சின்ன விசியமும் பார்த்து செய்வாங்க. நான் ஜெய் அண்ணா கூட எப்படிலாம் இருக்கனும்னு ஆசைபட்டேனோ அதெல்லாம் ராமண்ணாகூட இருந்துருக்கேன். ஆனால் ராமண்ணா கூட இருக்கும் போதெல்லாம் ஏன் ஜெய் அண்ணாகூட இருக்க முடியலயேங்குற ஏக்கம் அதிகமாகிட்டேயிருக்கும். இப்போ பாரு, அதுல ஒரு சின்ன விசியம் நடக்கும் போது. என்னால.. என்னால... எப்படி சொல்றதுன்னு தெரில ஸ்ரீ." என்று அணைத்துக் கொண்டாள் தனு.

"சரிடா.. அழாத தனு. இப்போ இந்த சின்ன விசியம் நடந்துருக்குன்னா, இனி ஒவ்வொன்னா நடக்க போகுதுன்னு அர்த்தம்." என ஆறுதல்படுத்தினாள்

உணவு நேரம் வரவே இருவரும் கீழறங்கிட ஜெய்வீர் இருவருக்கும் உணவு பரிமாறிட மேலும் அதிர்சியாகினர் இருவரும்.

பின் ஜெய்வீரும் அமர்ந்திட அமைதியாக இருப்பதை கண்டவன் "சாப்பிடலயா?" என்று கேட்டான்.

"சாப்பிடுறோம் அண்ணா." என்றவர்கள் உணவினை காண மேலும் அதிர்ச்சியாகினர்.

ஏனெனில் இருவருக்கும் பிடித்த ஃப்ரைட் ரைஸ் இருந்தது.

'ஒருநாள்ல என்னால இத்தன அதிர்ச்சிய தாங்க முடியாதுப்பா!!' என ஸ்ரீயும்

'கடவுளே நான் கனவு கண்டுட்டு இருந்தா தயவுது செஞ்சு எழுப்பிவிடுப்பா, என்னால இத்தன

அத்தியாயம் 17

அதிர்ச்சிய தாங்கவே முடியல!' என்று தனுவும் தட்டையே பார்த்துக் கொண்டிருந்தனர்.

"சாப்பிடாம என்ன பண்றீங்க?" என கேட்ட நொடி உண்ண துவங்கியவர்கள் மேலும் அதிர்ச்சியாகினர். 'அண்ணா இவ்ளோ சூப்பரா சமைப்பாங்களா?!! கடவுளே என் கண்ண என்னாலயே நம்ப முடியலயே!' என்று நினைத்துக் கொண்டு கிள்ளிக் கொள்ள

"நிஜம்தான் சாப்பிடுங்க." என்றான் ஜெய்வீர்.

முதலில் உண்டு முடித்தவன் சோபாவில் அமர்ந்திட

'நமக்கு மட்டும் பஞ்சாயத்தா?!'

'அப்போ இதுக்குதான் இவ்ளோவுமா?!'

'காப்பாத்த கூட யாருமில்லையே!' என்று ஒருவருக்கொருவர் பார்த்துக் கொண்டனர்.

****

"இத எப்படி தேவா கரடிட்ட சொல்றது?"
"ஆமாடா ஜில்லு, அவகிட்ட எப்படி சொல்றது? தேவா எதாவது சொல்லுடா."

"அவகிட்ட சொன்னா கஷ்டபடுவா சரோ. நாம அவகூட இருக்கதா சொல்லிருந்தோம் பாதிலே விட்டுட்டு போற நிலைமைக்கு வந்துட்டோம். தேவா எதவாது பேசுடா."
"லியா இரு, நான் கேட்குறேன். தேவ் இப்படி அமைதியாயிருந்தா என்ன அர்த்தம்? எங்களுக்கு கரடிட்ட பேசுற தைரியம் இல்ல. நீதான் அவகிட்ட பேசனும்." என்று அமைதியாய் அமர்ந்திருந்த தேவாவின் தோளை பற்றினாள் ரோஸ்.

அத்தியாயம் 17

"எனக்கு மட்டும் தைரியம் இருக்குன்னு எப்படி நினைக்குறீங்க? நாமயெல்லாரும் சேர்ந்து தைரியம் கொடுத்துட்டு, திடீர்னு பாதிலையே கிளம்புறோம்னு அவகிட்ட எப்படி சொல்ல முடியும்?" என பொறுமையாய் கேட்டான்.

"என்னங்கடா என்னைய விட்டுட்டு தனியா மீட்டிங்கு...?" என்றபடி வந்தாள் திவிஷா.

அமைதியையே பதிலாக தர "சரி என்ன சம்பவம்னு சொல்லுங்க, சீரியஸான ரியாக்ஷன உங்க மூஞ்சில பார்க்க சகிக்கல." என்றதும் ஐவரும் நார்மல் மூடிருக்கு வந்தவர்கள் முறைத்தனர்.

"சரி சொல்லி தொலைங்க. எப்போ கிளம்புறீங்க?" என கேட்க அதிர்ச்சியாகினர்.

"இந்த ரியாக்ஷனையும் பார்க்க முடியலப்பா. தயவு செஞ்சு மாத்துங்க." என்றாள் பாவமாக.

"மலகரடி எப்படிடி தெரியும்?!"
"கிறுக்குங்களா!! உங்ககூடதான வேலை பார்த்தேன். அவன்ங்க லூசுதனமா எனக்கும் சேர்த்தே நாளைக்கு கண்டிப்பா வந்து சேருங்கன்னு மெயில் பண்ணிட்டான்ங்க. அதுனால தெரியும். சொல்லுங்க எத்தன மணிக்கு கிளம்புறீங்க?"

"நீதான் ரிலீவாகிட்டேயே கரடி உனக்கு ஏன்..."

"உன் மூளைய ரொம்ப கசக்காத சரோ, ஒன்னுல்லாதத கசக்கி ஒரு பிரயோஜனமும் இல்ல. அவன்களும் உன்னைய மாதிரிதான் போல, அதான் எனக்கும் சேர்த்து அனுப்பிட்டான்ங்க."

அத்தியாயம் 17

"கரடி வேண்டாம்!!"

"மூடு! நான் எதுவும் தரல. சரி, எப்போ கிளம்புறீங்கன்னு சொல்லுங்க."
"நைட்டே கிளம்பளாம்னு கரடி."

"சரி போய் பேக் பண்ணுங்க. அம்மா டின்னர் ரெடி பண்ணிட்டுருக்காங்க சாப்பிட்டு கிளம்பளாம்."

"கரடி.." என்று ஐவரும் இழுக்க

"என்ன சென்டிமென்டா? ச்சீ கிளம்புங்க. அதான் கொஞ்ச நாள்ல வர போறீங்கல்ல? பின்ன என்ன கரடி!!!"

"மூஞ்சிய பாரு மலகரடி!!" என்று ஐவரும் கொட்டிட

"தடிமாடுங்களா வலிக்குது!!" என கத்தியவள் அமைதியாகிட ஐவரும் அணைத்துக் கொண்டனர்.

"எதுவும் கவலபடாத கரடி நாங்க சீக்கிரம் வந்துடுவோம்."

"நீ தைரியமாயிரு."

"எங்க கரடி எப்பவும் சிரிச்சுட்டேயிருக்கனும்."

"ஆமா, எதிர்ல இருக்கவங்கதான் அழுவாங்க."

"என்ன தல நாங்க இவ்ளோ சொல்றோம் நீ அமைதியாவே இருக்க?" என்று விடுவித்தனர்.

அத்தியாயம் 17

கண்களை துடைத்துக் கொண்டவள் "ஐயம் ஓகே." என புன்னகைத்தாள்.

"எல்லாரையும் அம்மா சாப்பிட கூப்பிடுறாங்க!!" என்று சிவேஷ் கத்திட சிக்ஸ்ர் க்ருப் சோறெனவும் சிட்டாய் பறந்தது.

****

ராமிற்க்கும் ஜெயசீலனிற்க்கும் நான்கு வீடுகளில் மூன்றாம் வீட்டை ஏற்பாடு செய்திருந்தான் ஜெய்வீர்.

"பழையபடி வேலையெல்லாம் ஈஸியாயிருக்காப்பா?" என அமைதியாய் அமர்ந்திருந்த ராமிடம் கேட்டார் ஜெயசீலன்.

"ஓகேதான் தாத்தா."

"ம்ம்.. எதாவது சந்தேகமிருந்தா தயங்காம கேளு. சரியா?" என்றதும்

"எதுக்காக தாத்தா ஜெய் இப்படி எல்லாரையும் ஒவ்வொரு இடத்துக்கும் அனுப்பனும்? உங்களுக்கு தெரியாதுன்னு மட்டும் சொல்லாதிங்க." என்றான் பட்டென்று.
"நிஜமாவே எனக்கு தெரியாதுப்பா. ஆனால் ஒன்னு மட்டும் தெரியும் காரணம் இல்லாம தம்பி எதுவும் செய்யமாட்டாங்கன்னு." என்றார் அமைதியாக.

"ஆமா தாத்தா." என அமைதியானான்.

****

அத்தியாயம் 17

"ஹனிம்மா, எதாவது பேசும்மா அமைதியாயிருந்தா என்ன அர்த்தம்?" என கெஞ்சிக் கொண்டிருந்தான் விலோகித்.

"முடியாது. உங்கள யாரு சமைக்க சொன்னது? நான் செய்றேன்னு சொல்லிட்டுதானே குளிக்க போனேன். அதுகுள்ள எதுக்கு செஞ்சிங்க?"

"என்ன ஹனிம்மா, என்னோட ஹனி கஷ்டபட கூடாதுன்னு செஞ்சேன் இது தப்பா?" என கேட்டான் பாவமாக.

"பிச்சுடுவேன் சாக்கு சொன்னீங்கன்னா!"

"இல்ல ஹனிம்மா டாக்டர்தான்..."

"அவங்க அப்படிதான் சொல்லுவாங்க, அதுக்குன்னு நீங்களே எல்லா வேலையும் பாப்பீங்களா? எவ்ளோ வேலைதான் செய்வீங்க? ஃபேக்ட்ரிலையும் வேலை பார்த்துட்டு வீட்டுலையும் வேலை செய்வீங்களா? நான் ரெஸ்ட் எடுக்குறதவிட நீங்க எடுக்குறதுதான் முக்கியம்"

"சரிம்மா..."

"என்ன சரி? இனி எதாவது வேலை செய்ங்க அப்றம் வச்சுகுறேன்!" என்று மூக்கு சிவக்க கோபமாய் கூறியவளை இழுத்தணைத்துக் கொண்டான் விலோகித்.
"அப்பப்பப்பா.... எவ்ளோ கோவம் வருது என் ஹனிக்கு? அதுவும் மூக்க பாரு எப்படி சிவந்துருக்குன்னு, இப்போ கூட எப்படி ஹனிம்மா இவ்ளோ அழாகாயிருக்க?" என கேட்க

அத்தியாயம் 17

இம்முறை கோபத்தால் சிவந்த மூக்குடன் கண்ணங்களும் சிவந்தது வெட்கத்தால்.

"இப்படி ஐஸ் வச்சே, நல்லா சமாளிப்பீங்க."

"நிஜமாதான் கேட்குறேன்..."

"சரி..சரி.. போதும் வாங்க சாப்பிட அப்றமே ரொமென்ஸ் பண்ணுவீங்க." என்று பிரிந்தவளை மேலும் தனக்குள் புதைத்துக் கொண்டான்.

"ஒரு டென் மினிட்ஸ் ஹனி... ப்ளீஸ்!!" என கெஞ்சிட அணைப்பிற்குள் அமைதியானாள்.

"பத்து நிமிசம் முடிஞ்சது. சாப்பிட வாங்க."

"ஹனி இன்னும்.."

"பிச்சுடுவேன்!" என்றதும் சாப்பிட அமர்ந்தனர்.

"ஹனி உன்கிட்ட சொல்லனும்னு இருந்தேன்.."

"என்னப்பா?"

"நாளைலெந்து ஜெய்ராம் சார் வர போறாராம்."

"வாவ் சூப்பர்ப்பா! அதுனாலதான் இங்க வந்துருக்காரா?"

"ஆமா, ஃபேக்ட்ரி முழுக்க இதுதான் பேச்சு. எல்லாரும் அவ்ளோ சந்தோசமாயிருக்காங்க."

"பின்ன இருக்கமாட்டாங்களா? ரொம்ப நல்லவரு. யாரையும் அதட்டி பேசமாட்டாரு."

"ஆமா, ஆனால் வேலைல கரைட்டா இருப்பாரு."

"அதானேப்பா நல்லது."

"திவிம்மா கால் பண்ணாளா?"

"ஆமாப்பா." என்று திவிஷாவை பற்றி கூறினாள்.

"எப்படி ஜெய்வீர் சார சமாளிக்க போறான்னு தெரில ஹனிம்மா."

"எனக்கு தெரிஞ்சு ஜெய்வீர் ரொம்ப நல்ல பையன்தான். அவன்கிட்ட கரைக்ட்டா இருந்தா எந்த பிரச்சனையும் இருக்காது."

"பார்ப்போம் என்ன நடக்குதுன்னு." என்றபடி உண்டனர்.

****

இளவரசிகள் உண்டதும் ஜெய்வீரின் எதிரில் அமர்ந்தனர்.

"கொடுத்த வேலையெல்லாம் சரியா செய்றீங்க, யாராவது ஹெல்ப் பண்றாங்களா?" என்று கேட்க முழித்தனர்.

"பதில் சொல்லுங்க."

"ஆமாண்ணா, சிவு.. சாரி சிவேஷ் ஹெல்ப் பண்றான்."

அத்தியாயம் 17

"நல்ல பையன்ணா, அவனாதான் ஹெல்ப் பண்றேன்னு சொன்னான். நாங்க வேண்டாம்னுதான் சொன்னோம். பரவால்லன்னு சொல்லி.."

"அதுனால நீங்களும் சரின்னு சொல்லிட்டீங்க."

.....

"இந்த வேலையவே உங்களால தனியா செய்ய முடியல. நாளைக்கு உங்கள நம்பி வேற ஒரு பொறுப்ப எப்படி ஒப்படைக்க முடியும்?"

.....

"பதில் சொல்லுங்க!"

"அண்ணா.."

"உதவி செய்றாங்கன்னு கிடைச்ச வாய்ப்ப சரியா பயன்படுத்திக்காமவிட்டா உங்களவிட முட்டாள் யாரும் இருக்கமாட்டாங்க. மேக் யூஸ் ஆஃப் ட். ஸ்டூப்பிட்ஸ்!" என்றிட

"சாரிண்ணா." என்றனர்.

"நாளைக்கு மார்னிங் ஃபை ஓ கிளாக் ரெடியாயிருங்க." என்றவன் "கிளம்புங்க." என்றான்.

இருவரும் புரியாமல் எழுந்து சென்றனர்.

****

"பார்த்து போய்ட்டு வாங்கப்பா."

அத்தியாயம் 17

"போனதும் கால் பண்ணுங்க." என்று லதாவும் பார்த்திபனும் கூறிட ஐவரும் தலையாட்டினர்.

"நான் இல்லாம ஜாலியாயிருக்கலாம்னு இருக்க கூடாது. சீக்கிரம் இங்க வந்துடனும், இல்ல நான் அங்க வந்து இழுத்துட்டு வந்துடுவேன்!" என எச்சரித்தவளை சூழ்ந்து அணைத்துக் கொண்டனர்.

"யோவ் நிறுத்துங்கயா உங்க பாச காட்சிய பார்க்க சகிக்கல." என்றான் சிவேஷ்.
"தம்பி!!" என்று வந்தவர்களை

"வேணாம்!! வேணாம்!!" என்று கத்த கத்த கட்டியணைத்தனர்.

"அடேய் விடுங்கடா பாவம் அவன்." என திவிஷா சிரித்தபடி கூறவே விடுவித்தனர்.

பின் ஐவரும் விடைபெற திவிஷாவிற்க்கு கண்ணீர் வரவே கட்டுபடுத்திக் கொண்டு நின்றாள்.

"கரடி." என சிவேஷ் அழைக்க
"நான் கொஞ்சம் தனியாயிருக்கேன். நீ போ சிவா." என்றாள் அமைதியாக.

சிவேஷ் சென்றதும் வெள்ளை நாற்காலிகளில் சென்றமர்ந்தவள் அரண்மனையை வெறித்தாள்.

'எனக்கு தெரிஞ்சு இந்த வீட்ல இருக்கவங்கல ஓரளவுக்கு நியாபகம் இருக்கு. ஆனால் இவன இந்த வீட்ல பார்த்ததே இல்லையே. யாரு இவன்? அவ்ளோ பெரிய கம்பெனி ஓனரா இவன். இந்த வீட்டுக்கும் அவனுக்கும் என்ன சம்மந்தம்? யாருகிட்ட கேட்குறது... சிவா! சிவாகிட்ட கேட்கலாம்' என

நினைத்தவள் சிவேஷிற்க்கு வெளியே வருமாறு மேஸேஜ் செய்தாள்.
சிவேஷும் வந்திட "சிவா ஒரு டவுட் விளையாடாம க்ளீயர் பண்ணனும்." என்றாள் சீரியஸாக.

"சரி சொல்லு."

"இந்த வீட்ல ஜெய்வீர்னு ஒரு மலமாடு இருக்குல்ல.." என்று ஆரம்பிக்கு போதே பதறியது சிவேஷிற்கு.

"யார பார்த்து என்னா வார்த்த சொன்ன?" என்று சுற்றி முற்றி பார்த்தவன் "கரடி இனிமேல் இதுமாதிரிலாம் அவர பத்தி பேசாத. அவருக்கு எங்க காது இருக்கும்னே தெரியாது. மரியாதையோட பேசு." என்றான்.

"அந்த மலமாடுக்கு நான் ஏன்டா மரியாத தரனும்?"

"என்னைய சிக்க வைக்கனும்னு பிளான் பண்ணிட்ட போல. இந்த பாரு என்னாலலாம் அவர்கிட்ட சிக்கி சின்னா பின்னமாக முடியாது. ஆளவிடு நான் கிளம்புறேன்!" என கும்புடு போட்டான்.

"சரி..சரி.. உட்காரு நான் மரியாதை தரேன்." என்றவள் "அந்த சா....ரா... பத்தி கொஞ்சம் சொல்லு. அவர் யாரு என்னான்னு." என்றாள்..

"அவருதான் இங்க எல்லாமே, அவருதான் இந்த வீட்டுக்கு தல. உனக்கு புரியுற மாதிரி சொல்லனும்னா அந்த வீட்ல ஒரு தாத்தா இருப்பாருல்ல?"

"ஆமா, அவர பார்த்தா எல்லாரும் பயப்புடுவாங்கன்னு சொல்லுவீயே.."

அத்தியாயம் 17

"அவரேதான். அவரே பயபடுற அளவுக்கு டெரரான ஆளுன்னுனா அது ஜெய்வீர் சார்தான்."

"ஓவர் பில்டப் தராதடா."

"சீரியஸா கரடி. நாளைலேந்து உனக்கே தெரியும். உனக்கு அட்வைஸ் சொல்லனும்னா தயவு செஞ்சு அவர் முன்னாடி தலைய ஆட்டாத, மைண்ட் வாய்ஸ்ல பேசாத, டைம்க்கு எல்லா வேலையும் பண்ணு. நான் பட்டத வச்சு சொல்றேன். ஆல் தி பெஸ்ட்." என்று கூறி சென்றான்.

"இவன் என்ன இவ்ளோ பில்டப் தரான்? ஒரு பக்கம் பார்த்தா அவன் நம்மல வச்சு செய்வான் அதுல சந்தேகமில்ல, இன்னோர் பக்கம் பார்த்தா டெரரான ஆளுன்னு பில்டப்யிருக்கு. சோ ஒன்னு மட்டும் தெளிவா தெரியுது நம்மல ஜூஸ் புழிய போறான்! எல்லாத்துக்கும் தயாராயிருக்கனும் கரடி!! நம்ம பக்கிக வர வரைக்கும் எவ்ளோ அடி வாங்குனாலும் கலங்க கூடாது. உடம்ப இரும்பாக்கிக்க வேண்டியதுதான்." என தனக்குதானே கூறிக் கொள்ள

இதைக் கேட்ட ஜெய்வீரோ "பச்சக்...கிளி!! பசிசக்..கிளி!!" என்று தன்னறையில் சிரித்துக் கொண்டிருந்தான்.

மறுநாள் காலை அனைவருக்கும் பல அதிர்ச்சிகள் தர எதிர்பார்த்து காத்திருந்தது.

அத்தியாயம் 18

காலை நானங்கரை மணிக்கு அலாரம் அடிக்க அரக்கபறக்க தயாரானவர்கள் வெளியில் வர சரியாய் ஐந்தாகியது.

ஹாலில் ஜெய்வீரை கண்டவர்கள் 'தூங்கவேமாட்டாங்களோ?'

'இருக்கும் போல' என்று பார்த்துக் கொண்டனர்.

"குட் மார்னிங்."

"குட் மார்னிங் அண்ணா."

"வாங்க." என்று ஜாகிங்கிற்க்கு அழைத்துச் சென்றான்.

'இதுக்கு பீட்டியே தேவலாம் ஸ்ரீ.'

'எவ்வளவோ தேவலாம் தனு.' என்று பாவமாய் பார்த்துக் கொண்டனர்.

அரை மணிநேரத்திற்க்கு பின் ஜிம்மிற்க்கு அழைத்து சென்றான்.

'நம்ம நிலமை இப்படியாகும்னு கனவுலையும் நினைச்சது இல்ல தனு.'

'எப்பா முடியலடி.' என பார்வையால் பேசிக் கொண்டிருக்க

"போதும் நீங்க குளிச்சுட்டு லைப்ரெரிக்கு வாங்க." என்றான்.

அத்தியாயம் 18

"சாரிண்ணா." என்றவர்கள் தப்பித்தோம் பிழைத்தோம் என்று ஓடிட ஜெய்வீர் தனது எக்சைஸை தொடர்ந்தான்.

வேலைகளை முடித்துவிட்டு லைப்ரெரிக்குள் நுழைந்திட சிறிது நேரம் கழித்தே நுழைந்தான் ஜெய்வீர்.

"என்ன பண்றீங்க?"

"படிக்கிறோம்ண்ணா."

"ஸ்டுப்பிட் மாதிரி ஆன்சர் பண்ணாதிங்க!"

"சாரிண்ணா." என்று முழித்தனர்.

"எல்லாத்துக்கும் சாரி... ஷட். சிலபஸ்ஸ தவிர என்ன பண்றீங்க. இப்போ புரியுதா?"
"நான் ட்ராயிங் பண்ணுவேன், ஸ்டோரி எழுதுவேன், அப்றம் டான்ஸ் ஆடுவேன் அண்ணா." என்று தனுவும்

"நான் ஸ்டோரி எழுதுவேன், பாட்டு பாடுவேன், ட்ராயிங் பண்ணுவேன் அண்ணா." என்று ஸ்ரீயும் கூறினாள்.

"வேற."

"இரண்டுபேருக்கும் கராத்தே தெரியும்ண்ணா."

"காம்பட்டீஷன்ல எதாவது.."

"வாங்கிருக்கோம் அண்ணா." என தோய்வான குரலுடன் கூறினாள் தனு.

அத்தியாயம் 18

"குட் யார்.." என துவங்கும் முன்பே

"தாத்தாதான் சேர்த்துவிட்டாருண்ணா. எனக்கு தலை வலிக்குதுண்ணா." என்று அழுகையை அடக்கியபடி கூறினாள் தனு.

"சரி நீ போ. தனுஸ்ரீ நீயும் போ." என்று கூறிய நொடி தனு வேகமாய் வெளியேறிட பின்னால் ஓடினாள் ஸ்ரீ.

அறைக்கு வந்த தனு தான் வாங்கிய பரிசுகளை கோபத்தில் கீழே தள்ளிட ஓடி சென்று அணைத்துக் கொண்டாள் ஸ்ரீ.

"பாரு ஸ்ரீ, அண்ணாக்கு நாம் என்ன பண்றோம்ன்னு கூட தெரியல. எல்லாம் தெரிஞ்ச அண்ணாக்கு இது தெரியாம போச்சுல்ல, தாத்தா ஒவ்வொரு க்ளாஸ்லையும் சேர்த்துவிடுறப்போ, அண்ணா சொல்லிதான் பண்றாருன்னு நினைச்சேன். கம்படீஷன்ல ஜெயிச்சுட்டு வந்து அவர்கிட்ட காட்டுறப்போலாம் அண்ணாட்ட சொல்லிருப்பாருன்னு நினைச்சேன். ஆனால், பாரு கடைசில அண்ணாக்கு எதுவுமே தெரியல." என்று அழுதாள்.

"தனு.."

"நீங்க சொல்ற மாதிரி நான் அண்ணாவ பத்தி நினைக்குறதும் சொல்றதும் பழிக்கவே பழிக்காதுதான் போல ஸ்ரீ." என்றிட

"லூசு மாதிரி பேசாத தனு. நாங்க சும்மா சொல்லுவோம் அதபோய்.."

அத்தியாயம் 18

"அதுதானே ஶ்ரீ உண்மையாகிருக்கு?" என்று புலம்புபவளை செய்வதறியாது முழித்தாள் ஶ்ரீ.

****

ஆறிற்க்கு ஆலாரம் அடித்திட சிவேஷின் காதருகினில் தள்ளி வைத்தாள் திவிஷா.

"கரடி!! ஆஃப் பண்ணுடி!!"

"நீயே பண்ணுடா." என்று இழுத்து போர்த்திக் கொண்டாள்.

"என் உசுற வாங்குறத்துக்குன்னே அலாரம் வைக்க வேண்டியது." என்று புலம்பியபடி அலாரத்தை ஆஃப் செய்து படுத்துக் கொண்டான்.

"திவிம்மா எழுந்துட்டாளா?"

"எழுந்துரிச்சுருப்பாங்க. ஆலாரம் முன்னாடி அடிச்சது."

"சீக்கிரம் போகனும், முதல் நாள் வேற, லேட்டா போனா சாருக்கு பிடிக்காதும்மா."

"அடடடடடா.. இன்னும் கொஞ்ச நேரத்துல கிளம்பி வெளிய வந்துருவாங்க."

"எட்டு மணிக்கெல்லாம் ரெடியாயிருக்கனும் லது."

"பொலம்பாதிங்க. இருங்க நான் போய் கூட்டிட்டு வரேன்." என்று அறைக்குள் சென்றவருக்கு அதிர்ச்சியே காத்திருந்தது.

அத்தியாயம் 18

"பக்கிகளா! இன்னுமா தூங்குறீங்க? அங்க அவர்கிட்ட டைலாக்கெல்லாம் பேசிட்டு வந்தா மலமாடு மாதிரி தூங்கிட்டுயிருக்கிங்க!" என்று இருவரையும் அடித்தார்.

மலமாடு என்றதும் திவிஷாவிற்க்கு தூக்கிவாரி போட்டது.

"அய்யயோ மணி எத்தன?!!" என்ற பதறலில் அதிர்ச்சியானார் லதா. சிவேஷோ கடிகாரத்தை விட்டேறிந்தான்.

"போச்சு!! போச்சு!!" என பாத்ரூமிற்க்குள் நுழைந்தவள் பத்து நிமிடத்தில் வெளி வந்தாள்.

"இப்படிதான் அங்கையுமா கரடி?"

"மூடிட்டு சும்மாயிருடா."

"சரி ஆல் தி பெஸ்ட். நல்லா திட்டு வாங்கு." என்று கூறியவனை ஓர் உதைவிட்டுச் சென்றாள்.

"கரடின்னு வச்சதுக்கு பதிலா கழுதன்னு வச்சுருக்கலாம். எப்பா!!! என்னா உதை!!" என்று தேய்த்துக் கொண்டான் சிவேஷ்.
"சீக்கிரம் போடா. ஆல்ரெடி லேட்டாச்சு." என்று பார்த்திபனும்

"நாளைலேந்து சீக்கிரம் எழாமயிரு என்ன பண்றேன்னு பாரு?" என்றார் லதா.

"சரி..சரி.. டாட்டா." என்று விரைந்தவள் அரண்மனை வாசலின் முன்பு நின்றாள்.

அத்தியாயம் 18

அங்கோ டைனிங் டேபுளில் அதிர்ச்சியுடன் அமர்ந்திருந்தனர் இளவரசிகள். காரணம் ஜெய்வீரின் சமையலும் பரிமாறலுமே.

"சீக்கிரம் சாப்பிட்டு ரெடியாகுங்க." என்று கூறிவிட்டு படிகள் ஏறியவன் வாசலை நோக்கினான்.

"அண்ணா சாப்பிடலையே தனு."

"தெரிலயே நீயே கேளு." என்றாள் பொறுமையாக.

ஸ்ரீ ஜெய்வீரை காண வாசலை நோக்கி செல்வது தெரிந்தது.

"தனு அண்ணா வெளிய போறாங்க."

"அப்போ நம்மல ட்ரைவர்தான் ட்ராப் பண்ணுவாங்க போல, சாப்பிட்டு கிளம்பலாம்." என்றாள் விட்டேத்தியாக.
வாசல் கதவின் வேலைபாடுகளை வாய் பிளந்து பார்த்துக் கொண்டிருந்தவள் ஜெய்வீரை கண்டதும் வாயை முடிக் கொண்டாள்.

"குட் மார்னிங் சார்."

"குட் மார்னிங்." என்றான் கம்பீரமாக.

'குட் மார்னிங்க மெதுவா சொல்லனும்டா. இப்படி காட்டுமிராண்டி மாதிரி சொல்ல கூடாது.'

"உனக்குல்ல பேசிக்கதான் வந்தீயா?"

'ஆஹா.. மைன்ட் வாய்ஸ கேட்ச் பண்ணிட்டான் போலயே!!'

"மைன்ட் வாய்ஸ கன்ரோல் பண்ணிட்டு பேசு."

"நோ சார். வொர்க் பத்தி கேட்கதான். அப்பா சொன்னாரு. மார்னிங் சார்கிட்ட கேட்டுதான் போகனும்னு அதான் வந்தேன்."

"அப்பாயின்மென்ட் ஆடர் எங்க?"

"சாரி.. சார்.. நான் வீட்லையே வச்சுட்டு வந்துட்டேன்." என்றாள் தயங்கியபடி.

"டூ மினிட்ஸ்ல கொண்டு வர." என்றதும் பகீரென்றது திவிஷாவிற்க்கு.

'டேய் போகவே ஐந்து நிமிஷமாகுமேட!!' என்றிருக்க

"டைம் வேஸ்ட் பண்ணாம கிளம்பு." என்றதும் சிட்டென பறந்தாள்.

"நீ இன்னும் நிறைய ஓடனும் பச்சக்கிளி." என்றவன் தனக்குள் சிரித்துக் கொண்டான்.

"அண்ணா." என்ற ஸ்ரீயின் அழைப்பில் திரும்பினான்.

"ரெடி அண்ணா." என ஸ்ரீ கூறியதும் தனுவை பார்த்திட தரையை பார்த்தபடி நின்றிருந்தாள்.

"நீங்க கார்ல வெயிட் பண்ணுங்க. நான் ட்ராப் பண்ணேன்." என்று தனுவை பார்த்தபடி கூற மகிழ்ச்சியும் அதிர்ச்சியுமாய் கண்ணீருடன் நிமிர்ந்தாள் தனு.

அத்தியாயம் 18

அங்கோ புயல் வேகத்தில் சென்று கொண்டிருந்த திவிஷா எதிரில் அதே புயல் வேகத்தில் வந்துக் கொண்டிருந்த சிவேஷை கண்டதும் நின்றாள்.

"சி.. சி..சிவா.. என்.. அப்..பாயி.." என மூச்சு வாங்கியபடி கூறியவளிடம் அப்பாயின்மென்ட் லெட்டரை மூச்சு வாங்கியபடி நீட்டினான்.

"அப்.. அப்பா.. கொ..டு.." என்றவன் 'முடியல.' என்றான் சைகையால்.

மணியை பார்த்தவள் அரண்மனையை நோக்கி மீண்டும் ஓட்டம் எடுத்தாள்.

"மூனு நிமிசம் ஆச்சு." என்றான் தன் முன் மூச்சு வாங்கியபடி நின்றவளை நோக்கி.

"இந்த அக்காவ நாம பார்த்துருக்கோம்ல தனு?"

"ஆமா ஸ்ரீ, பார்த்துருக்கோம். யாரு இவங்க?"

"ஹே.. இவங்க சிவுவோட அக்காடி! ஹரி அக்கா மேரேஜ் அப்போ பார்த்தோம்ல?"

"ஆமால! அவங்க இங்க என்ன பண்றாங்க?"
"தெரிலயே!" என்று ஜெய்வீரின் காரில் அமர்ந்தபடி பேசிக் கொண்டிருந்தனர்.

"என்ன வேலை கொடுத்துருக்கு?" என்றதும் பார்த்திட

"உங்க பீஏவாவும் அப்பவோட வோர்க்கும் சேர்த்து பார்க்கனும்னு சார்." என்றாள் அப்பாவியாக.

"எதுக்கு அதிகம் மதிப்பு கொடுத்துருக்கு?"

அத்தியாயம் 18

"ப்... பீஏ."

"அத முதல்ல சரியா பண்ணு."

"சரி சார்." என்றவள் 'பெரிய மகாராஜா இவன் ஆடர் போட, இவன பெத்தாங்களா செஞ்சாங்களா? கண்டிப்பா செஞ்சுதான் இருப்பாங்க. மனுசனாயிருந்தா மூஞ்சில ரியாக்ஷன் இருக்கனும். இவனுக்கு அப்படி ஒன்னு தெரிஞ்சதவே இல்ல. ரோபோ மாதிரில்லயிருக்கான்!' என நினைத்துக் கொண்டாள்.

"உங்க வீட்ல யாரும் வாய திறந்து பேசமாட்டீங்களா? மைன்ட் வாய்ஸ்தானா?" என்றிட பகீரென்றது திவிஷாவிற்க்கு.

"சார்.. வந்து.. வந்து.. நான் இப்போ என்ன பண்ணனும்?" என பதட்டத்தோடு கேட்க கண்களால் காரினை காட்டினான்.

'என்ன கார காட்டுறான் ஒருவேல கார் கழுவவிட்ருவானோ?' என்ற சந்தேகத்தோடு பார்த்தவளை கண்டவன் தன் சிரிப்பினை உதட்டிற்க்கடியில் மறைத்துக் கொண்டு நின்றான்.

"சார்.. கார கழுவ.."

"கார்ல ஏற சொன்னேன்." என்றான்.

'ஓ மைகாட்! ஆடிகார்ல.. அதுவும் நானு..! அய்யோ.. நினைக்கவே சந்தோசமாயிருக்கே! முதல்ல கார்குள்ள போனவோடனே செல்பி எடுத்து ஸ்டேட்டஸ்ல போட்டு பக்கிகள வெறுப்பேத்தனும்!'

என்று வேகவேகமாய் காரிடம் சென்றிட ஜெய்வீரோ வேலையாட்களிடம் வேலைகளை கூறிக் கொண்டிருந்தான்.

"ஓ மைகாட் செம்ம காருல்ல? எங்கயிருக்கு.. எங்கயிருக்கு.. ஐ இந்தாயிருக்கு!" என வடிவேலு பாணியில் செல்போனை எடுத்து கேமராவை ஆன் செய்ய பின்னால் தன்னை வித்தியாசமாக பார்த்துக் கொண்டிருந்த இளவரசிகளை கண்டதும் திருதிருவென விழித்தாள்.

"பரவல்ல எடுங்கக்கா!" என ஸ்ரீயும் "நாங்களே எடுக்கனும்னு இருந்தோம் சீக்கிரம் எடுங்க." என தனுவும் கூற கடகடவென எடுத்தவள் சிரித்துக் கொண்டாள்.

"நீங்க..?"

"நான் தனு இவ ஸ்ரீ."

"நான் கரடி.. ச்சை திவிஷா. ரோபோவோட பீஏ." என்றிட இம்முறை முழிப்பது இளவரசிகளாயிற்று.

"சாரி, அதோ நிக்கிது பாரு ரோபோ அதோட பீஏ. ஆமா நீங்க யாரு?"

"அந்த ரோபோவோட தங்கச்சிங்க." என்றதும் பகீரென்றது திவிஷாவிற்க்கு.

"பரவால்ல பயப்படாதிங்க நாங்க சொல்லமாட்டோம்."

"பதறிட்டேன்." என்றிடவும் ஜெய்வீர் வருவதற்க்கும் சரியாகயிருந்தது.

அத்தியாயம் 18

மூவரும் கப்ச்சிப்பென வாயை மூடிக் கொள்ள கார் கிளம்பியது.

'ஏ என்ன வேணா நடக்கட்டும்
நா சந்தோசமா இருப்பேன்..

உசிருக்கு வேறென்ன வேணும்
உல்லாசமா இருப்பேன்.' என திவிஷாவின் செல்போன் அலறவும் பார்த்திட

'அய்யோ முறைக்குறானே!!' என்று சைலன்டில் போட்டதும் இளவரசிகள் வாய் மூடி சிரித்துக் கொண்டனர்.

இருவரையும் காலேஜில் இறக்கிய பின் ஆசிரமம் நோக்கி காரினை செலுத்தினான்.

"வொர்க் வந்தா மொபைல சைலன்ட்ல போடனுங்குற மேனர்ஸ் இல்ல?"

"சாரி சார். மறந்துட்டேன்."

"சாரி ஒன்ன சொல்லிக்க வேண்டியது."

"ஏன்டா தப்பு பண்ணா சாரி கேட்குறதும் மேனர்ஸ்தான்டா அததானே கேட்டேன்."

"என்னது?"
'"மைன்ட் வாய்ஸ்ன்னு நினைச்சு சத்தமா பேசிட்டேனோ?" என கேட்டவளை அமைதியாய் பார்க்க அடி வயிறு கலங்கியது திவிஷாவிற்க்கு.

அத்தியாயம் 18

"சாரி.. சார்.. மைன்ட் வாய்ஸ்னு.." என்பதற்குள் ஆசிரமம் வந்தடைந்தனர்.

"வாங்க சார்." என ஆசிரம கவனிப்பாளர் வரவேற்றார்.

"பெரிய இடம்தான் போல. நல்லாதான் இருக்கு." என்று ஸ்டைலாய் நின்று வேடிக்கை பார்த்தவளை பார்த்தான் ஜெய்வீர்.

"இங்க எதுக்கு வந்துருக்கான்?" என்றபடி ஜெய்வீரை பார்க்க 'அய்யயோ முறைக்குறானே!' என அமைதியாய் நின்றாள்.

"ஆல் ஓகேவா?"

"ஆல் ஓகே சார்."

"டூர் எப்போ அரேன்ஜ் பண்ணீருக்கீங்க?"

"இன்னும் முடிவு பண்ணல சார். நீங்க சொன்னதும் கிளம்பளாம்னு.."
'இவன் பெரிய இவன். இவன் சொன்னாதான் வண்டி நகருமோ.'

"இந்த வீக்எண்ட் கிளம்புங்க."

"ஓகே சார்."

"நீங்க வேலைய கவனிங்க. நான் பார்த்துக்குறேன்." என்றதும் கவனிப்பாளர் செல்ல திவிஷாவை அழைத்தான்.

அத்தியாயம் 18

"மூனுநாள் என்ன கணக்குன்னு பத்து நிமிசத்துல அனலைஸ் பண்ணிட்டு வா." என்றிட முழித்தாள்.

"டைம் வேஸ்ட் பண்ணாத." என்றதும் சிட்டாய் பறந்திட காரில் சாய்ந்துக் கொண்டவன் 'எவ்ளோ கொழுப்பு நான் ரோபோவா? இதுக்கும் சேர்த்தே வைக்குறேன்.' என்றெண்ணிக் கொண்டான்.

"சார் சீக்கிரம் கடகடன்னு காட்டுங்க. இப்போவே ஐந்து நிமிசம் ஆச்சு." என்று கவனிப்பாளரை அவசரபடுத்தினாள்.

"இருங்கம்மா." என்று கணக்கினை தேடிட

"பாஸ் இங்க கொடுங்க." என்றவள் தேதிகளை வைத்து கண்டெடுத்தாள்.
மூச்சிரைக்க வந்தவளிடம் "கால் மணிநேரம் ஆச்சு. எனக்கு டைமிங் ரொம்ப முக்கியம் பச்சக்கிளி!" என்றான்.

"சார் இன்னைக்குதானே.."

"ரீஸன் சொல்லாத. வண்டில ஏறு." என்றபடி காரினுள் ஏறினான்.

'கணக்க கண்ணுல கூட பார்க்கல? அப்போ நான் மூச்சப் போட்டு பண்ணதெல்லாம் வேஸ்ட்டா?!' என நொந்தபடி காரில் ஏறினாள்.

அடுத்து ஆபிஸ் நோக்கி பயணப் செய்திட பாவம் திவிஷாதான் பின்னால் ஓட வேண்டியிருந்தது.

'இவனுக்கு கால்ல எதுவும் சக்கரத்த கட்டிவிட்டாங்களா இவ்ளோ வேகமா நடக்குறான்?

அத்தியாயம் 18

இப்படி ஓடுனா ஒரு வாரத்துல ஓடா தேஞ்சுருவேனேடா!' என்றபடி பின்னால் ஓடினாள்.

ஆபிஸிலும் நிற்க்க வைக்காமல் ஏதேனும் வேலைக் கொடுத்து ஓடவிட்டுக் கொண்டிருந்தான்.

"முடியல!" என அமரச் சென்றவளை அழைத்தான்.

"பச்சக்கிளி!!"
"எஸ் சார்!" என்று ஓடினாள்.

"இந்த ஃபைல்ஸெல்லாம் கார்ல வை."

"சார் தண்ணி குடிச்சுட்டு.."

"வைக்க சொன்னேன். தேவையில்லாம பேச சொல்லல."

"ஓகே சார்." என்றவள் ஃபைல்களை காரில் வைத்துவிட்டு திரும்ப பின்னால் வந்திருந்தான் ஜெய்வீர்.

'பின்னாடிதானே வரான் தூக்கிட்டு வர முடியாதாமா? தூக்குறத்துக்கு ஒரு ஆளு வேற. தண்ணீக் கூட குடிக்க விடமாட்டேங்குறானே!'

"பீரவா ஏதுக்கு இருக்க? ஏறு." என்று காரினை ஸ்டார்ட் செய்ய மீண்டும் அதிர்ச்சியானாள் திவிஷா.

"பச்சக்கிளி." என்று தண்ணீரை நீட்டிட

'என் சாமி!!' என்று வாங்கியவள் குடிக்கும் பொழுது சடன் ப்ரேக் போட்டிட தண்ணீர் முழுவதும் திவிஷாவின் முகத்தில் நிறைந்தது.

அத்தியாயம் 18

'அட நார பயலே!!' என்றபடி பார்த்திட

தன் சிரிப்பினை அடக்கிக் கொண்டவன் ஓர் பார்வை பார்த்துவிட்டு ஸ்டார்ட் செய்தான்.

பின் கார் ஊட்டியை நோக்கி பயணம் செய்தது.

'இங்க என்ன பண்ண காத்திருக்கானோ!' என நினைத்துக் கொண்டு ஃபேக்டரியில் இறங்கினாள்.

"பச்சக்கிளி. அக்கோன்ட்ஸ் செக் பண்ணிட்டு இம்ப்போர்ட் எக்ஸ்போர்ட் டீட்டெயில் கலைக்ட் பண்ணி எடுத்துட்டுவா. கால் மணி நேத்துக்குள்ள." என்று முன்னே சென்றான்.

'நினைச்சேன்! எங்கடா கெடு வைக்கலையேன்னு. இவ்ளோ பெரிய இடத்துல எங்க போய் யார பார்ப்பேன். கடவுளே காப்பாத்துப்பா.' என்றபடி நடந்து வந்தவளின் கண்களில் தென்பட்டான் விலோகித்.

"மாமா!!" என்று கத்த அனைவரும் திரும்பினர்.

'ஐயயோ!! கத்திட்டோம் போல.'

"திவிம்மா! எல்லாரும் வொர்க்க பாருங்க." என கூறிவிட்டு திவிஷாவின் அருகினில் சென்றான். "மாமா இப்போ பாசத்துக்கான நேரமில்ல. கோச்சுக்காம அக்கோன்ட்ஸ் பார்க்குற இடம் சொல்லுங்க."

அத்தியாயம் 18

"ஜெய் சாரோட இருந்தா இப்படிதான். நேரா போய் லெஃப்ட் கட் பண்ணா ஒரு பில்டிங் வரும் அதுல செகென்ட் ப்ளோர்."

"லிஃப்ட் இருக்குல்ல?"

"நோடாம்மா, படிதான். சீக்கிரம் போ." என்றான் பாவமாக.

பின் வேகமாக ஓடியவள் உரிய கணக்குகளையும் டீட்டெல்ஸ்ஸையும் சேகரித்துவிட்டு வந்தாள்.

அதற்க்குள்....

ஜெய்வீர் வருவதை அறிந்த ராம் சென்று வரவேற்றான்.

"வொர்க் ஓகேவா ஜெய்ராம்?"

"ஓகே ஜெய்."

"மீட்டிங்கு அரேன்ஜ்ச் பண்ணு. வித்தின் டூ மினிட்ஸ்." என்று மீட்டிங் ரூமிற்குள் நுழைந்தான்.
ராமும் ஏற்பாடு செய்யவே மீட்டிங்கும் துவங்கியது.

"எல்லாருக்கும் ஒரு அனோன்ஸ்மென்ட். இனி எல்லா பொறுப்புகளையும் ஜெய்ராம் சார்தான் கவனிப்பார்." என்றிட அதிர்ந்தான் ராம்.

"பழையபடி." என்றான் அழுத்தமாக.

"எந்த தப்பும் நடக்க கூடாது. மீறி நடந்தா தண்டனை நான் கொடுப்பேன்." என்றிட அனைவரும் பயத்தில் எச்சில் விழுங்கினர் ராம் உட்பட.

"பீ கேர்ஃபுல்." என்றவன் "டிஸ்போஸ்." என்றதும் மீட்டிங் கலைந்திட ராமும் ஜெய்வீரும் தனித்திருந்தனர்.

"ஜெய்ராம் உனக்கு பீஏ இல்லன்னா உன்னால மேனேஜ் செய்ய கஷ்டமா இருக்கும் இல்லையா?" என கேட்டவன் கை தட்டிட உள்ளே நுழைந்தாள் கவிமலர்.

"உன்னோட பீஏ." என்றுவிட்டு ரூமிலிருந்து அகல தலை தாழ்த்தியபடி நின்றிருந்தான் ராம்.

"ஆல் தி பெஸ்ட்." என கவிமலரிடம் கூறிவிட்டு வெளியேறினான் ஜெய்வீர்.

திவிஷா வரவும் ஜெய்வீர் வெளிவரவும் சரியாக இருந்தது.
"சரியா கால் மணி நேரம்." என்று வாட்ச்சை பார்த்திட திவிஷா மூச்சு வாங்கியபடி நின்றாள்.

"மத்த ஃபைபஸோட சேர்த்து கார்ல வை." என்றிட மீண்டு காரிடம் ஓடினாள்.

"சீலு என்ன பண்ற?"

"சொல்லுங்க தம்பி. புக் படிச்சுட்டுயிருக்கேன்."

"நான் சொன்னது என்னாச்சு?"

"எல்லாம் சரி தம்பி. ஒன்ன தவிர."

"தெரியும்." என ப்ளூட்டுத்தில் பேசியபடி வந்தவன் விலோகித்திடம் சென்றான்.

அத்தியாயம் 18

"சீலு நான் டென் மினிட்ஸ்ல அங்க இருப்பேன்."
என்று கட் செய்தான்.

"ஹலோ மிஸ்டர் விலோகித்."
"ஹலோ சார்." என்றான் பணிவாக.

"வொர்க் எப்படி?"
"ஈஸி வொர்க் சார்." என்றதும்

"அதுனாலதான் வொர்க் டைம்ல ஃபோன் பேசுறீங்களா?" என கேட்டதும் வெடவெடத்தான் விலோகித்.

"அப்போ வொர்க்க கஷ்ட.."

"சார்.. சாரி சார்! இனி தப்பு நடக்காது சார்!"

"நடந்தா என்ன நடக்கும்னு தெரியும். கேர்ஃபுல்."
என்றுவிட்டு அகன்றான்.

காரிடம் ஃபைல்களுடன் சோர்ந்து நின்ற திவிஷாவைக் கண்டதும் ஏளன புன்னகை வந்து சென்றது ஜெய்வீரிற்க்கு.

'ஒருநாளுக்கே இப்படின்னா எப்படி பச்சக்கிளி. இன்னும் எவ்ளோயிருக்கு?!!!' என்றபடி அருகில் சென்றான்.

பின் ஜெய்வீரின் மாளிக்கைக்குள் நுழைய திவிஷா மகிழ்ச்சியானாள்.
"டூர்க்கு வரல." என பட்டென கூற மாயமாய் மறைந்தது மகிழ்ச்சி.

அத்தியாயம் 18

"இன்னும் சில ஃபைல்ஸ கந்தன் கொண்டு வருவாரு. அத ஆடர்படி அடுக்கி வை." என்று உள்ளே செல்ல வெளியிலேயே நின்றிருந்தாள் திவிஷா.
"சீலு!!" என நுழைய

"லைப்ரெரில இருக்காங்க தம்பி." என்றார் கந்தன்.

"சரி அங்கிள்." என்று தாத்தாவை வணங்கிவிட்டு மாடிக்கு சென்றவன் கந்தனிடம் ஃபைல்களை கொடுத்தனுப்பிவிட்டு லைப்ரெரிக்குள் நுழைந்தான்.

"சீலு!!"

"வாங்க தம்பி!"

"ஆபிஸ் ரூம்க்கு வா." என்றழைத்துச் சென்றான்.

கீழோ..

"அங்கிள் தண்ணி கிடைக்குமா?" என பாவமாய் கேட்டாள் திவிஷா.
"இதோ எடுத்துட்டு வரேன்ம்மா." என்றவரிடம்

"அப்படியே இதுலையும் எடுத்துட்டு வறீங்களா?" என்று வாட்டர் பாட்டிலை நீட்டிட வாங்கி சென்றார்.

"சீலு நான் சொன்னது நியாபகமிருக்கட்டும்." என இருவரும் கீழிறங்க கந்தன் தண்ணீர் எடுத்துச் செல்வதை பார்த்தவன்

"அங்கிள் ஒரு நிமிசம்."

"தம்பி." என்று அருகில் வந்தார்.

"நான் கேட்கனும்னு நினைச்சேன்." என வாட்டார் பாட்டிலை காலி செய்தவன் "தங்க்ஸ் அங்கிள்." என்றான்.

"சீலு பாய். நீ கவலபடாத, நான் பார்த்துக்குறேன்." என்று விடைபெற

கந்தன் வருவார் என எதிர்பார்த்திருந்தவளுக்கு ஜெய்வீரை கண்டதும் புஸ்ஸெனாகியது.

'அய்யோ என்ன இவன் வரான்? தண்ணீ குடிக்க கூடவிடமாட்டேங்குறானே.' என்று நொந்துக் கொண்டாள்.

"ஏறு."

"சார் தண்ணீ..."

"இவ்ளோ நேரம் என்ன பண்ண? உனக்காலாம் வெயிட் பண்ண முடியாது. ஏறு." என்றான்.

திவிஷா வாசலை பார்த்தபடி ஏறினாள். கார் கிளம்பவும் கந்தன் வேகமாய் வெளிவரவும் சரியாய் இருந்தது.

'என்னால முடியல.. காலைலேந்து தண்ணீ கூட குடிக்கல. கண்ணாடி பார்க்கல. முக்கியமா ஸ்டேட்டஸ் போட முடியல. என்ன வேலை கன்ராவிடா இது. '

'புலம்பு... நல்லா புலம்பு..' என்றபடி காரை செலுத்திக் கொண்டிருந்தான்.

****

அத்தியாயம் 18

சென்னையில் ஆபிஸ் சென்ற ஐவருக்கும் பல அதிர்ச்சிகள் காத்திருந்தது.

காலையில் ஆபிஸில் நுழைந்ததும் வந்த முதல் அதிர்ச்சி "புது ப்ராஜெக்ட் வந்துருக்கு இன்னும் ஆறு மாசத்துக்கு யாருக்கும் எதுக்காகவும் லீவு கிடையாது." என்பதே.
அடுத்து "எல்லாருக்கும் அக்ரீமென்ட் போட்டுருக்காங்க. யாராலையும் இந்த ஆறு மாசத்துல ரிலீவாக முடியாது."
அடுத்து "மார்னிங் 8 டு நைட் 10ன்னு வொர்க் டைம் சேன்ஜ் பண்ணிருக்காங்க."

அடுத்து "யாரும் செல்போன் யூஸ் பண்ணவே கூடாது. எல்லாருக்கும் ஆபிஸ் கால்தான்."

அடுத்து "எந்தவித எஸ்க்கியூஸும் இருக்க கூடாது."

அடுத்து "ரூல்ஸ் ஃபாளோ பண்ணலன்னா பிளாக் மார்க் பண்ணிடுவாங்க." என்று பல அதிர்ச்சிகள் தெரியவர தலை சுற்றி அமர்ந்தனர் ஐவரும்.

"என்னங்கடா இப்படி மாறிட்டானுங்க?!!"

"கிட்டதட்ட ஜெயில் மாதிரி பீல் வருது தேவ்."

"அங்ககூட தப்பிச்சுடலாம் போல ரோஸூ. இங்க அதுக்சும் வழியில்லாம பண்ணிட்டானுங்க."

"இப்போ அது கவலையில்ல லியா. நம்ம ப்ளானே சொதப்பிடுச்சு."
"ஆமா ஜில்லு கரடிக்கு எப்படி பதில் சொல்றது?"

அத்தியாயம் 18

"அதான் சரோ யோசிக்கிறேன்."
"சரி முதல்ல வேலைய பார்ப்போம். நைட் வீட்டுக்கு போய் பேசிக்கலாம். இல்லன்னா கேமாரால மாட்டிப்போம்."

"ஆரம்பிச்சுட்டா..டா வைப்ரேஸன்." என்று வேலையை துவங்கினர்.

****

கோயம்புத்தூரை அடைந்தவர்கள் இளவரசிகளை அழைக்கச் சென்றனர்.

'அப்போ இவனுக்கு இதான் வேலையா? இதுக்கு ஏன்டா இவ்ளோ பில்டப்பு தந்த? இதுல உனக்கு பீஏ வேற.'

"இன்னும் வேலையே ஸ்டார்ட் பண்ணல பச்சக்கிளி." என்றதும் விழி விரித்தபடி பார்த்தாள்.

'அப்றம் எதுக்குடா இப்படி ஊர் சுத்தி காட்டுன?!!!' என நினைத்தவளை ஓர் பார்வை பார்த்துவிட்டு திரும்பினான்.

'வேர் ஆர் யூ போத்? ஐம் வெயிட்டிங் அவுட்சைட்.' என்று மேசஜ் செய்திட

"அண்ணாவே வந்துருக்காங்க தனு!!"
"ஆமாடி!!! அண்ணா மட்டும் காலேஜ் உள்ள வந்துருந்தா.."

"சும்மா செம்ம கெத்தாயிருந்துருக்கும்."

"அதேதான்!!"

அத்தியாயம் 18

"விடு நாளைக்கு காலேஜ்க்கு எப்படியிருந்தாலும் வருவாங்க. அப்போ பார்க்கலாம்." என்று வெளியே வந்தனர்.

பின் இருவரையும் அரண்மனையில் இறக்கிவிட்டவன் "சாப்பிட்டு. ரெஸ்ட் எடுத்துட்டு வேலைய கவனிங்க. டோன்ட் வேஸ்ட் டைம்." என்றுவிட்டு காரை ஸ்டார்ட் செய்தான்.

'என்ன வாழ்க்கடா இது!!!' என்று சலித்துக் கொண்டாள் திவிஷா.

"தனு சீக்கிரம் வா. ராம் அண்ணகிட்ட சொல்லுவோம்." என ஜெய்வீரின் காரை பார்த்தபடி நின்றிருந்தவளிடம் கூறினாள் ஸ்ரீ.
"அண்ணா சாப்பிட்டாங்களான்னு தெரியலயே ஸ்ரீ." என்றாள் பார்வையை மாற்றாமல்.

"காலைல அப்படி பேசுன?" என வம்பிழுக்கும் தோணியில் கேட்டாள்.

"நான் அண்ணாகிட்ட கேட்கவா?" என்று தன் செல்போனை எடுக்க

சைட் மிரரில் பார்த்தபடி சென்றவன் 'சாப்பிட்டேன்.' என்று மெஸேஜ் அனுப்பினான்.

மேஸேஜினை கண்டவளுக்கு சந்தோசம் தளாமல் ஸ்ரீயை கட்டியணைத்து முத்தமிட்டாள்.

"சார்..."

....

அத்தியாயம் 18

"உங்கிட்ட ஒன்னு சொல்லனும்..."

....

"சார்.." என்றிட சரியாய் மாதவ் கால் செய்யவும் ப்ளூட்டுத்தை ஆன் செய்தவன் "சொல்லுடா." என்றிட

'எதுடாவா?!!' என்று விழி விரித்தாள்.

"சொல்லுடா. ஏன் அமைதியா இருக்க?" என்று கேட்டவும்
"சார் வந்து.." என துவங்கியவளிடம் கையமர்த்தினான்.

'நம்மல இல்லையா.. ச்சை! அசிங்கமா போச்சு. நல்ல வேலை யாரும் பார்க்கல.'

"நான் ஆபிஸ் போயிட்டு கால் பண்றேன். நீ அப்போ பேசு." என்று கட் செய்தான்.

"சார்.."

"கூப்பிட்டா மட்டும் போதாது பேசனும்."

"அது சார் அன்னைக்கு நீங்க..."

"இறங்கு." என்றதும் முன்னால் பார்க்க ஆபிஸை வந்தடைந்திருந்தனர்.

"எல்லா ஃபைல்ஸையும் எடுத்துட்டு வா." என்றுவிட்டு முன்னால் சென்றான்.

அத்தியாயம் 18

"கடைசி வர சொல்லவே விடமாட்டான் போல." என ஃபைல்களை எடுத்துச் சென்றாள்.

"என் கண்ணு முன்னாடிதான் வேலை பார்க்கனும்." என்று தன் சீட்டிற்க்கு எதிரே உள்ள சிறு அமைப்பினை காட்டினான்.

'காலைல இதுலாம் இல்லையே!! அதுகுள்ள ரெடி பண்ணிட்டான்!!' என்று அதிர்ச்சியுடன் பார்த்தாள்.

"இன்னைக்குள்ள எல்லா ஃபைல்ஸையும் சரி பார்த்துட்டு ரிப்போர் சப்மிட் பண்ணு." என்று ஸிஸ்டத்தில் பார்வை பதிக்க இருபதுக்கும் மேற்பட்ட ஃபைல்களை பீதியுடன் பார்த்தாள்.

"டைம் வேஸ்ட் பண்ணாத."

"சார் லன்ச்..."

"ஃபைவ் மினிட்ஸ்."

'எது!!' என அதிர்ச்சியானவளை அமைதியாக பார்க்க கப்சிப்பென வெளியேறினாள்.
பின் அவசரஅவசரமாய் உண்டுவிட்டு வந்தவள் வேலைகளை தொடர்ந்தாள்.

இடையிடையே ஜெய்வீரை காண்பதும் வேலையை செய்வதுமாயிருக்க ஜெய்வீரோ ஸிஸ்டத்திலிருந்து கண்களை அகற்றாமல் பணிபுரிந்துக் கொண்டிருந்தான்.

மணி ஆறாகவே "முடிச்சாச்சா?" என்று கோட்டான் பார்வையை அகற்றாமல்.

அத்தியாயம் 18

'அய்யோ கூப்பிடுறானே!!' என பதறினாள்.

"சே எஸ் ஆர் நோ!!!"

"சாரி சார். இன்னும் முடிக்கல."

"மார்னிங்குள்ள எனக்கு ரிப்போர்ட் சப்மிட் பண்ணனும்."

"சார் கொஞ்சம் டைம்.."

"மார்னிங்குள்ள ரிப்போர்ட் சப்மிட் பண்ணனும்." என்றான் அழுத்தமாக.

"ஓகே சார்."
பின் அரண்மனை வந்தடைந்ததும் சோர்ந்தபடி இறங்கியவள் 'உனக்கு டையர்டே ஆகாதாடா? எப்படிடா காலைல பார்த்த மாதிரியே இருக்க?' என்றபடி ஜெய்வீரை பார்த்தாள்.

"ரீப்போர்ட் மெயில் பண்ணிடு." என்றுவிட்டு உள்ளே செல்ல முழுவதும் சோர்ந்தபடி தன் இல்லத்திற்கு சென்றாள் திவிஷா.

****

"என்ன கரடி!! அடி ரொம்ப பலமோ?" என சிவேஷ் கேட்க

"முடியல... அப்பா, அம்மா எங்கடா?"

"ரூம்ல இருக்காங்க"

அத்தியாயம் 18

"எப்பா!!! முடியலடா.....!!! அதுவும் இரண்டு வேலை சத்தியமா முடியலடா..!! என்னைய கொஞ்ச நேரத்துக்கு எழுப்பாதடா..!!" என்று பெட்டில் தொப்பென விழுந்தாள்.

சிறிதுநேரம் கழித்து "திவிம்மா." என்று வந்த லதாவை கைமர்த்தினான் சிவேஷ்.

"அவ கொஞ்ச நேரம் ரெஸ்ட் எடுக்கட்டும் அப்றம் பேசிக்கலாம்."
"சரிப்பா." என்றவர் திவிஷாவின் தலையை கோதிவிட்டு சென்றார்.

****

தனது அறையில் அடுத்தகட்ட திட்டங்களை திட்டிக் கொண்டிருந்தவனின் செல்போன் அலறிட மாதவ் என்றிருக்கவும் சிரித்துக் கொண்டான்.

"கோவபடாத!! பச்சக்கிளி!! கோவபடாத!!"

" நான் எதுக்கு சார் கோவபட போறேன்?" என்றவன் குரலில் கவலை நிரம்பியிருந்தது.

"பச்சக்கிளி!!"

"சாரி சார் என் பிரண்டுக்கு கால் பண்றதா நினைச்சு உங்களுக்கு கால் பண்ணிட்டேன்."

"டேய்!! டேய்!!" என்று கத்திட கட் செய்திருந்தான்.

பின் பல முறை கால் செய்தும் அழைப்பை ஏற்காமல் இருந்தான் மாதவ்.

அத்தியாயம் 18

"இவன சமாதனபடுத்துறது டைனோசர்க்கு கிச்சுகிச்சு செய்றத்துக்கு சமமாச்சே, நான் என்ன பண்ணுவேன்?!!" என்று தலையில் கை வைத்தபடி அமர்ந்தான் ஜெய்வீர்.

அத்தியாயம் 19

"பீரவா ஜாயின்ட் பண்ணி எவ்ளோ நாள் ஆச்சு?" என்று அடக்கபட்ட கோபத்தோடு கேட்டான் ஜெய்வீர்.

"ஓ... ஒன் மன்..த் ஆக போகுது சார்." என்று நடுக்கத்தோடு கூறினாள் திவிஷா.

"ஜாயின் பண்ணி ஒன் மன்த் ஆக போகுது. இப்போ வரைக்கும் கரைக்ட் டைம்க்கு வர தெரியல. உனக்காக நான் வெயிட் பண்ணனுமா? இதோ பார்! இதுக்குமேல லேட்டா வந்த வேலையவிட்டு தூக்க ஒரு செகென்ட் ஆகாது."

"சா.."

"ஸ்டாபிட்! எப்போ பாரு சாரி ஒன்ன சொல்ல வேண்டியது. தெரியம பண்ற தப்புக்குதான் சாரி சொல்லனும். தெரிஞ்சே திமிரா பண்ற தப்புக்கெல்லாம் சாரி சொல்லக் கூடாது!"

.....

"போய் வேலைய பாரு!" என்றதும் திவிஷா அமைதியாய் தன் இருக்கையில் அமர்ந்துக் கொண்டாள்.

முன்னர் போல் இருந்திருந்தால் மனதினுள் ஜெய்வீரை வறுத்திருப்பாள் ஆனால் இன்றோ பல அடிகளால் அமைதியாக இருக்க மட்டுமே முடிந்தது. ஆயினும் அடிமனதில் ஏரிமலை குமுறிக் கொண்டுதான் இருந்தது.

அத்தியாயம் 19

ஸ்டத்திலிருந்து பார்வையை விலக்கியவள் ஜெய்வீரை காண என்றும் போல் தன் கடமையே கண்ணென பார்த்துக் கொண்டிருந்தான் ஜெய்வீர்.

'எனக்கு இப்போ வரைக்குமே புரியாத விசியம். அதெப்படி ஒரு மசத்துல எல்லாமே தலைகீழா மாற முடியும்? என் பிரண்ட்ஸோட எவ்ளோ சந்தோசமா இருந்தேன். கடைசில இப்படி பேச முடியாத அளவுக்கு காலம் வரும்னு நினைச்சுக் கூட பார்க்கல.

என் கஷ்டத்த இதுவர யார்கிட்டையும் சொல்லி அழுதது இல்ல. இப்போ அழனும்னு தோணுது. ஆனால் சொல்லி அழதான் யாரும் இல்ல. இதுதான் நேரம்னு சொல்லுவாங்க போல.' என்றபடி மீண்டும் ஜெய்வீரை கண்டாள்.

'நான் எப்பவோ பண்ண தப்புக்காக இப்போ என்னைய பழிவாங்குறல்ல? என்னால எதிர்த்துக்கூட பேச முடியாத நிலமை. என் அப்பாவுக்கா மட்டும்தான் பொறுமையா இருக்கேன்.

இல்ல.. உன்னைய என்ன பண்ணிருப்பேன்னு தெரியாது!!! இப்போ கூட நான் என்ன நினைக்குறேன்னு உன்க்கு தெரிஞ்சுருக்கும். தெரிஞ்சும் தெரியாத மாதிரியே இருப்பான். ரோபோ பய!' என்று திட்டியபடி பார்த்துக் கொண்டிருக்க

"எவ்ளோ நேரம் பார்த்துட்டு இருப்ப? வேலைய கவனி!" என்றான் தன் பணியினை தொடர்ந்தபடி.

'எனக்கு இவன்கிட்ட அசிங்கபடுறதே வேலையா போச்சு.' என தலையில் அடித்துக் கொண்டாள்.

அத்தியாயம் 19

வேலைகள் முடிந்ததும் அரண்மனை முன் காரை நிறுத்திட முற்றிலும் சோர்ந்தபடி இறங்கினாள் திவிஷா.

ஜெய்வீரின் கட்டளைக்காக பார்த்திட திவிஷாவின் அருகினில் வந்தவன் அமைதியாய் பார்த்துக் கொண்டிருந்தான்.

'என்ன குறுகுறுன்னு பார்க்குறான்?'

...

"சா...ர்.. நான்.." என்று ஜெய்வீரின் பார்வையால் வார்த்தைகள் வர மறுத்தது திவிஷாவிற்க்கு.

ஜெய்வீரோ அமைதியாய் திவிஷாவை நோக்கி அடியெடுத்து வைத்திட திவிஷா பயத்தோடு பின்னால் நகர்த்தாள்.
"சா..ர்.. நா...ன்.."

"நாளைக்கு சேலை கட்டிட்டு வா. பச்சக்கிளி." என்று அமைதியாய் கூறிட திருதிருவென முழித்தாள்.

'இதுக்..கா.. இப்படி.. ச்சை!'

"உன் கற்பனைய கொஞ்சம் கம்மி பண்ணிட்டு கிளம்பு." என கூறி திரும்பி பார்க்காமல் உள்ளே செல்ல

"உனக்கு அசிங்கபடுறதே வேலைடி கரடி!" என்று திட்டியபடி வீட்டிற்க்கு சென்றாள்.

வீக்கென்ட் என்பதால் இரு இளவரசிகளும் ஊட்டியிற்க்கு சென்றுவிட்டனர். அதுமட்டுமல்லாமல்

அத்தியாயம் 19

நாளையோடு ஜெய்வீர் கூறிய ஒரு மாதம் முடிவதால் அனைவரும் நாளை அரண்மனைக்கு வந்திடுவர்.

அமைதியாய் இருக்கும் அரண்மனையை ஓர் நிமிடம் பார்த்துவிட்டு ஜெயவர்மனின் ஃபோட்டாவின் அருகில் அமைதியாக நின்றவன்

"நான் பண்றது சரியா இருக்கும்னு நம்புறேன்." என்றுவிட்டு தன்னறைக்கு சென்றான்.

****

"ராமண்ணா இப்போலாம் உங்க முகத்துல சிரிப்பு இருந்துட்டே இருக்கே ஏன்?" என்று வெள்ளை நாற்காலிகளில் அமர்ந்தபடி கேட்டாள் ஸ்ரீ.

"நான் எப்பவும் அப்படிதானே ஸ்ரீம்மா?"

"இரண்டுக்கும் வித்யாசம் இருக்கு."

"என்னங்க தனு மேடம்?"

"முன்னாடி உயிர் இல்ல. இப்போ உயிர் இருக்கு."

"எது?!!!"

"சிரிப்புக்கு சொன்னேன்."

"அப்படிலாம் இல்லடா."

"ஆமா இங்க வந்ததுலேந்துதான் நீங்க அப்படி இருக்கீங்க." என்றதும் ராமின் முகத்தில் தனு கூறிய உயிரோட்ட புன்னகை பரவியது.

"எங்ககிட்டருந்து எதாவது மறைக்கிறீங்களா அண்ணா?"

அத்தியாயம் 19

"அடடா.. இல்ல வாலுங்களா. போங்க டைமாச்சு போய் தூங்குங்க. காலைல சீக்கிரம் எழனும் பீட்டிக்கு தெரிஞ்சா நமக்கு திட்டுதான் விழும்."

"எவ்ளோ நாளைக்கு மறைக்கிறீங்கன்னு பார்க்குறோம்."

"நீங்களா சொல்றத்துக்குள்ள நங்களே கண்டுபிடிச்சுக் காட்டுறோம்." என்று சவால்விட

"என்ன கண்டுபிடிக்க போறீங்க?" என்று ஜெயசீலனின் குரல் கேட்கவே இருவரும் அதிர்ந்தனர்.

"அ..து.. தாத்தா.. வந்து.. விடுகதை.. விடுகதை தாத்தா."

"என்ன விடுகதை ராம்? முதல்ல இரண்டுபேரும் போய் தூங்குங்க." என்றதும் இருவரும் ஓடிட முழித்தபடி நின்றிருந்தான் ராம்.

"உனக்கு தூக்கம் வராதுன்னு தெரியும். நீ சொல்லு."

"அ..து.. சுப்மா சின்ன பிளைங்களுக்கு சொன்னது தாத்தா வேற எதுவும் இல்ல."

"நான் விடுகதைய கேட்கல ராம். உன்னோட கதைய கேட்டேன்." என்றதும் அதிர்ச்சியோடு நின்றான். "உட்காருப்பா. எவ்ளோ நாளைக்கு உனக்குள்ளே வச்சுட்டு இருப்ப? பெரியவங்ககிட்ட சொன்னாதானே ஏதாவது வழி கிடைக்கும். சொல்லு."

அத்தியாயம் 19

"அது வந்து.. தாத்தா.." என்று தன் கதையை கூற துவங்கினான்.

சில வருடங்களுக்கு முன்பு...

ஜெய்வீரின் கட்டளையின் பேரில் பார்த்திபனின் இல்லத்திற்க்கு சில கணக்கு ஃபைல்களை கொடுக்கச் சென்றான் ராம்.

அப்போது வீட்டினுள் சிரிப்பலைகள் நிரம்பியிருக்க "அங்கிள்.." என்று வாயிலில் நின்றபடியே குரல் கொடுத்தான்.

"இரு நான் போய் பார்க்குறேன்." என்ற குரலோடு துள்ளளுடன் விழி முழுவதும் சிரிப்போடு வெளிவந்தவளை கண்டு ஓர் நிமிடம் சிலையானான் ராம்.

"நீங்கதானா? ஹரி அப்பாவ பார்க்க வந்துருக்காங்கடி." என்று குரல் கொடுத்தவள் "அப்பா வீட்ல இல்லயே, ஓ.. ஃபைல் கொடுக்க வந்தீங்களா?" என்று சிறு அபிநயத்துடன் கேட்டவளை புன்னகையோடு பார்த்திருந்தான்.

"சொல்லுங்க ராம்." என்று ஹரி கூற "ஃபைல் கொடுக்க சொன்னாங்க." என்று நீட்டினான்.

"ஹரி.. சீக்கிம் வச்சுட்டுவா!"

"ஏன்டி அவசரபடுற?" என்றவள் "வேற எதுவும் அப்பாட்ட சொல்லனுமா ராம்?" என்று கேட்டிட

"ஹாங்.. ஒன்னுல்லங்க." என்றவன் ஓர கண்களால் அவளை ரசித்தபடி அகன்றான்.

அத்தியாயம் 19

"சீக்கிரம்!! சீக்கிரம்!!"

"அடி வாங்க போற! இருடி!!" என்று ஃபைல்களை வைத்துவிட்டு வந்தவள் "வா." என்றழைக்க இருவரும் வெள்ளை நாற்காலியில் சென்றுறமர்ந்துக் கொண்டனர்.

தன்னறைகு வந்த ராமோ "சின்ன பிள்ளைல பார்த்த பொண்ணா இவ? இவ்ளோ பெரிய பொண்ணாகிட்டா? ப்பா... என்னா கண்ணுடா சாமி!! துருதுருன்னு.. கண்ணு கூட சிரிக்குமா?" என கண்ணடி முன் நின்று கேட்டவனுக்கு தெரியவில்லை தன் கண்களும் கூட மிக அழகாய் சிரிக்கும் என்பதை.

"ஜெய்ராம்." என்ற ஜெய்வீரின் அழைப்பில் திடுக்கிட்டு திரும்பினான்.
"என்ன தனியா பேசிட்டுருக்க? உள்ள வரலாமா?"

"வா ஜெய். இல்ல தனியாலாம் பேசல. சும்மாதான்."

"சரி. நாளைக்கு சீக்கிரம் ஆபிஸ் கிளம்பனும். இன்டர்வியூ இருக்கு."

"இன்டர்வியூ..."

"ஆமா. கிளம்பியிரு." என்றுவிட்டு செல்ல

'யாருக்கு..? என்ன இன்டர்வியூ?" என்று குழப்பத்தோடு யோசித்தான்.

மறுநாள் ராம் இன்டர்வியூவிற்க்கு தயாரக இருக்க. அருகில் உள்ள அறையினில் லேப்டப்பின் வழியே

அத்தியாயம் 19

வெளியில் ஐந்திற்க்கும் மேற்பட்டோர் காத்திருந்தவர்களையும் ராமையும் கவனித்தபடி மாதவுடன் அமர்ந்திருந்தான் ஜெய்வீர்.

"ஸ்டார்ட் பண்ணு ஜெய்ராம்." என ப்ளூட்டுத்தின் வழியே கட்டளை பிரப்பிக்க அதன்படியே செயல்பட்டான் ராம்.

ஒவ்வொருவரையும் வேண்டாமென ஒதுக்கிட கடைசி ஆளாக வந்தாள் அவள்.
'என்ன இவ வந்துருக்கா?' என்று சற்று அதிர்ச்சியுடன் பார்த்திருக்க

"ஸ்டார்ட்....." என ஜெய்வீர் கூறவுமே அதிர்சியிலிருந்து மீண்டான்.

"டேக் யுவர் சீட்."

"தங்க்யூ சார்."

"இன்ட்ர்டியூஸ் யுவர் செல்ஃப்."

"மை செல்ஃப் கவிமலர்." என்று துவங்கிட ராம் கவிமலரின் கண்களின் அசைவுகளையும் பேச்சுக்களையும் புன்னகையுடன் ரசித்திருந்தபடியும் ஜெய்வீரின் கேள்விகளையும் கேட்டுக் கொண்டிருந்தான்.

கவிமலரோ அனைத்திறக்கும் சரியாக பதில் கூறிட "ஷி இஸ் செலைக்ட்டட்." என்று ஜெய்வீர் கூறியதும்

"யூ ஆர் செலைக்ட்டட்." என புன்னகையுடன் கூறினான் ராம்.

அத்தியாயம் 19

"தங்க்யூ சார்." என மகிழ்ச்சியோடு வெளியேறினாள்.

"இனி இவங்கதான் உன் பீஏ ஜெய்ராம்." என்றபடி மாதவுடன் வந்தான் ஜெய்வீர்.

"ஓகே ஜெய்."

பின் ஜெய்வீரும் மாதவும் வெளியில் சென்றதும் மகிழ்ச்சியில் கத்த வேண்டும் போலிருந்தது ராமிற்க்கு. இடமறிந்து அமைதியானானவன் "அச்சோ!!! விழி!!!" என இரு கைகளால் முகம் மூடி சிரித்துக் கொண்டான்.

அடுத்தநாள் ராம் கவிமலரின் வருகையை எதிர்பார்த்தபடி அமர்ந்திருந்தான்.

"மே ஐ கமின் சார்?" என்று குரல் கேட்டதும் தன்னை சரி பார்த்துக் கொண்டவன்

"எஸ் கமின்." என்றான் தன் ஆவலை மறைத்துக் கொண்டு.

"சாரி சார் லேட்டாகிடுச்சு. நாளைலேந்து சீக்கிரம் வந்துடுவேன் சார்."

"இட்ஸ் ஓகே விழி."

"சார் விழி இல்ல. கவி.. கவிமலர்."
"சாரி.. கவி.. கவிமலர்."

"ஓகே. வொர்க் ஸ்டார்ட் பண்ணலாமா விழி?" என்றவன் நாக்கை கடித்துக் கொள்ள

"பரவல்ல சார். விழின்னே கூப்பிடுங்க." என்றாள்.

அத்தியாயம் 19

'அச்சோ என் விழி தங்கம்!!' என்று கொஞ்சிக் கொண்டவன் "தங்க்யூ விழி." என்றான்.

பின் வேலைகளை துவங்க ராம் கவிமலரை ரசித்தபடியும் வேலைகளை செய்தபடியும் இருந்தான்.

"விழி. ஹரிணிய எவ்ளோ நாளா தெரியும்?"

"ஹரியவா சார்?! எனக்கு சின்ன வயசுலேந்தே தெரியும். நான் அடிக்கடி சின்ன பிள்ளைல வீட்டுக்கு வருவேனே சார் நீங்க பாய்த்தது இல்லையா?"

"சாரி விழி நியாபகம் இல்ல." என்றவன் 'உன்ன எப்படி மறப்பேன் விழி தங்கம்!' என்றெண்ணிக் கொண்டான்.

"பரவால்ல சார். இடைல அப்பாக்கு ட்ரான்ஃபர் ஆகிடுச்சு சோ போயிட்டோம். இப்போ மறுபடி ட்ரான்ஃபர். இங்கே வந்துட்டோம். நான் காலேஜ் கூட இங்கே படிக்கிறேன்னு சொன்னேன். வீட்லதான் தனியா விடல. எப்படியோ அடிச்சு பிடிச்சு மறுபடி ஹரிகிட்டவே வந்துட்டேன். இனி வொர்க் பண்ற வரைக்கும் ஹரி கூடதான்."

'நீ அவங்ககிட்ட வரல தங்க என்கிட்ட வந்துட்ட!'

"ஏன் சார் கேட்டீங்க?"

"இல்ல சும்மாதான் கேட்டேன். ஆனா நீ அவங்க கூட வேலை பார்க்காம இங்க ஏன் ஜாயின்ட் பண்ண?"

அத்தியாயம் 19

"அ... அது.. வந்து சார். அவ வொர்க் பண்ற இடத்துல அவளோட லவ்வர் இருக்காரு. நான் அங்க போய் எதுக்கு நந்தி மாதிரி. அதான் என் ஆ... நான் இங்க வந்தேன்."

"ஏன் இவ்ளோ தடுமாற்றம்?"

"சாரி.. சார்.".

அதன் பின் வந்த நாட்களில் தன்னவளை தனக்குள் ரசித்தபடியும் கொஞ்சியபடியும் ராமின் நாட்கள் சென்றது.

வேலை பொழுதுகளில் ஆபிஸிலும் மற்ற நேரங்களில் வெள்ளை நாற்கலியில் அமர்ந்துக் கொண்டும் வாக்கிங் செல்வது போன்றும் தங்கைகளுடன் விளையாடுவது போன்றும் கவிமரை ரசித்துக் கொண்டிருந்தான்.

வருடம் சென்றிட கவிமலரிடம் காதலை சொல்வதற்கு செல்ல கவிமலர் ஃபோன் பேசிக் கொண்டிருக்கவும் அமைதியாய் தன் காதலை சுமந்தபடி நின்றான்.

"லூசு மாதிரி பேசாத. நான் எப்படி சொல்லுவேன்?"

.....

"ஆமா நான் தைரியமா பேசுவேன்தான். அதுக்காக லவ் பண்றேன்னு எப்படி சொல்ல முடியும்? சார்க்கு தெரிஞ்சா அவ்ளோதான்." என்றதும் இதயம் வேகமாய் துடித்தது ராமிற்க்கு.

அத்தியாயம் 19

"அவன் என் அழகன்டி. அவனா சொல்ற வரைக்கும் நான் அவன்கிட்ட சொல்லமாட்டேன்."

.....

"எப்படி தெரியுமா? அவனோட கண்ணு சொல்லும். என் கண்ணுப் அவனுக்கு சொல்லிருக்கும். இருந்தாலும் வெயிட் பண்ணுவேன். அவனா சொல்றதுக்காக." என்றிட வந்த சுவடு தெரியாமல் வலிகளை சுமந்தபடி சென்றான் ராம்.
'ச்ச.. வேற ஒருத்தன லவ் பண்ற பொண்ண போய் நான் தப்பா நினைச்சுட்டேன். இது தெரிஞ்சா எவ்ளோ அசிங்கம்! உனக்கு அறிவே இல்ல ராம். தேவையில்லாம் ஆசைய வளத்துட்டு. நல்லவேல அவகிட்ட.. ச்ச.. அவங்ககிட்ட சொல்லல.' என்று நினைத்துக் கொண்டிருக்கும் போதே உள்ளே வந்தாள் கவிமலர்.

"சார்.."

"வாங்க மலர்." என்று பார்வையை தவிர்த்தான்.

"நீங்க.. இப்போ.."

"மலர் எனக்கு கொஞ்சம் தலை வலிக்குது. நான் கிளம்புறேன். நீங்க பார்த்துக்கோங்க." என பார்வையை எதிர்கொள்ளாமலும் மறுவார்த்தை எதிர்பார்க்காமலும் வெளியேறினான்.

அடுத்து வந்த நாட்களில் ராம் கவிமலரிடம் அதிகம் பேசாமலும் பார்வையை எதிர் கொள்ளாமலும் இருந்தான். சில நாட்களில் ராம் இனி வரமாட்டான் என்ற செய்தி வெளிவந்தது.

அத்தியாயம் 19

வேலையிலிருந்து நின்றவனுக்கு கவிமலரின் நினைவுகள் வந்து சென்றபடியே இருக்க நரக வேதனையாய் இருந்தது.

தனக்கு சொந்தமாவள் இல்லையென்ற நினைவே நகரகமாய் இருந்தது. இருப்பினும் உதட்டளவில் மட்டுமே சிரிப்பை வைத்தபடி இருந்தான்.

நடப்பு...

"நீ வேலையவிட்டு நின்னது அப்றம் அந்த பொண்ணு என்ன பண்ணுச்சு?"

"அவங்க அடுத்த இரண்டுநாள்ல வேலையவிட்டு நின்னுட்டா தாத்தா."

"ஏன்?"

"அப்போ தெரியல தாத்தா."

"சரி எதுக்காக வொயிட் சேர்ஸ்கிட்ட போய் அடிக்கடி உட்காருற?"

"அது.. வந்து தாத்தா. நான் சின்ன வயசுலருந்து ரசிச்ச விழி அங்கதான் அதிகமா இருப்பா. எனக்குன்னு பிறந்ததா நினைச்ச விழி அங்கதான் முதலும் கடைசியாவும் பார்த்தேன். அதான்..."

"சரி அப்போ தெரியலன்னு சொன்ன. இப்போ தெரியுமா?"

....

"தெரியுமான்னு கேட்டேன்?"

அத்தியாயம் 19

"தெரியும் தாத்தா."

"என்ன தெரியும்?"

"நான் பண்ணது தப்புன்னு."

"என்ன தப்பு? எப்படி தெரியும்?"

"ஜெய் எனக்கு பீஏவா மறுபடி விழிய சொல்லும் போது ஒரு நிமிசம் அதிர்ந்துட்டேன். என்னால நிமிர்ந்து பார்க்க முடியல. நான் அழுதுருவேன்னு பயத்துல அமைதியாவே நின்னேன். விழியும் அமைதியாவே நின்னா. இரண்டுபேரும் எதுவும் பேசிக்கல. அப்றம் அவதான் ஸ்டார்ட் பண்ணா."

அன்று...

"எப்..படி இருக்கீங்க சார்?"

"ஃபைன் மலர். நீங்க?" என்றான் நிமிர்ந்திடாமல். "இருக்கேன். எனக்கு அப்போ ஒன்னுமே புரியல. ஏன் எதுக்காகன்னு. இப்போ ஜெய் சார் சொல்லவும்தான் புரிஞ்சது." என்றதும் அமைதியாய் நின்றிருந்தான்.

"நீங்க என்னைய அவாயிட் பண்ணது என்னைய பிடிக்காமன்னு நினைச்சு நானும் விலகி போனேன். ஆனால் ஜெய் சார் சொல்லிதான் தெரியுது. என்னை பிடிச்சதுனாலதான் விலகி போனீங்கன்னு.

நானாதான் கற்பனை பண்ணீட்டேன் போலன்னு நினைச்சு வருத்தபட்டேன். கடைசிலதான் தெரியுது. சரியாதான் நினைச்சுருக்கேன்.

அந்னைக்கு நீங்க ஒரு வார்த்த கேட்டுருந்தாலும் ஒரு செகென்ட் நிமிர்ந்து பார்த்துருந்தாலும் இத்தன வருசம் பிரிவு தேவைபட்டுருக்காது." என்று கண்ணீருடன் கூறிட

"ஐயம் சாரி விழி..." என்று கண்ணீருடன் நிமிர்ந்தவனை ஓடிச் சென்று அணைத்துக் கொண்டாள்.

"ஐயம் சாரி வேண்டாம். ஐ லவ் யூதான் வேணும்." என்றுரைக்க

"ஐ லவ் யூ!!! ஐ லவ் யூ விழி தங்கம்!!!!!" என்று இறுக்கி அணைத்துக் கொண்டான்.

நடப்பு...
"அப்போ ஃபோன்ல சொன்னது..?"

"என்னைய பத்திதான் தாத்தா."

"அந்த சார்..?"

"ஜெய் தாத்தா."

"சரி எப்போ அப்பா அம்மாட்ட சொல்ல போற?"

"நாளைக்கு எல்லார்கிட்டையும் சொல்லலாம்னு இருந்தேன் தாத்தா."

"அப்போ சரி. நாளைக்கே சொல்லிடு." என்றவர் "குட் நைட்." என்றுவிட்டு சென்றார்.

****

அத்தியாயம் 19

"நீ பேசாத என்கிட்ட எவ்ளோ தடவ கேட்டேன் ஒருதடவையாவது சொல்லனும்னு தோணுச்சா? பேசாத. நான் மட்டும் எல்லாத்தையும் சொல்லுவேனாம் நீங்க எதுவும் சொல்லமாட்டீங்கலாம்." என்று கவிமலரிடம் சண்டை போட்டுக் கொண்டிருந்தாள் ஹரி.
"பாவம் ஹனிம்மா தங்கச்சி."
"சப்போர்ட் பண்ணாதிங்க லோகித். எத்தன வருசமா கேட்ருப்பேன் ஒரு வார்த்த சொன்னாளா? இப்போ வந்து சின்ன வயசுலேந்தே லவ் பண்ணிருக்கோம்.. ஆனா சொன்னது இல்ல.. இடையில பிரச்சனையாகிடுச்சு பிரிஞ்சோம். இப்போ சேர்ந்தோம்னு சொன்னா எப்படியிருக்கும்?

அப்போ கூடவே இருந்தவ கண்ணுக்கு தெரியல? என்கிட்ட ஒரு வார்த்த சொல்லிருந்தா அப்பவே பிரச்சனைய தெளிவா முடிச்சுருக்கமாட்டேன்?"

"அதுக்குன்னு ஒரு மாசவா ஹனிம்மா தங்கச்சிய திட்டுவ?"

"நான் வருச கணக்கா கெஞ்சுனேன்ல.. மாச கணக்கா திட்டு வாங்கமாட்டாளா? ஏன்டி வாங்கமாட்டியோ?"

"அம்மா தாயே மாசம் என்ன வருச கணக்கா கூட திட்டு வாங்குறேன். ஆனால் இப்போதைக்கு நீ கோபபடாம இருக்கதுதானே நல்லது?"

"ஹான்.. ஹான்.. இருக்கேன்."

"ரொம்பதான் சலிச்சுக்காத. அண்ணா காத மூடிக்கோங்க என் பிரண்ட சமாதானபடுத்தனும்." என்றதும் விலோகித் காதை மூடிக் கொள்ள

அத்தியாயம் 19

"என் டார்லிங் குட்டில இப்படிலாம் கோபபடகூடாது. என் பேபில. அம்மு குட்டு லவ் யூ சோ மச். தங்கம். கோபபடாம என் சின்ன டார்லிங்க பார்த்துக்கோ. இதுக்குமேல சாமாதனபடுத்துனா அண்ணாக்கு கோபம் வரும் பேபிம்மா. ப்ளீஸ் சமாதானம் ஆகுடி." என்று கெஞ்சிட

விலோகித்தின் முகம் சுருங்கி இருப்பதை கண்ட ஹரி சிரித்துவிட்டாள்.

"சரி வச்சு தொல எரும. சமாதானம் ஆகிட்டேன்."

"அது!!! சரி நீ போய் அண்ணாவ சமாதனபடுத்து. டாட்டா. பாம் அண்ணா." என்று கட் செய்தாள்.

"என்னப்பா நீங்க? அப்போதான் அப்படின்னா இப்பவுமா?" என்று தோளில் சாய்ந்துக் கொண்டாள்.

"நான் எப்பவும் அப்படிதான். என்னைய தவிர வேற யாரும் என் ஹனிம்மாவ கொஞ்சக் கூடாது. ரசிக்க கூடாது."
"ஆஹான்..!"

"இதுக்குதான் தங்கச்சிய திட்டாதன்னு சொன்னேன். இப்போ பாரு."

"அப்போ பாசத்துனால வேண்டாம்னு சொல்லல?"
"இரண்டுமேதான்."

"அதுசரி. லோகித் கவியோட லவ் ஸ்டோரிலருந்து தெரிஞ்சது என்னன்னு சொல்லுங்க பார்ப்போம்."

அத்தியாயம் 19

"ராம் சார் மாதிரி இருக்கனும். இருக்க கூடாது. தங்கச்சி மாதிரி இருக்கனும் இருக்க கூடாது."

"லோகித்!!!!!"

"ராம் சார் மாதிரி ஒரு பொண்ணு தனக்கானவ இல்லன்னு தெரிஞ்சா காயபடுத்தாம அமைதியா விலகிடனும்.

ஆனால் சார் மாதிரி தெளிவா புரிஞ்சுக்காம விலக கூடாது.

தங்கச்சி மாதிரி லவ் பண்ணவங்க மாறுவாங்கன்னு காத்திருக்கலாம்.
ஆனால் கண்ணு சொல்லு காது சொல்லும் இல்ல அவங்களே சொல்லுவாங்கன்னு காத்திருக்க கூடாது. லவ் வந்துச்சா போய் சொல்லிடனும்.

மொத்தத்துல சொல்லாத காதல் சொர்கத்துலையும் சேராது. காதலிக்கிறவங்களுக்கும் சேராது."

"எப்படிப்பா இப்படிலாம்?!"

"உங்ககிட்டருந்துதான்." என்று அணைத்துக் கொண்டான்.

****

"அம்மா நாளைக்கு சேலை கட்டிட்டு போகனும் நல்ல சேலையா எடுத்து வை."

"ஏன் திடீர்னு?"

"கட்டிட்டு வர சொன்னாங்கம்மா. கேள்வி கேட்காம எடுத்து வை. நானே கடுப்புல இருக்கேன்."

"ஏன் கரடி எதாவது விஷேசமா?"

"ஆமா எனக்கு கல்யாணம். போடா அங்குட்டு!" என்று படுத்துக் கொண்டாள்.

"ஏன்ம்மா கரடி ரொம்ப காரமா இருக்கா?"

"தெரிலயே."

"லது!!" என்று பார்த்திபன் அழைக்க

"இதோ வறேன்ங்க." என அறைக்குச் சென்றார் லதா.

"ம்ஹூம் நம்ம நிலமைதான் மோசமா இருக்கும் போல.. ஆளாளுக்கு அவங்கவங்க ஆளோட பிசியாயிருக்காங்க. ஆனா நான்தான் ஒத்தையாயிருந்து அல்லாடுறேன்." என்று நொந்துக் கொண்டாள் சிவேஷ்.

****

தன்னறையிலிருந்து பார்த்திபனின் இல்லதை பார்த்துக் கொண்டிருந்தான் ஜெய்வீர்.

"உனக்கு நீயே கஷ்டடத்த ஏற்படுத்திக்குவன்னு நீ நினைச்சுக்கூட பார்த்துருக்கமாட்ட பச்சக்கிளி. நானும் இந்தளவுக்கெல்லாம் யோசிக்கவும் இல்ல. ஆனால் நீ லட்டு மாதிரி ஐடியா கொடுத்தா வேண்டாம்னா சொல்லுவேன். எப்படி பார்த்தாலும் என்னோட பிளான் சக்ஸஸ்தான் பச்சக்கிளி." என்று சிரித்துக் கொண்டிட ஃபோன் அலறியது.

அத்தியாயம் 19

"சொல்லுடா."

"டேய் பக்கி. இன்னும் மூனுநாள்ல கல்யாணம் இப்போ கூட பக்கத்துல இருக்கமாட்டியா?" என்று திட்டினான் மாதவ்.
"என் பச்சக்...கிளி!!"

"ஐஸ் வச்ச பிச்சுடுவேன்!!"

"எனக்கு தெரியாது நாளைக்கு ஈவ்னிங்குள்ள வீட்ல இருக்க."

"நீயே வீட்டுக்கு வருவடா."

"எது?!!"

"சரிடான்னு சொன்னேன்."

"ஏதாவது சொதப்புன நான் கோச்சுக்குவேன் சொல்லிட்டேன்."

"எப்பா டேய் கண்ப்பா நாளைக்கு ஈவ்னிங் இரண்டுபேரும் ஒன்னா இருப்போம். சரியா?"

"சரி."

"அந்த ரவுடி சாத்தான் எப்படி இருக்கா?"

"அவதானே என்னைய அடிச்சுட்டு அமோகமா இருக்கா."

"ஹா..ஹா... அம்மா?"

"நல்லாருக்காங்கடா. அவங்களுக்குதான் கவலை. பக்கத்துல இருந்துட்டு பார்க்க வரமாட்டேங்குறன்னு. நாங்க வரலாம்னு ட்ரை பண்ணா ஏதாவது வேலை கொடுத்து ஆஃப் பண்ணீற. நீயா வாடான்னாலும் வரமாட்டேங்குற."

"நாளைக்கு கண்டிப்பா மீட் பண்ணுவோம்டா."

"ரைட்டு... ரொம்ப மிஸ் பண்றேன் மச்சா உன்னைய. மிஸ் யூ ஜெய்!!" என்றான் கரகரத்த குரலில்.

"டேய் சொர்ணாக்காகிட்ட சொல்ல வேண்டியதெல்லாம் என்கிட்ட சொல்லிட்டுருக்கடா." என்று வம்பிழுத்தாலும் தன் கவலைகளை மறைத்துக் கொண்டான்.
"போடாங்க.. பாய் குட் நைட்." என்று கட் செய்திட ஜெய்வீர் புன்னகையுடன் படுத்துக் கொண்டு விட்டத்தை பார்த்தவனின் மனதினுள் பல எண்ணங்கள் ஓடிக் கொண்டிருந்தது.

அத்தியாயம் 20

"சீக்கிரம்மா! லேட்டாகுது."

"நீ ஒழுங்கா நினாதான கட்டிவிட முடியும்? இதோட பத்துதடவ சேலைய கட்டிவிட்டேன். அது சரியில்ல இது சரியில்லன்னு டார்ச்சர் பண்ற."

"சரி.. சரி.. சீக்கிரம் கட்டு. மலமாடு ரோபோ கத்தும்."

"அந்த தம்பிய திட்டாத திவி."

'உனக்கு அவன பத்தி தெரியல அதான் இப்படி பேசுற. விஷம்!! விஷம்!! உடம்பு முழுக்க விஷம்! அவனுக்கு.'

"முடிஞ்சுருச்சு. இப்போ ஓகேவா?" என்றதும்

கண்ணாடியில் தன்னை பார்த்தவள் "ஓகே.. ஓகே.. சரி நான் கிளம்புறேன்." என்று ஃபைல்களை தூக்கிக் கொண்டு கிளம்ப கதவில் இடித்துக் கொண்டாள்.

"ஒரு நிமிஷம் உட்காந்துட்டு போ திவிம்மா."

"அட நீ வேறம்மா டைமாகிடுச்சு பாய்."
"தண்ணீயாவது குடிச்சுட்டு போடி!!" என்பதற்க்குள் பறந்திருந்தாள்.

"என்ன சேலை கன்ராவியோ! இதுக்குதான் இந்த கருமத்த கட்டுறதே இல்ல." என்று புலம்பிக் கொண்டு வரவும் ஜெய்வீர் அரண்மனையிலிருந்து வெளிவரவும் சரியாய் இருந்தது.

அத்தியாயம் 20

'என்ன என்னைக்கும் இல்லாத அதிசயமா குளிங் கிளாஸ்லாம் போட்ருக்கான்?' என நினைத்தபடி மூச்சு வாங்கியவள் "குட் மார்னிங் சார்." என்றாள்.

"குட் மார்னிங். கார்ல ஏறு." என்று காரை நோக்கி சென்றான்.

'கேட்டு பார்க்கலாமா? வேண்டாமா? திட்டுவானோ? பல்பு கொடுப்பானோ?' என யோசித்துக் கொண்டிருந்தவளிடம்

"இன்னைக்கு மறக்க முடியாத நாளா இருக்கும் அதுனாலதான் சேலை கட்ட சொன்னேன்." என்றான் சாலையில் கவனம் செலுத்தியபடி.

"சா..ர்.. வந்து.. என்..ன.."

"இவ்ளோ தெரிஞ்சா போதும்."

'பல்பு கொடுத்துட்டான்டா!' என்று பற்களை கடித்தாள்.

****

"ராமண்ணா ஹரி அக்காவ பார்த்துட்டு வரோம்."

"அவங்க இப்போ பிஸியா இருப்பாங்கம்மா. நீங்க போய் டிஸ்டர்ப் பண்ண வேண்டாம்."

"அய்யோ அண்ணா விலோகித் அண்ணா எப்போவோ கிளம்பிருப்பாங்க. இப்போ அக்கா தனியாதான் இருப்பாங்க நாங்க கிளம்புறோம்."

அத்தியாயம் 20

"ஆமா. நாம ஈவ்னிங் கிளம்பிடுவோம். இனி எப்போ வருவோம்னே தெரியாது. சோ நாங்க போறோமே!!"

"சரி போய்ட்டு வாங்க. அவங்கள அதிகம் டார்ச்சர் பண்ணக் கூடாது. அவங்க.."

"தெரியும் தம்பி பாப்பா வச்சுருக்காங்க."

"சரி போய்ட்டு வாங்க. நான் கிளம்புறேன்." என்றான் புன்னகையுடன்.

"அக்கா!!!" என இருவரும் அழைக்க
"வாங்கடா." என்று கிட்சனிலிருந்து வெளி வந்தாள் ஹரிணி.

"என்னக்கா சமையல் ஆகுதா?"

"ஆமாடா தனு."

"வாசம்லாம் பலமா இருக்கு."

"பிரியாணி ஸ்ரீ."

"என்னக்கா ஸ்பெஷல்?"

"பிரண்ட் வீட்டுக்கு வர போற தனு. வருச கணக்காச்சு அவள பார்த்து. அதான்."

"ம்ம்... நீங்க சொல்றத பார்த்தா மலரக்காவயா சொல்றீங்க?"

"எப்படி ஸ்ரீம்மா கரைக்ட்டா சொல்ற?"

அத்தியாயம் 20

"நீங்க உங்களபத்தி சொன்னதவிட அவங்கள பத்திதான அதிகம் சொல்லிருக்கீங்க."

"ஆஹான்!!"
"ஹான்! ஆமா எப்போ வருவாங்கக்கா நாங்க வேற இன்னைக்கு ஊருக்கு கிளம்பிடுவோமே. அதுகுள்ள வந்துடுவாங்களா?"

"வந்துடுவா தனு. நீங்க ஊருக்கு கிளம்புனாலும் கவலபடாதிங்க. அவ இனி இங்கதான் இருப்பா."

"ஆனால் நாங்க இங்க இருக்கமாட்டோமே."

'அடியே மலர் உன் நாத்தனாருங்க உன்னைய பார்க்க ஆர்வமா இருக்காங்கடி.'

"அக்கா என்ன யோசிக்கிறீங்க. அவங்கள சீக்கிரமா வர சொல்லுங்களேன்."

"இதோ.. சொல்றேன் ஸ்ரீ." என் தன் செல்போனை எடுக்க

"ஹரி!!!" என்று வாசலில் மலரின் குரல் கேட்க மூவரும் ஒருவரையொருவர் பார்த்துக் கொண்டனர்.

"ஹரி!!" மீண்டும் அழைக்க கண்களில் நீருடன் வாசலை நோக்கி ஓடினாள் ஹரிணி.

"மலரக்கா வந்துட்டாங்க போல தனு."
"இன்னுமா உனக்கு சந்தேகமாயிருக்கு?"
"வாடி நம்மலும் போய் பார்போம்." என்று வெளியில் செல்ல அங்கு ஹரிணி கவிமலரை அடித்துக் கொண்டிருந்தாள்.

அத்தியாயம் 20

"எரும!! எரும!! சிரிக்காதடி!!"

"வலிக்குதுடி எரும!" என சிரிப்புடன் அடிகளை வாங்கிக் கொண்டிருந்தாள் கவிமலர்.

"எனக்கும் உன்னய இப்படி அடிக்கனும்னு ஆசை ஸ்ரீ."

"எது!!!"

"ஆமா."

"அதான் தினமும் வாங்குறேனே பின்ன என்ன?" என இருவரும் பேசிக் கொண்டிருக்கையில்

"ஹாய் பாப்பூஸ்!!" என்று புன்னகையுடன் வந்தாள் கவிமலர்.

"ஹாய் அக்கா!!!"

"எங்கள உங்களுக்கு தெரியுமா?"

"நல்லாவே தெரியுமே!"
"சூப்பரு!!! ஹரிக்கா உங்க பத்தி அதிகம் சொல்லிருக்காங்க."

"அப்படியா?! நீங்கதான் வீட்டவிட்டு அதிகமா வெளிய வரமாட்டீங்களே அப்றம் எப்படி?"

"இங்க வந்துதான்."

"சூப்பரு!!"

"சாமி நம்ம பாஷ பேசுது ஸ்ரீ!!"

அத்தியாயம் 20

"அடேய் வாலுங்களா நானும் உங்க மாதிரிதான்."

"சிறப்பு!! சரி நீங்க பேசுங்க நாங்க அப்றம் வறோம்."

"ஏன்டாம்மா?"

"இல்லக்கா ரொம்ப நாள் கழிச்சு மீட் பண்றீங்க. சோ ப்ரைவசி தேவைபடும். நாங்க அப்றம் வறோம்."
என்று இருவரும் விடைபெற்றனர்.
"அப்றம் மேடம் கோபம்லாம் போச்சா?"
....

"என்னடி முறைக்குற? நான் பாவம்டி."
"யாரு நீயா? சரி அதவிடு ராம் எப்படி உனக்கு லீவ் கொடுத்தாரு? மனுசன் உன்னைய
விடவேமாட்டாரே."

"எல்லாத்தையும் பேக் பண்ணி ஹரி வீட்டுக்கு கிளம்பனும்னு சொன்னேன் விட்டாரு."

"நல்லா புரிஞ்சுக்குறாரு. ஆமா எப்போ அவங்க வீட்ல சொல்ல போறாரு?"

"ஆமா. அதுதான் அவன்கிட்ட எனக்கு ரொம்ப பிடிச்சதே. அவங்க வீட்லயா இன்னைக்கு சொல்ல போறதா சொன்னான்."

"என்னடி அசால்ட்டா சொல்ற? பயமாயில்லையா?"

"எதுக்குடி பயப்படனும், ஜெய்வீர் சாரே பச்சக்கொடி காட்டிட்டாரு. பத்தாதத்துக்கு ஜெயசீலன் சாரும் ஓகே சொல்லிட்டாங்க. பின்ன என்ன பயம்? மத்தபடி இரண்டு மாமனார் மாமியாரும் ரொம்பவே சஃப்ட்

டைப். எதுவும் சொல்லமாட்டாங்க. என்ன ஒரே ஒரு கவலைதான்."

"என்ன கவலை?"

"கல்யாணத்த பத்திதான்."

"ஏன்டி?"
"ஏனா?!! ஜெய்வீர் சாருக்கு கல்யாணம் நடந்தாதான் எங்களுக்கு நடக்கும், அவருக்கு அப்படியொரு ஐடியா இருக்க மாதிரியே தெரியல."

"அவர பத்தி அப்படிலாம் நினைக்காத. இவ்ளோ தூரம் பண்ணவரு அதபத்தி யோசிக்காமலா இருப்பாரு?"

"அப்படிங்குற?"

"அப்படித்தான்."

****

"என்னால முடியலடா தேவா." என மெதுவாய் முனகினான் சரோ.

"ஆமாடா. டார்ச்சர் பண்றானுங்க."

"எனக்கென்னமோ புதுசா வந்துருக்கவன் சைக்கோன்னு நினைக்குறேன்டா."

"கரைக்டா சொன்னடா ஜில்லு."

அத்தியாயம் 20

"அங்க பாரு அதுங்க இரண்டும் எவ்ளோ நொந்து நூடல்ஸ் ஆகிருக்குங்கன்னு." என ரோஸ் மற்றும் லியோவை காட்டினான் சரோ.

"திரும்புனா கூட மாட்டிப்போம்டா சும்மாயிருடா."

"என்னடா ஜில்லு நீயும் வைப்ரேஸன் மாதிரியாகிட்ட?"

"ஆக்கிட்டான்ங்களே நான் என்ன பண்ண?"

"ஆமாடா தேவ்."

அங்கோ..

"லியா எனக்கு ஒரு ஆசை?"

"என்னது?"

"ஏதாவது ஒரு அதியம் நடந்து, பழைய மாதிரியே ஆபிஸ்ல வொர்க் பண்ணலாம்னு சொல்லி, அக்ரிமென்ட்ட க்ளோஸ் பண்ணி, நாமல்லாம் கோயம்பத்தூர்க்கு போய் கரடி கூட வேலை பார்க்கனுமாம்." என்றதும் அமைதியாய் பார்த்தவள்

"பகல் கனவு பழிக்காதுன்னு சொல்லுவாங்க கேள்விபட்டுருக்கல?"

"ஆறுதலா பழிக்கும்னு சொல்லேன்டி!!" என்றாள் பவமாக.

"வாப்பில்ல ராஜா! அப்படியும் நடந்ததுன்னு வை அது உலக அதிசயத்துல ஒன்னா இருக்கும்."

"அது வேணாலும் உண்மைதான்."

****

"லது எனக்கு என்னமோ காலைலேந்து மனசே சரியில்லம்மா."

"என்னங்க என்னாச்சு?"
"இல்ல.. தெரியல லது."

"நான்தான் இதுமாதிரி சொல்லுவேன். நீங்க என்னடான்னா இப்படி சொல்றீங்க."
"தெரியல லது. ஒரு மாதிரி இருக்கு."

"அதுலாம் ஒன்னுமில்லங்க. நீங்க எதுவும் கவலபடாதிங்க. கடவுள் பார்த்துபாரு." என்ற லதாவிற்க்கும் மனம் ஏதோ நெருடச் செய்தது.

****

"டேய் மாதவ் என்ன ஜெய் மெகேஜ் பண்ணிருக்கான்?"

"எங்கடி?"

"உனக்கு வரல?"

"தெரிலயே." என தன் ஃபோனை பார்த்தான்.

"ஆமா.. என்ன ஈவ்னிங் கோயம்பத்தூர் வர சொல்லிருக்கான்?"

"அடான்டா நானும் கேட்குறேன். அவன இங்க வர சொன்னா அவன் அங்க வர சொல்றான்?"

அத்தியாயம் 20

"அதானே தெரியல. அம்மாவையும் கூட்டிட்டு வர சொல்லிருக்கான். என்னவா இருக்கும்?"

"எதுவும் சர்ப்ரைஸா இருக்குமோ?"

"அவன் பண்றது எல்லாமே அப்படிதானடி இருக்கும்!"

"அதுவும் சரிதான்."
"சரி வேலைய பார்ப்போம் வா."

"ம்ஹூம்... கல்யாணத்த பக்கத்துல வச்சுட்டு ஆபீஸ்ல குப்ப கொட்ட சொல்றல்ல?"

"கவலபடாத செல்லம் கல்யாணம் முடிஞ்சதும் மூனு மாசம் நாம சிங்கப்பூர் போய்டலாம்."

"அப்போ ஆபிஸ யாரு உன் தாத்தா பார்ப்பாரா?"

"இல்ல என் ஜெய் பார்த்துப்பான்."

****

"பச்சக்கிளி." என்றழைக்க

'இவன் ஒருத்தன் பச்சக்கிளி நொச்சக்கிளின்னு!' என்று நினைத்தவள் "எஸ் சார்." என்றாள்.

"வித்தின் டூ மினிட்ஸ்குள்ள எல்லா வொர்க்கையும் க்ளோஸ் பண்ணு."

"புரியல சார்."

அத்தியாயம் 20

"இன்னு இரண்டு நிமிசத்துல வொர்க் எல்லாத்தையும் க்ளோஸ் பண்ணு. வெளிய கிளம்பனும். புரியுதா பச்சக்கிளி?"

"ஓகே சார்." என்றவள் 'எனக்குன்னு வந்து சேர்ந்துருக்கு பாரு' என அனைத்தையும் எடுத்து வைத்தாள்.

"வா." என்று முன்னே செல்ல பின்னால் வேகமாய் ஓடினாள்.

ஜெய்வீர் செல்வதை கண்ட ராஜாவோ 'சார் இன்னைக்கு ஓவர் ஸ்மார்ட்டா இருக்க மாதிரி இருக்கே என்னவா இருக்கும்?' என்று யோசிக்க பின்னால் வந்துக் கொண்டிருந்த திவிஷாவை கண்டவன் 'பாவம் என்ன பாவம் பண்ணுச்சோ தெரியல பாடாபடுது.' என இரக்கபட்டான்.

ஜெய்வீரின் கார் நேராய் அரண்மனையின் முன்பு நின்றதும் 'ஐ.... அப்போ நமக்கு இன்னைக்கு வேலை முடிஞ்சுதா?' என்று மகிழ்ந்தாள்.

துள்ளி குதித்தபடி இறங்கியவளை "வா." என்றிட புரியாமல் நின்றாள் திவிஷா.

"வான்னு சொன்னேன்." என்றதும் பின்னால் தொடர்ந்தாள்.

உள்ளே நுழைந்தவள் 'எம்மாடி!!! வீடா இது ஏதோ ஃபைவ்ஸ்டார் ஹோட்டல் கணக்கால்ல இருக்கு!!! நல்லா வாழ்றானுங்கடா!!' என்று வாயை பிளந்து அனைத்தையும் பார்த்தபடி வர முன்னால் நின்ற ஜெய்வீரின் மீது மோதி நின்றாள்.

அத்தியாயம் 20

"சாரி.. சாரி.. சார்.. தெரியாம.."

"வா." என்றவன் ஜெயவர்வமனின் ஃபோட்டோவின் முன் நின்று கண்களை மூடி வணங்கிட

'இது யாரு இவனுக்கு தாத்தா வேஷம் போட்டு மாட்டி வச்ச மாதிரி நிக்கிறாரு?! என்ன இவன் வித்தியாசமா கும்புட்டுட்டு இருக்கான். சரி நம்மலும் கண்ண மூடுவோம் இல்லன்னா அதுக்கும் எதாவது திட்டுவான்.' என்று கண்களை மூடியவள்

'எப்பா தாத்தா இவனுக்கு நல்ல புத்திய கொடுப்பா. என்னை போட்டு டார்ச்சர் பண்றான்.' என்று வேண்டிக் கொண்டு கண்களை திறந்தவள் தன்னருகில் நெருக்கமாக நின்ற ஜெய்வீரை கண்டதும் அதிர்ந்தவள் ஜெய்வீரின் கைகள் தன் கழுத்தினில் இருப்பதை அப்போதே உணர்ந்தாள்.

"இனி நீ எப்பவும் என் கன்ட்ரோல்தான் பச்சக்கிளி." என்றிட முழு அதிர்ச்சியுடன் தன் கழுத்தினில் தொங்கிக் கொண்டிருக்கு மாங்கல்யத்தை பார்த்தவளுக்கு கண்களில் கண்ணீர் வழிந்தது.

"தம்பி!!" என்றழைப்பில் இருவரும் வாசலை நோக்கிட அங்கு குடும்பத்தினர் அனைவரும் அதிர்ச்சியுடன் நின்றிருந்தனர்.
திவிஷாவோ பயமும் அதிர்ச்சியுமாய் அழுகையை அடக்கியபடி நின்றிருந்தவள் 'போச்சு!! போச்சு!! எல்லாமே போச்சு!! நான் எப்படி வீட்ல சொல்லுவேன், என்னைய பத்தி என்ன நினைப்பாங்க, இவங்க என்னைய பத்தி என்ன நினைப்பாங்க, கடவுளே ஏன் இப்படி பண்ண? நான் ஏன் கவலைபடனும் மஞ்சகயிற கட்டிட்டா எல்லாம் முடிஞ்சுதா? இத

அத்தியாயம் 20

கழட்டி அவன் மூஞ்சில எறிய ஒரு நிமிசம் ஆகுமா?' என்று தாலியை பிடித்தவளின் கைகள் நடுங்கியது.

'எல்லாத்தையும் தைரியயமா பண்றவளுக்கு இதுக்கு எதுக்கு பயப்படனும்? பயப்படாம கழட்டி அவன் மூஞ்சில விட்டெறிஞ்சுட்டு போ திவி.' என்று தாலியை இறுக்கமாக பற்றியவளால் அறுத்திட தைரியம் வரவில்லை.

'எனக்கு இது தேவைதான். தேவையில்லாம வீர வசனம் பேசிருக்க கூடாது. மூடிட்டு இருந்துருக்கனும்.' என நினைத்தவளின் நினைவுகள் ஒரு மாதத்திற்க்கு முன்பு சென்றது.

அன்று...

அன்று தனு மற்றும் ஸ்ரீயின் கல்லூரியிற்க்கு சீஃப் கெஸ்டாக செல்லும் நாள்.

திவிஷாவை அன்று அதிகமாய் வேலைகளையும் திட்டுகளையும் தாரள பிரபுவாய் அள்ளிக் கொடுத்துக் கொண்டிருந்தவன் "வாய் மட்டும் பேசுனா போதாது வேலைலயும் சரியா இருக்கனும்." என்றிட
'நீ வேணும்னே பண்ணா நான் என்னடா பண்ணுவேன்?' என முறைத்தபடி நின்றாள்.

"கிளம்பு." என்றவன் எழுந்து முன்னே சென்றிட பின்னால் வேகமாய் ஓடினாள் திவிஷா.

கல்லூரியில் ஜெய்வீரின் காரினை கண்டதும் ஏக வரவேற்ப்புகள் கிடைக்க ஆச்சர்யத்துடன் பார்த்தபடி அமர்ந்திருந்தவளை "இறங்கு." என்றான்.

அத்தியாயம் 20

ஜெய்வீர் இறங்கியதும் மேனேஜ்மெண்ட் ஆட்களின் வரவேற்ப்பும் ட்ரம்ஸ்களின் ஓசைகளும் மாணவர்களின் ஆரவாரமும் மாணவிகளின் ஆர்வமும் கண்டவளுக்கு ஓர் நிமிடம் ஆச்சர்யமளித்திட மறுபுறம் பயமும் குற்றவுணர்வும் பரவியது.

ஜெய்வீருடன் பின்னால் சென்றவள் மேடையெற முனைந்திட "நீ கீழே நில்லு." என்று அனைவரின் முன்பும் கூற என்னவோ போலிருந்தது திவிஷாவிற்கு.
இருப்பினும் தன்னை சமன் செய்துக் கொண்டவள் அமைதியாய் கீழே நின்றாள்.

"ஹாய் கரடி!!" என்று சிவேஷின் குரல் கேட்கவே மகிழ்சியாய் திரும்பினாள்.

"டேய் சிவா!!"
"என்ன ரொம்ப குஷியோ?"

"வேண்டாம் கடுப்ப கிளப்பாத!!"

"சரி.. சரி.. கலங்காத." என்றிட திவிஷாவின் ஃபோன் வைப்ரேட்டாகிட அதில் ரோபோ என்றிருக்க மேடையை பார்த்தாள்.

"சார்."

"வொர்க்ல இருந்தா வொர்க்க மட்டும் பாரு. அதவிட்டுட்டு கத பேசிட்டுருக்க? ஸ்டுபிட்!!" என்ற ஜெய்வீரின் கோப சொற்கள் அடிட்டோடியம் முழுவதுழ் எதிரொளித்தது. காரணம் ஃப்ரவசர் ஒருவர் மைக்கினை ஜெய்வீரிற்க்கு கொடுப்பதாக அருகில் எடுத்து வந்ததின் விளைவே.

அத்தியாயம் 20

அனைவரும் திவிஷாவினை பார்க்க திவிஷாவிற்க்கு கண்களில் கண்ணீர் நிரம்பியது. அமைதியாய் அடிட்டோடியம் விட்டு வெளியேறிட பின்னால் செல்ல முயன்ற சிவேஷினை தடுத்து நிறுத்தி அமர வைத்தார் ஓர் ஃப்ரவசர்.

பின் ஜெய்வீர் சிறிது நேரத்தில் விடைபெற்று வந்திட அமைதியாக நின்றிருந்தாள் திவிஷா.

செல்லும் வழியினில் "ரொம்ப அசிங்கமா போய்டுச்சா?" என்று கேட்டவனை அமைதியாய் பார்த்தாள்.
"பதிலே வரலயே."

"ஆமா."

"ம்ம்.."

"நான் ஒன்னு மட்டும் கேட்குறேன், அந்னைக்கு உன்னைய சாரி நீங்க யாருண்ணு தெரியாமதான் அப்படி பண்ணிட்டேன். ஆனால், நீங்க தெரிஞ்சே பண்றீங்க. அது தப்புன்னு தோணலயா? அதுவும் ஒரு பொண்ண இப்படி பண்றோமேன்னு உங்களுக்கு தோணலயா?"

"பச்சக்கிளி நான்னும் ஒன்னு கேட்குறேன் மானம் அவமாமனம் கற்ப்பு இதுமாதிரி சென்சிட்டிவான விசியங்கலெல்லாம் பொண்ணுகளுக்கு மட்டும்தான பசங்களுக்கு இருக்காதா?"

....

அத்தியாயம் 20

"என்ன சொன்ன? நான் யாருன்னு தெரியாம பண்ணீயா? அதெப்படி செஞ்சவன் பெரிய ஆளா இருந்தா விட்ருவீங்க. இதுவே சாதரணமானவன்னா என்ன வேணாலும் பண்ணலாமா?"

"நா.."

"நீ ஒன்னும் பேசாத. அந்னைக்கு பேசும் போசு கேட்டீயா? இல்லல்ல.. நான் அவசரத்துல உன்னைய தெரியாம இடிச்சுட்டேன். அதுக்குன்னு மால்ல அத்தனபேர் முன்னாடி கை நீட்டி அடிப்பியா? அடிச்சதும் இல்லாம எவ்ளோ அசிங்கமா பேசுன?!!!"

"ஒரு சின்ன விசியத்துக்காகவா இவ்ளோ வென்ஜன்ஸ் வச்சு செய்றீங்க?"

"ஓ.. இது உனக்கு சின்ன விசியமா தெரியுதா? அப்போ நீ காலேஜ்ல அசிங்கபட்டது சின்ன விசியம்தானே? நானாவது டிசன்டாதான் திட்டுனேன். ஆனால் எவ்ளோ சீப்பா திட்டுன? எனக்கு இப்போ நினைச்சாலும் எவ்ளோ அசிங்கமா இருக்கு தெரியுமா? அங்க இருந்த ஒவ்வொருத்தரும் ஒரு புழுவ பார்க்குற மாதிரி அசிங்கமா பார்த்தாங்க. ஷட்!!!" என்று ஸ்டேரிங்கை குத்தியவனின் கண்களில் கோபம் மின்னிட பயந்திதுனான் போனாள் திவிஷா.

"உனக்கு அது சின்ன விசியமா தெரியுதுல்ல? ஆனால், என்ன பொறுத்த வரைக்கும் எவ்ளோ பெரிய விசியம் தெரியுமா?

நான் எப்படி வளந்தவன்னு தெரியுமா? நான் ஒரு பார்வை பார்த்தா எவனும் வாய திறக்க கூட பயப்படுவான். யாரும் என்கிட்ட குரல் உயர்த்தி

பேசமாட்டாங்க. நான் ஒரு வார்த்த சொன்னா அதுக்கு மறுபேச்சும் இருக்காது, எதிர்பேச்சும் இருக்காது. இன்னவரைக்கும் யாரும் என்னைய கை நீட்டி பேசுனதில்ல.

ஆனால், நீ கை நீட்டி அடிச்சு அசிங்கபடுத்தி ஷட்!!! ஷட்!!! கண்ண மூடுனாலே நீ அசிங்கபடுத்துனதும் சுத்தி நின்னவங்க பார்த்த பார்வையும்தான் நியாபகம் வரும். இதுனால இப்ப வரைக்கும் தூக்கத்த தொலச்சுட்டு சுத்திட்டு இருக்கேன்.

அதெல்லாம் நீ தொலைக்க வேண்டாம்? நான் பட்ட அசிங்கத்த நீ பட வேண்டாம்? அதான் உன் வாழ்க்கைய உனக்கே தெரியாம நானே எழுத ஆரம்பிச்சேன். இப்போ நடக்குறதெல்லாம் தானா நடக்குதுன்னு நினைக்குற? நான் நடத்துறது!!!! என்ன சொன்ன பொண்ண இப்படி பண்றோம்னு தோணலையாவா?

அதெல்லாம் உன்னைய மாதிரி அவசர புத்தி இருக்கவங்களுக்கு பண்ணா தப்பே இல்ல. உன்னைய மாதிரி இருக்கவங்களுக்கு எல்லாம் சொன்னா புரியாது. பட்டாதான் புரியும்."

"நான் என்ன..?"

"என்ன சொல்ல வர? டையலாக் பேச போறீயா? அத கேட்குற நிலைமைலலாம் நான் இல்ல. நான் சொல்றது ஒன்னே ஒன்னுதான் யோசிக்காம செஞ்ச காரியத்துனால அடுத்தவங்க எவ்ளோ வலி அனுபவிச்சாங்கன்னு உனக்கு தெரியனும்ல, அந்த வலி உனக்கும் வேணும்ல? கொடுப்பேன்! இன்னும் கொடுப்பேன்! அதுலருந்து நீ தப்பிக்கவே முடியாது.

இப்போ நீ என்னோட கன்ரோல்ல இருக்க. எனக்கு தெரியாம ஒரு குண்டுசிய கூட உன்னால நகர்த்த முடியாது." என்று முடித்தான்.

'அன்னைக்கு நானும்தான்டா அவசரத்துல போனேன். அதுனால அப்படி பண்ணிட்டேன். நான் பண்ணது தப்புதான் அதுக்காக இவ்ளோ தூரம் பண்றது ரொம்பவே தப்பான விசியம். இத இப்படியே விடக் கூடாது. எதாவது பண்ணனும்.' என்று நினைக்கவும் அரண்மனைக்கு வந்திடவும் சரியாய் இருந்தது.

"சார் நான் பண்ணது தப்புதான் அதுக்காக நான் சாரி கேட்குறேன். நீங்க பட்ட கஷ்டத்த நான் ஒத்துக்குறேன். அதுக்காகதான் என்னை இவ்ளோ தூரம் செய்றீங்கன்னும் புரிஞ்சுக்குறேன். ஆனால், நீங்க பண்றது ரொம்பவே தப்பு."
"தப்பு சரியெல்லாம் நீ சொல்லி தெரியனும்னு அவசியம் இல்ல. நீ முதல்ல கிளம்பு." என்றதும் திவிஷாவிற்க்கு கோபம் வந்தது.

"சரி நீங்க ஒன்னும் கேட்க வேண்டாம். ஒன்னு மட்டும் தெரிஞ்சுக்கோங்க மிஸ்டர் ஜெய்வீர் சார். நீங்க சொன்ன மாதிரியே நான் உங்க கன்ரோல்ல இருக்கதாவே இருக்கட்டும். ஆனால், அது காலைல எயிட் டூ நைட் டென் வர மட்டுதான், அதுகப்றம் என்னோட வாழ்க்கைய எனக்கு பிடிச்ச மாதிரிதான் இருப்பேன். அத உங்களால ஒன்னும் பண்ண முடியாது. என் வீட்ல நான் ஒரு நிமிசமோ இல்ல ஒரு நொடியோ நான் நான சந்தோசமாதான் இருப்பேன். உங்களால ஒன்னும் கிழிக்.. சாரி. உங்களால ஒன்னும் பண்ண முடியாது. குட் நைட் சார்." என்று இறங்கி செல்ல
"ஒரு நிமிசம்... ஒரு நொடி... ஆ...." என்று கத்தியவன் "விடமாட்டேன் பச்சக்கிளி!! மறுபடி மறுபடி தப்பு

பண்ற! விடமாட்டேன்!!" என்று ஸ்டேரிங்கை குத்தியவன்

"கிழிச்சு காட்டுறேன்." என்றுவிட்டு கீழறங்கி சென்றான்.

நடப்பு....

"பிளாஸ்பேக் போயிட்டு வந்தீயா? நான் தான் அப்போவே சொன்னேன்ல, உன்னைய மாதிரி ஆளுக்கெல்லாம் பட்டாதான் புத்தி வரும்னு. நீ இன்னு பார்க்க வேண்டியது அதிகமிருக்கு பக்சக்கிளி." என்றவன் குடும்பத்தாரை நோக்கி கீழறங்கிட திவிஷாவும் பின் தொடர்ந்தாள்.

"ஐயம் சாரி. யார்கிட்டையும் சொல்லாம பண்ணதுக்கு. தேதி குறிச்சு மண்டபம் பார்த்து பண்றதெல்லாம் எனக்கு பிடிக்கல. அதுனாலதான் இப்படி. அப்றம் நானும் இவளும் லவ் பண்ணோம் மேரேஜ் பண்ணிகிட்டோம்." என்றதும் அனைவரும் ஏககாலத்தில் நெஞ்சில் கை வைத்தபடி அதிர்ந்தனர். திவிஷா உட்பட.

"அவங்க வீட்ல நான் பேசுறேன். அதே மாதிரி உங்களுக்குன்னு ஆசை இருந்துருக்கும் சோ நாளைக்கு ஈவ்னிங் ரிஸப்ஷன் வச்சுடலாம்." என்றிட அனைவரும் தலையாட்டினர்.

அகிலாண்டேஸ்வரி திவிஷாவை அருகில் அழைத்தவர் ஆனந்த கண்ணீருடன் நெற்றியில் இதழ் பதித்திட மற்றவர்கள் திவிஷாவை சூழ்ந்துக் கொள்ள ஜெயசீலன் அமைதியாய் ஜெய்வீரை பார்த்தபடி நின்றிருந்தார்.

அத்தியாயம் 20

"சீலு.." என்று அருகில் சென்றவன் கால் தொட்டு வணங்க செல்ல

"தம்பி என்ன பண்றீங்க?!!" என்று தடுத்தார்.

"ஐயம் சாரி சீலு. உன்கிட்ட சொல்லக் கூடாதுன்னு இல்ல.." என்று அணைத்துக் கொள்ள

"எனக்கு எப்பவும் உங்கமேல நம்பிக்க இருக்கு தம்பி." என்றணைத்துக் கொண்டார்.
"தங்ஸ் சீலு." என்றிட மாதவ், விமலா மற்றும் மீரா உள் நுவைந்தவர்களுக்கும் அதே அதிர்சியே ஏற்பட அவர்களிடமும் விசியத்தை கூறி விமலாவிடமும் ஆசிர்வாதம் பெற்றவன் மாதவை பார்க்க ஏககோபத்தில் நின்றிருந்தான்.

மாதவை தனியே அழைத்துச் சென்றவன் அனைத்தையும் கூறிட "நான் உன்மேல செம்ம கோவத்துல இருக்கேன் ஒழுங்கா போய்டு." என்றான்.

"பச்சக்கிளி.."

"போடா!!" என்றிடவும் அமைதியாய் விலகினான். பின் ஜெய்வீரின் குடும்பத்தாரும் மாதவ், விமலா, மீரா, திவிஷா மற்றும் ஜெய்வீர் அனைவரும் பார்த்திபன் இல்லத்திறக்கு சென்று விசியத்தை கூற அதிர்ச்சியும் லதாவும் சிவேஷும் மகிழச்சியும் கலந்த மனநிலையில் இருந்திட பார்த்திபனிற்க்கோ திடீர் அதிர்ச்சியில் நெஞ்சை பிடித்துக் கொண்டு அமர்ந்தார்.

"அப்பா!! அப்பா!! என்னாச்சுப்பா!!" என்று திவிஷா அலறிட உடனேயே மருத்துவமனைக்கு அழைத்துச் சென்றனர்.

அத்தியாயம் 20

ஐசியுவில் அட்மிட் செய்துவிட்டு வெளியில் காத்திருக்க டாக்டரை காண சென்ற ஜெய்வீருடன் திவிஷாவும் சென்றாள்.

"டாக்டர் என்னாச்சு?"

"ஒன்னுல்ல மிஸ்டர் ஜெய்வீர் அதிர்ச்சியினாலதான் இப்படி ஆகிட்டார். வேற எதுவும் பயபடுற அளவுக்கு எதுவும் இல்ல." என்றதும் வாயை பொற்றிக் கொண்டு அழுதாள் திவிஷா.

ஜெய்வீர் டாக்டரை காண டாக்டர் அறையைவிட்டு வெளியேறினார்.

"சந்தோசமா? உனக்கு இப்போ சந்தோசமா? எனக்கு இந்தளவுக்கு வலி கொடுத்ததுல சந்தோசமா? பாரு! நல்லா பாரு! அழுகுறேன்! கத்தி அழுகுறேன்! நான் மட்டுமில்ல என் குடும்பமும் சேர்த்துதான் அழுது! இன்னும் உனக்கு வேற என்ன வேணும்?! நான்தானே உனக்க அசிங்கபடுத்துனேன்! என் அப்பா என்னடா பண்ணாரு?! அவர போய் உனக்கு.. ச்ச!! எப்படிடா மனசு வந்துச்சு? அப்போ ஏற்கனவே என் அப்பாக்கு இப்படி ஆனதுக்கும் நீதான் காரணம் இல்ல? என் அப்பாக்கு மட்டும் எதாவது ஆச்சு!!!ச்ச!!!

நான் நீ சொன்னதுகப்றம் நான் பண்ணது தப்புதான் அதுக்காக நீ கொடுக்குற ப்ரஷர்லாம் தாங்கிட்டு திட்டையும் தாங்கிட்டு இருந்தேன்.

ஆனால், ஒரு கட்டத்துக்கு மேல நீ என்னை டார்ச்சார் பண்றதா நினைச்சு பண்றத பார்க்கும் போது குழந்ததனமா தெரிஞ்சுது. அதுகப்றம் நீ பண்றது எல்லாத்தையும் கொஞ்ச கொஞ்சமா இரசிக்க

அத்தியாயம் 20

ஆரம்பிச்சு எனக்கே தெரியாம உன்னைய லவ் பண்ண ஆரம்பிச்சேன். சரி, உன்னோட கோபமெல்லாம் போனதுகப்றம் சொல்லலாம்னு இருக்கும் போது தாலி கட்டுன

எனக்கு ஒரு நிமிசம் அறுத்து உன் மூஞ்சில விட்டெறியலாம் போல இருந்தது. ஏன்னா நீ கட்ற தாலி எனக்கு காதோலோட வேணும்னு நினைச்சேனே தவிர இப்படி வென்ஜன்ஸோட கட்டனும்னு நினைக்கல. ஆனால், என்னால முடியல. இருந்தும் அத ஏத்துகிட்டு உன்னைய மாத்திடலாம்னு இருக்கும் போது.

இப்படி பண்ற பாரு!! சொல்லுடா உனக்கு இன்னும் என்ன பண்ணா உன்னோட வலி சரியாகும்? சொல்லு!! நான் செத்தா உனக்கு சரியாகுமா?!" என்று கூறி முடிப்பதற்குள் திவிஷாவை அறைந்தவன் தன் நெஞ்சோடு அணைத்துக் கொண்டான்.

"லூசாடி நீ!! என்னைய பார்த்தா உனக்கு ஒரு உயிர கொல்லுற கொலைகாரன் அளவுக்கு தெரியுதா?" என தன் நெஞ்சில் சாய்ந்துக் கொண்டு விம்முபவளிடம் கேட்டான்.

"உண்மைதான் நான்தான் எல்லாத்தையும் பண்ணேன். உன் பிரண்ட்ஸ், உன் அக்கா, மாமா, உன் வேலை எல்லாத்தையும் நான்தான் பண்ணேன். எப்போ உன்கிட்ட எல்லாத்தையும் சொன்னேனோ அப்போலந்து என் தப்ப நானும் உணர ஆரம்பிச்சேன். ஆனால், என்னோட ஈகோ ஏத்துக்க மறுத்துச்சு.

ஆனால், என்னால பழிவாங்க முடியல. இருந்தாலும் ஏதோ ஒரு காரணம் சொல்லி, ஏதோ ஒரு வேலை

கொடுத்து உன்னைய ஏதாவது பண்ணிட்டு இருந்தேன். உன்னோட ஒவ்வொரு அசைவையும் கோவமா பார்த்துட்டு இருந்தவன் எப்போ காதலா பார்க்க ஆரம்பிச்சேன்னு தெரியல.

என்னால உன்கிட்ட வந்து ஐயம் சாரின்னு சொல்ல முடியல. என்னைய கல்யாணம் பண்ணிக்கோன்னு கேட்க முடியல. ஏன்னா என்னோட ஈகோ உன்கிட்ட கேட்கவிடல.

நான் என்ன பண்ணுவேன், அப்படியே வளந்துட்டேன். என்னால சட்டுன்னு மாத்த முடியல. எனக்கே நான் எப்படி இப்படி மாறுனேன்னு தெரியல. என்னோட ஆழமான கோபம் எப்போ காதல மாறுச்சுன்னு தெரியல. அத வெளிபடுத்தவும் தெரியலடி. புரிஞ்சுக்கோ." என்றிட

ஜெய்வீரிடமிருந்து விலகியவள் "அப்போ என் அப்பாக்கு ஆனது?" என்று கேட்க
"முன்னாடி என்னாலதான் ஆச்சு." என்றதும் முறைத்திட

"அது மயக்க மருந்து எஃபைக்டால வந்தது. நான் வேற எதுவும் பண்ணல." என்றான் பதட்டமாக.

"அப்போ டாக்டர் சொன்னதெல்லாம்."

"என்னோட செட்டப்தான். வேற எதுவும் இல்ல." என்றான் குழந்தைப் போல.

"என் பிரண்ட்ஸ்?"

"அதுவும் என் வேலைதான். என் கம்பெனிங்க ஒன்னுலதான் நீங்க வேலை பார்த்துட்டு இருக்கீங்க.

உங்கள வர வச்சதும் நான்தான். இப்போ அவங்க வேலை பார்க்குறதும் என்னாலதான். என் பிரண்ட வச்சு மூவ் பண்ணிட்டு இருக்கேன். நாளைக்கு ரிஷப்ஸனுக்கு வந்துடுவாங்க. உன் அக்காவும் மாமாவும்தான்." என்றான்.

"சரி சொல்லு." என்று மார்பின் குறுக்கே கைகளை கட்டிட திவிஷாவின் எண்ணம் புரிந்து புன்னகைத்தான். முதன் முறையாக ஜெய்வீரை புன்கையுடன் கண்டவள் மெய் மறந்துதான் போனாள்.

திவிஷாவின் முன் மண்டியிட்டவன் பாக்கெட்டிலிருந்து வைர மோதிரத்தை கையில் எந்திக் கொண்டு "ஐ லவ் யூ பச்சக்கிளி." என காதலாய் கூற
"டேய் முதல்ல எதுக்கு பச்சக்கிளி சொல்றன்னு சொல்லு." என்றதும் புன்னகையுடன் தன் பழக்கத்தை கூறிட காதினை திருகினாள் திவிஷா.

"ஆ... வலிக்குதுடி!!! முதல்ல பதில சொல்லுடி!!" என்றதும் கையினை நீட்டிட மோதிரத்தை அணிவித்தவன் எழுந்து அணைத்துக் கொண்டான்.

"நீ இன்னும் சொல்லவே இல்லையே பச்சக்கிளி." என்றதும்

"நீயும்தான் சொல்லல." என்றாள் அணைப்பில் இருந்தவாறே.

"நான்தான் சொன்னேனே... ஐ லவ் யூன்னு."

"எனக்கு ஐ லவ் யூலாம் வேண்டாம்... ஐயம் சாரிதான் வேண்டும்." என்று விலகியவளை

அத்தியாயம் 20

மீண்டும் அணைத்துக் கொண்டு "ஐயம் ரியலி... ரியலி.. சாரிடி... பச்சக்கிளி!!!" என்றான்.

"ஐ ரியலி... ரியலி... லவ் யூடா... ரோபோ!!!" என்று இறுக்கி அணைத்துக் கொள்ள மாதவ் மற்றும் ராம் கதவினை திறக்க இருவரும் சட்டென விலகி நின்றனர்.

"அடப்பாவி!!!! ரொமென்ஸ் பண்ற இடமாடா இது?!!" என்று மாதவ் கேட்க

"இல்லடா!!" என்று புன்னகையுடன் நெற்றியை தேய்த்தவனை வாயை பிளந்தபடி பார்த்தான் ராம்.

"வெட்கம் மட்டும் படாத மச்சா சகிக்கல." என்றவன் "அப்பா முழிச்சுட்டாரும்மா." என்றதும்

"சரிண்ணா." என்று வெளியேறிட

மாதவுடன் புன்னகையுடன் வெளி வந்த ஜெய்வீரை அனைவருமே ஆச்சர்யத்துடன் பார்த்தனர்.

"அண்ணா சிரிக்குறாங்க ஸ்ரீ..."

"ஆமாடி சிரிக்குறாங்க டி..." என வாய் பிளக்க

"என் பையன் இனி எப்பவும் இப்படியே சிரிச்ச முகமாவே இருக்கனும்." என்று அகிலாண்டேஸ்வரியும் ஜெயமோகனும் கூறிக் கொள்ள

"தம்பி எப்பவும் இப்படியே இருக்கனும்." என்று சிவசங்கரியும் ஜெயசங்கரும்

அத்தியாயம் 20

ஜெயசீலன் தனது பேரனை எப்பவும் போல் பெருமையுடனும் பார்க்க

சிவேஷோ ஜெய்வீரை ஓர் பார்வையும் தன்னவளை ஓர் பார்வையும் பார்த்தபடி நிற்க லதாவும் திவிஷாவும் பார்த்திபனை காண சென்றனர்.

பின் பார்த்திபனை டிச்சார்ஜ் செய்து கூட்டிச் செல்ல மறுநாள் காலையில் மாதவின் திருமணத்தை மாற்றியும் அதற்கான ஏற்பாடுகளை முன்னரே செய்தும் வைத்திருந்தான் ஜெய்வீர்.

அதேப்போல் ஜெய்ராமின் காதலை பெற்றோர்களிடம் கூறியும் கவிமலரின் பெற்றோரிடம் கூறியும் தனது ரிஷப்ஸனின் அன்றே ஜெய்ராமிற்க்கு நிச்சயதார்த்த ஏற்பாடும் செய்திருந்தான்.

மூன்று புதுமண தம்பதிகள் மேடையில் நின்றிருக்க உறவினர் முதல் பணியாட்கள் அனைவரும் ஜெய்வீரின் சிரித்த முகத்தினை வைத்த கண் வாங்காமல் பார்த்துக் கொண்டிருந்தனர்.

சிக்ஸர் க்ரூப்போ அப்துலை பார்த்து முறைத்தபடி நின்றிருக்க

"இங்க பாருங்கப்பா நானா எதுவும் செய்யல. எல்லாம் என் மச்சான் சொல்லிதான் செஞ்சேன். அதுவும் உங்களுக்கே தெரியும். பிரண்ட்ஸா சமாதானமா போய்டலாமே. அதானே நமக்கும் நல்லது. நாட்டுக்கும் நல்லது." என்றிட புன்னகைத்தனர் சிக்ஸர் க்ரூப்.

அத்தியாயம் 20

இங்கு சிவேஷோ இன்றாவது தன் காதலை சொல்லிட வேண்டும் என்று இளவரசிகள் பின் சுற்றிக் கொண்டிருக்க சிவேஷை அருகில் அழைத்தனர்.

"என்ன சிவு என்ன விசியம்?"

"ஏதோ சொல்லனும்னு நினைக்குற மாதிரி இருக்கு?"

"நான் உங்ககிட்ட ஒன்னு சொல்லனும்."

"சொல்லு!!"

"எனக்கு உன்னைய ரொம்ப பிடிக்கும். நீ என் லைஃப் புல்லா கூடவே இருந்தா நானும் ஹாப்பி இருப்பேன். உன்னையும் ஹாப்பியா வச்சுப்பேன். அதுக்காக உடனே வா லவ் பண்ணலாம்னு கூப்பிடல. லவ் பண்ணுவோம். ஆனால் முதல்ல படிப்ப முடிப்போம். அப்றம் வேலை. அப்றம் லைஃப்ல செட்டிலாகிட்டு கல்யாணம். என் லவ் ப்ரப்போஸல் கேவலமா இருந்தா திட்டாத. வில் யூ லவ் மீ ஶ்ரீ?" என்று கேட்க

கண்ணீருடன் "எஸ்." என்று தலையாட்டினாள் தனுஶ்ரீ. சிவேஷ் முகத்தை மூடிக் கொண்டு வெட்கப்பட இருவருக்கும் தனிமை கொடுத்து விலகி வந்தாள் தன்விக்கா.
மற்றோரு பக்கம் லியாவோ சரோவை மிரட்டிக் கொண்டிருந்தாள் "எவ்ளோ தைரியம் இருந்தா என் முன்னாடி இன்னோருத்திய சைட்டடிப்ப?" என்று மிரட்டிட தன் சிரிப்பினை அடக்கியபடி நின்றிருந்தான் சரோ.

"சொல்லுடா!!"

அத்தியாயம் 20

"அதுனாலதானே உண்மை வெளிய வந்தது. நானும் எவ்ளோ நாள்தான் வெயிட் பண்றது?"

"பிராடு நாயே!! பே!!" என்றவளால் வெட்கம் தாளாமல் ஓடிட பின்னால் துரத்திச் சென்றான் சரோ.

"ம்ஹூம்... எல்லாருக்கும் செட்டாகிடுச்சு. எனக்குதான் இன்னும் வெயிட்ங் லிஸ்ட்டுலே இருக்கு." என்று புலம்பியபடி அமர்ந்திருந்த ஜில்லுவின் அருகில் கோபமாய் அமர்ந்தாள் தன்விக்கா.

"அறிவில்ல?" என்று கேட்க வேகமாய் திரும்பினான் ஜில்லு.

"வந்து..."

"என்ன வந்து.. போயி..? ஒரு லைன் மாத்தாம சிவுக்கும் என்கிட்ட சொன்ன டையலாக்கை சொல்லிருக்கீங்க?"

'கோத்துவிட்டானே!!'

"திருட்டு முழி முழிக்காதிங்க!!"

"சாரிப்பா.. அவன் கேட்தான் அடான் சொன்னேன்."

"சரி பொலச்சுப்போங்க. ஆமா, தனியா என்ன புலம்பிட்டு இருந்தீங்க?"

"அது நான் இன்னும் வெயிட்டிங் லிஸ்ட்லையே இருக்கேன்னு ஃபீல் பண்ணிட்டு இருந்தேன்."

"யாரு சொன்னா?"

அத்தியாயம் 20

"சொல்ல வேண்டியவங்க இன்னும் எதுவும் சொல்லலையே."

"இதுக்குமேல என்ன சொல்லனும்." என்று புருவம் உயர்த்திட

"அப்போ ஓகேவா?!!!" என்றான் மகிழ்ச்சியுடன்.

"அதெல்லாம் ஹரிணி அக்கா கல்யாணத்தப்போ நீங்க ப்ரபோஸ் பண்ணப்பவே ஓகேதான். ஆனால், அப்போ சின்ன பொண்ணு. அதுனால பயத்துல எதுவும் சொல்லல."

"இப்போ?"

"போயா! வேஸ்ட் மாங்கா!!" என்று எழுந்துச் செல்ல

"தனு!! தனு!!" பின்னால் ஓடினான் ஜில்லு.

தேவும் ரோஸும் கண்களால் காதல் மொழி பேசிக் கொண்டிருக்க

இவையனைத்தையும் புன்னகையுடன் பார்த்துக் கொண்டிருந்தனர் ஹரிணியும் விலோகித்தும்.

ஜெய்வீரோ மேடையில் நின்றாலும் அனைத்து புறங்களிலும் நடப்பவற்றை கவனித்துக் கொண்டு மேடையில் நின்றிருந்தவன் தன் பெற்றோரை பார்த்து "சாரிம்மா. சாரிப்பா." என்றான் தன் இரு காதுகளையும் பிடித்துக் கொண்டு.

அத்தியாயம் 20

பெற்றோரரோ கண்களில் வழிந்த ஆனந்த கண்ணீரை துடைத்துக் கொண்டு தூரத்திலிருந்தே திருஷ்டி எடுக்கவும்

"என்ன ரோபோக்கு உயிர் வந்துருச்சு போல?" என்று திவிஷா வம்பிழுக்க

"அதுக்கு நீதான் காரணம். ஐ லவ் யூ டி பச்சக்கிளி!!" என்றான் காதலாக.

"ஜெய் இது பப்ளீக்குப்பா." என்று ராம் கூற

"உன்னோட ஆழமான கோபம் காதலா மாறுனதும் போதும் உன்னோட அழுச்சாட்டியம் தாங்க முடியல மச்சான்" என்று மாதவ் கூறவும்

தன் காதல் மனைவியை புன்னகையுடன் பார்தவன் தன் முதல் காதல் முத்திரையை நெற்றியில் பதித்திட அதை கண்களை மூடிக் ஏற்றுக் கொண்டாள் திவிஷா.

இதனை கண்ட அனைவரும் தங்களின் வாயினில் கை வைத்துக் கொள்ள பெற்றோர்களுடன் ஜெயசீலன் தாத்தாவும் மகிழ்சியோடு பார்த்திருந்தனர்.

முற்றும்.

அத்தியாயம் 20

காதல் தன்னில் நுழைந்திட்டால்

பனி மலையும் ஊறுகிடச்

செய்யும் எரிமலையும் உறைந்திடச்

செய்யும் கல்லையும் கவிப்பாட

வைக்கும் இரும்பினையும் ஏடாக்கத்

துணியும் காதலில் ஏக்கங்களும்

தாக்கங்களும்தான் எத்தனை அத்தனையும்

தனக்குள் அடக்கும் காதலின்

அதிசியம்தான் எத்தனை காதல்

கொண்டு ஊடல் கொள்ளும்

வேளைகளில் சிறு நொடி

பொழுதினிலேயே ஊடல் மறந்து

காதல் தன்னை அரவணைக்க

வைக்குமெனில் குரோதம் கொண்டு

ஊடல் கொள்ளும் வேளைதனில்

மட்டும் காதல் தன்

அதிசயத்தை நிகழ்த்திடாமல்

அமைதி காக்குமா என்ன?

உங்கள்
நாகவேணி அழகர் ராஜன்.

அத்தியாயம் 20

www.ingramcontent.com/pod-product-compliance
Lightning Source LLC
LaVergne TN
LVHW030027051026
849519LV00008B/2877
* 9 7 8 9 3 9 1 4 2 3 8 0 3 *